சங்கச்சுரங்கம் — மூன்றாம் பத்து

ஓர் ஏர் உழவன்

ஆர். பாலகிருஷ்ணன்

ரோஜா முத்தையா ஆராய்ச்சி நூலகம்
பாரதி புத்தகாலயம்
களம்

ŌR ĒR ULAVAN - Sangachsurangam-Erandam Pathu (in Tamil)
R. BalaKrishnan

First Published: September, 2022

Published by
BHARATHI PUTHAKALAYAM
in association with
Roja Muthiah Research Library
and
Kalam Ilakkiya Amaippu, Trichy.
imprint of Bharathi Puthakalayam
7, Elango Salai, Teynampet, Chennai - 600 018
Email: bharathiputhakalayam@gmail.com / www.thamizhbooks.com

ஓர் ஏர் உழவன்
ஆர். பாலகிருஷ்ணன்
முதல் பதிப்பு: செப்டம்பர், 2022

வெளியீடு:
பாரதி புத்தகாலயம்
இணைந்து
ரோஜா முத்தையா ஆராய்ச்சி நூலகமும் , களம் இலக்கிய அமைப்பு, திருச்சி.

7, இளங்கோ சாலை, தேனாம்பேட்டை, சென்னை- 600 018.
தொலைபேசி : 044- 24332424, 24330024 | விற்பனை : 24332924

விற்பனை நிலையங்கள்
அருப்புக்கோட்டை: கதவுஎண் 49 A/4 மெயின் ரோடு, தெற்கு தெரு - 9994173551
ஈரோடு: 39: 39 ஸ்டேட் பாங்க் சாலை - 9245448353
கரூர்: நாரத கானசபா அருகில் (TNGEA OFFICE)- 9442706676
காரைக்குடி : 12, 2 வது தெரு, கம்பன் மணிமண்டபம் பின்புறம் - 9443406150
கும்பகோணம்: 352, ரயில் நிலையம் எதிரில் - 9443995061
குன்னூர்: N.K.N வணிக வளாகம் பெட்போர்ட்
கோவை: 77, மசக்காளிபாளையம் ரோடு, பீளமேடு - 8903707294
சிதம்பரம்: 22A / 18B தேரடி கடைத் தெரு, கீழவீதி அருகில் - 9994399347
செங்கல்பட்டு: 1 D ஜி. எஸ்.டி சாலை - 044 27426964
சேலம்: 15, வித்யாலயா சாலை சாலை
சேலம்: பாலம் 35, அத்வைத ஆஸ்ரமம் சாலை 0427 2335952
தஞ்சாவூர்: காந்திஜி வணிக வளாகம் காந்திஜி சாலை - 9655542400
திண்டுக்கல்: பேருந்து நிலையம் - 9942331105, 9976053719
திருச்சி: வெண்மணி இல்லம், கரூர் புறவழிச்சாலை - 9994289492
திருநெல்வேலி: 25கி, ராஜேந்திரநகர் - 9442149981
திருப்பூர்: 447, அவினாசி சாலை - 9486105018
திருவண்ணாமலை: முத்தம்மாள் நகர்
திருவல்லிக்கேணி: 48, தேரடி தெரு - 9444428358
திருவாரூர்: 35, நேதாஜி சாலை - 9442540543
நாகர்கோவில்: 699 கே.பி.ரோடு R.V.புரம் - 9443450111
நெய்வேலி: பேருந்து நிலையம் அருகில், - 9443659147
பழனி: பேருந்து நிலையம் அருகில் - 7010760693
பாண்டிச்சேரி : கிழக்கு கடற்கரைச்சாலை, இலாசுப்பேட்டை, 9486102777
பெரம்பூர்: 52, கூக்ஸ் ரோடு - 9444373716
மதுரை: 37A, பெரியார் பேருந்து நிலையம் - 045 22324674
மதுரை: சர்வோதயா மெயின்ரோடு
வடபழனி: பேருந்து நிலையம் எதிரில் அடையார் ஆனந்தபவன் மாடியில் - 9444476967
விருதுநகர்: 131, கச்சேரி சாலை - 0456 2245300
வேலூர்: பேஸ் III, சத்துவாச்சாரி - 9442553893

அச்சு : பிரிண்டெக், சென்னை - 600 005.

அணிந்துரை

இலக்கியத் தொல்லியல்வழி சங்க இலக்கிய அகழாய்வு

பண்டைய இந்திய நாகரிக உருவாக்கத்தின் செல்நெறிகளை உண்மையாக அறிய வேண்டுமானால் சங்க இலக்கியத்தை அகழாய்வு செய்ய வேண்டுமென்கிறார் அறிஞர் ஆர். பாலகிருஷ்ணன் அவர்கள். இவருடைய *Journey of a Civilization - Indus to Vaigai* (2019) எனும் நூல் ஒரு புதிய மைல் கல். இந்நூலில் சிந்துவெளியில் திராவிட நாகரிக அடித்தளத்தை நிறுவியிருக்கிறார்.

ஒரு நாகரிகத்தின் பயணத்தில் இலக்கியத் தொல்லியலை (Literary Archaeology) ஒரு முக்கியக் களமாகவும், அணுகுமுறையாகவும், முறையியலாகவும் முன்னெடுத்திருக்கிறார் ஆர். பாலகிருஷ்ணன். இதில் இவர் கண்டுள்ள ‘சிந்துவெளி விட்ட இடமும் சங்க இலக்கியம் தொட்ட இடமும்’ எனும் ஆய்வுமுறை ஓர் அசலான, சுதேசியான கோட்பாட்டியல் நெறிசார்ந்து வெளிப்படுகிறது.

சிந்துவெளியில் காணப்படும் ஊர்/இடப் பெயர்கள் பலவும் சங்க இலக்கியங்களில் பன்முகப் பெயர்களாக உள்ளன. இந்தப் பண்பாட்டுப் புவியியலை இலக்கியத் தொல்லியல் பார்வையில் அகழாய்வு செய்கிறார் அறிஞர் ஆர். பாலகிருஷ்ணன். இது ஒரு புதிய கோட்பாட்டுப் பார்வை. இந்த ஆய்வுமுறை சங்க இலக்கியத்தின் பரப்பை இந்தியத் துணைக்கண்டப் பரப்பின்மீது ஒப்புமைப்படுத்துகிறது. பண்பாட்டுப் பரப்பு (Culture Area) பற்றிய ஐரோப்பிய மையவாதக் கோட்பாடுகளுக்குச் சவால்விடும் ஒரு சுதேசி அணுகுமுறை இது. சிந்துவெளியின் பரிமாணத்தைச் சங்க இலக்கியத்தில் காணலாம் எனும் புதிய வெளிச்சத்தை இதுவரை யாரும் காட்டியதில்லை.

சிந்துவெளி ஆய்வில் சங்க இலக்கியத் தொல்லியல் அதிமுக்கியமானது என்கிறார் ஆர். பாலகிருஷ்ணன். சிந்துவெளி, பண்டைய தமிழகம் ஆகிய இரு துருவப் பிரதேசங்களையும் சங்க இலக்கியம் இணைக்கிறது எனும் கருதுகோளை இதுவரை யாரும் முன்வைத்ததில்லை. சங்க இலக்கியத்தைப் பண்டைய தமிழகத்தோடு குறுக்காமல் அகண்ட துணைக்கண்டத்தோடு விரித்து நோக்க வேண்டுமென்கிறார். இந்த முன்னெடுப்பின்மூலம் இந்திய நாகரிகத்தின் அடித்தளத்தைப் புதிய கோட்பாட்டியல் நோக்கில் விவாதிக்கிறார். இது முற்றிலும் ஒரு புதிய விசாரணை முறை. திராவிடவியல் ஆய்வில் இது ஒரு புதிய உச்சம் எனலாம்.

அறிஞர் ஆர். பாலகிருஷ்ணன் அவர்களின் இந்த முன்னெடுப்புகள் அவருடைய வாழ்நாள் தேடுதலின் சாதனை எனலாம்; 'புலமை வெடிப்பு' எனலாம். *Journey of a Civilization - Indus to Vaigai* தமிழர்களுக்கும் அறிவுலகிற்கும் அவர் அளித்துள்ள ஒரு புலமைப் பரிசு.

இன்று ஆய்வுமுறையியலானது பல்துறை அணுகுமுறை (Multi-disciplinary Approach) என்பதைத் தாண்டி 'துறைகள் கடந்த அணுகுமுறை'யாக (Trans-disciplinary Approach) நுட்பமடைந்து வருகிறது. சிந்துவெளி ஆய்வை இந்தப் புதிய அணுகுமுறையில் அணுகியிருக்கிறார் ஆர். பாலகிருஷ்ணன்.

மொழியியல் அணுகுமுறைமூலம் திராவிட மகாராட்டிரம், திராவிட குஜராத் ஆகியவற்றின் ஊடே அகண்ட இந்தியத் துணைக் கண்டத்தில் திராவிடத்தின் பண்டைய இருப்பை அணுகியிருக்கிறார். இதன் முடிவில் அவர் சொல்கிறார், "தமிழ் ஒரு மாநிலத்தின் மொழி அல்ல! அது ஒரு நாகரிகத்தின் குரல்! இது நாகரிகம் தெரிந்தவர்களுக்குத் தெரியும்". இது காலத்தை வென்று நிற்கும் ஒரு புதிய பொன்மொழியாகும்.

மொழியியலைத் தாண்டி இடப்பெயராய்வு, வாழிடங்களின் மேல்-கீழ் பாகுபாடு, விலங்கினங்களின் புவியியல், புழங்குப் பொருட்களின் இருப்பு, சிவப்பு கருப்பு வண்ணங்கள், தொழில்நுட்பம், பகடை விளையாட்டு, இரும்பு தாமிரம் பயன்பாடு, பசுக்கள் காளைகள் எருமைகள் ஆகியவற்றின் உள்ளார்ந்த பொருண்மைகள், தொல்குடி வாழ்வியல், ஏறுதழுவுதல் என எத்தனையோ பண்பாட்டுக் கூறுகளை ஆய்வுக்குட்படுத்தியிருக்கிறார். அதனால்தான் *Journey of a Civilization - Indus to Vaigai* ஆய்வானது எல்லைகள் கடந்த ஆய்வு அணுகுமுறையாக விரிந்துள்ளது என்கிறோம்.

இத்தகைய ஆய்வு நுட்பங்களோடு சங்க இலக்கியங்களை மீளாய்வு செய்து வருகிறார் ஆர். பாலகிருஷ்ணன். சங்கச் சுரங்கம் எனும் பொதுத்தலைப்பில் ஏற்கனவே இரண்டு நூல்களை வெளியிட்டிருக்கிறார். இது மூன்றாவது நூல். உண்மையில் இந்நூல் ஒரு பெரிய சுரங்கம்தான். இதில் பத்து இயல்கள் உள்ளன. ஒரு மையத்திலிருந்து எட்டுத் திசைகளிலும் பயணிப்பதுபோல இவை உள்ளன.

'ஓர் ஏர் உழவன்' எனும் முதல் இயலில் சங்ககால வேளாண்மையின் பரிமாணங்களை விவாதிக்கிறார். சங்க இலக்கியத்தை எந்தக் கட்டத்திற்குள்ளும் அடைக்காமல், அதனைத் தொடர்பட்டறிவின் தொகுப்பாகப் பார்க்கிறார். இந்த விவாதங்களை ஒடிசாவின்

சிறுதானியத் திட்டம் (பட்டியல் தானியங்கள்) வரை நீட்டித்திருக்கிறார்.

இரண்டாவது இயல் ‘*கூர் உளி குயின்ற கோடு*’. இந்த இயலில் சங்க காலத்தில் எழுத்தறிவின் பரவலாக்கத்தை மிக நுட்பமாகப் பேசுகிறார். வரிவடிவம் கடவுளின் கொடை என்ற நம்பிக்கையிலிருந்து இந்தச் சொல்லாடல் தொடங்குகிறது. தொய்யில் எழுதுதல், பானைக் கீறல்கள், கல்வெட்டுக்கள், எழுத்துநிலை மண்டபம் என இந்த இயல் ஒரு புதிய பேசுபொருளைக் காட்சிப்படுத்துகிறது. தமிழ்ச் சமூகம் கல்வியையும் கையெழுத்தையும் நம்பி வளர்ந்த சமூகம் என்பதை இந்த இயலில் ஆர். பாலகிருஷ்ணன் தக்க முறையியலுடன் காட்டுகிறார்.

‘*ஓதம் சுற்றியது ஊர்*’. இந்த மூன்றாம் இயல் அறிவின் பயன் எனலாம்; ஆய்வின் ஆழம் எனலாம். சிந்துவெளியில் உள்ள காப்பரண்கள் எதிரிகளிடமிருந்து காப்பாற்ற அல்ல; வெள்ளம் உள்ளே நுழையாமல் காக்கவே. சிந்துவெளிப் புனல் தொடங்கி, பெருங்கடல் ஓதம் ஊடாக, வைகையின் வெள்ளம் வரை இந்த இயலில் ஒரு புதிய வெளிச்சத்தை மின்னல் தெறிப்புப் போலக் காட்டுகிறார் ஆர். பாலகிருஷ்ணன். இடவியல் பார்வையில் வைகையின் ஓதத்தைப் பேசுகிறார். மதுரையின் நிலவியல் சாய்வால் வைகையின் வேகம் தணிகிறது என்கிறார். இவையெல்லாம் தமிழியலுக்குப் புதினம் (Novelty) எனலாம்.

‘*ஆரியர் கயிறாடு பறை*’ எனும் அடுத்த இயலில் ‘ஆரியர் யார்?’ என்பதை ஆராய்கிறார். பறை ஒரு பண்பாட்டுக் கருவறை என்கிறார்; தமிழ்த் தொன்மங்களின் ஒலி எனக் காட்டுகிறார். ‘தமிழ் - ஆரியம்’ எனும் எதிரிணை ஒரு தொடர்கதை என்பதை அலசுகிறார்.

அடுத்தடுத்த இயல்களில் நூலாசிரியர் எதைப் பேசுகிறார் எனக் காட்டினால் அது சீனப் பெருஞ்சுவர் எழுப்புவது போலாகிவிடும். ‘எழுந்தது துகள் ஏற்றனர் மார்பு’ எனும் இயல் ஏறுதழுவுதலைப் பேசுகிறது. மொகஞ்சதரோ முத்திரை (எண் M312) தொடங்கி ‘நின்னுக்குத்தி மாடு’ வழி நிகழும் சமகாலப் பண்பாட்டு அடையாள அரசியல் வரை ஆர். பாலகிருஷ்ணன் அலசுகிறார்.

‘செய்தி கொன்றோர்க்கு உய்தி இல்’ எனும் ஆறாம் இயலில் மநுதர்மம் தொடங்கி, பௌத்தம் ஊடாகத் தமிழ் அறத்தைப் பேசுகிறார். ‘*பெரும் கை யானை*’ எனும் அடுத்த இயலில் 76 இலட்சம் ஆண்டுகளுக்கு முன்னர் உருவான ஆசிய யானைகளைச் சிந்துவெளியிலிருந்து ஆராய்கிறார்.

எட்டாவது இயல் ‘*ஓங்குபுகழ் கானமர் செல்வி*’. தாய்த் தெய்வத்தின் கதையைப் பேசாமல் நமது கதையைப் பேசமுடியாது என்கிறார். தாய்த்

தெய்வங்கள் பற்றிய இந்த விவாதங்கள் புதிய கவனங்களை ஈர்க்கின்றன. ஒன்பதாம் இயலானது 'சாலார் சாலார் பாலர்' என அமைந்துள்ளது. நட்பின் கதை, உயிர்துறத்தல் முதலியவற்றை ஒரு புதிய கோணத்தில் பேசுகிறார். இறுதி இயலான 'அரசு முறை செய்க' என்பதில் நீதி, அறம், பகிர்தல் அறம், அரசன் - அரசு என்பவற்றை எடுத்துரைத்து தற்கால மக்களாட்சியுடன் இணைத்துப் பேசுகிறார் ஆர். பாலகிருஷ்ணன்.

சங்கச் சுரங்கம் எனும் பொருளில் இதுவரை மூன்று நூல்களைப் படைத்துள்ளார். இந்த மூன்றிலும் வரலாறு என்பது உறைபனி அல்ல; ஓடும் நதி என்கிறார். சங்க இலக்கியத்தை இந்தியத் துணைக்கண்டத்தின் இலக்கியமாகக் காட்டும் முறையியலை இதுவரை எவரும் முன்வைக்கவில்லை. சங்க இலக்கியம், கீழடி அகழாய்வுகள், சிந்துவெளி ஆகிய மூன்றையும் சமதளத்தில் ஒப்பியல் நிலையில் ஆராயும் அணுகுமுறை புதிய வெளிச்சத்தைக் காட்டுகிறது. கீழடியில் கிடைத்துள்ள கனசதுரப் பகடைகள், சிந்தவெளி - ஹரப்பா லோத்தலில் கிடைக்கும் பகடைகள், கலித்தொகையில் சுட்டப்பட்டுள்ள பத்து உருவப் பகடைகள் ஆகிய மூன்றும் கொண்டுள்ள நேர்த்தொடர்ச்சியை ஆர். பாலகிருஷ்ணன் அவர்கள் மிகவும் நுணுகி ஒப்பிட்டுக் காட்டுகிறார்.

அவ்வாறே சங்க இலக்கியம், சிந்துவெளி, வட இந்தியாவில் வாழும் திராவிடத் தொல்குடிகள் ஆகிய மூன்று தளங்களும் கொண்டுள்ள உறவை ஆர். பாலகிருஷ்ணன் அடையாளப்படுத்துகிறார். இத்துணைக் கண்டத்தின் பண்பாட்டுத் தொப்புள் கொடி இதுவென்று நிரூபித்துக் காட்டுகிறார். ஒரு பண்பாட்டின் பயணமாக இதனை நமக்குக் கவனப்படுத்துகிறார். மக்களின் வழக்காறுகள்மூலம் பண்பாடு பயணப்படுவதை வேறெந்த ஆய்வாளரும் இவ்வளவு ஆழமாக, ஆணித்தரமாக நிறுவியதில்லை.

ஒட்டுமொத்தமாகப் பார்க்கும்போது அறிஞர் ஆர். பாலகிருஷ்ணன் அவர்களின் ஆய்வு முறையியல் மிகவும் அறிவியல் தரமானது; சமகாலப் பகுப்பாய்வு தன்மை சார்ந்தது. "பகுத்தறிவு என்பது வேறொன்றும் இல்லை, பட்டறிவின் இன்னொரு பெயர்" என்கிறார். "நடுநிலை என்பது எப்போதும் விலைபோகாத அறநிலை" என்கிறார்.

Journey of a Civilization - Indus to Vaigai எனும் ஆய்வுக்குப் பிறகு ஆர். பாலகிருஷ்ணன் முன்னெடுக்கும் ஒவ்வொரு ஆய்வும் தனிக் கவனம் பெறுகிறது. தேர்ந்த முறையியல், சுதேசியான கோட்பாட்டுப்

பின்புலம், ஐரோப்பிய மையவாதத்தைச் சாராமை, தரவுகளிலிருந்து கோட்பாடு நோக்கி நகர்தல், சுய பிரக்ஞை முதலான இன்னும் பல அம்சங்கள் இவருடைய ஆய்வு முறையியலில் பளிச்செனத் தென்படுகின்றன.

அறிஞர் ஆர். பாலகிருஷ்ணன் அவர்களைப் பொறுத்தவரை “சங்க இலக்கியம் என்பது கடந்த கால வரைபடம் அல்ல; வரலாறு நடந்த தடம்” என்பார். இந்த நூலிலும் எல்லா இடங்களிலும் ஒரு வலுவான முறையியல் கட்டமைப்பைச் செய்திருக்கிறார். “சுரங்கத்திலிருந்து அரங்கத்திற்கு” எனத் தலைப்பிட்டு மையப் பொருளை விவாதிக்கிறார். எத்தனை முறை தோண்டினாலும் சங்கச் சுரங்கத்தில் ஏதோ ஒன்று புதிதாகக் கிடைத்துக் கொண்டிருக்கிறது.

அறிஞர் ஆர். பாலகிருஷ்ணன் அவர்களின் சங்கச் சுரங்கம் அறிவின் பயனாகும். இந்த நூலில் ‘இலக்கியத் தொல்லியல்’ எனும் ஒரு புதிய முறையியலை வழங்கியிருக்கிறார்; வளப்படுத்தியிருக்கிறார். இது தமிழியல் ஆய்விற்குக் கிடைத்துள்ள ‘பெரும்கொடை’ எனலாம். மேலும் இந்த அணுகுமுறைமூலம் இந்நூலில் தமிழை மொழியாகவும், வாழ்வியலாகவும், ஒரு கருத்தியலாகவும் முன்னெடுத்திருக்கிறார். இந்தக் கோட்பாட்டு ஆய்வுமுறை ஓர் அச்சு அசலான ஆய்வுமுறை. இவரது கோட்பாடு சுதேசி தன்மைகொண்டது, இதுவே இவருடைய முழு பலம் எனலாம். நமக்குத் தொடர்ந்து பல புலமைப் பரிசுகளை வழங்க வருகிறார். தொடர்ந்து அவருடைய பங்களிப்புகளை எதிர்நோக்கி இருக்கிறோம்.

முனைவர் பக்தவத்சல பாரதி,

மேனாள் இயக்குநர்,

புதுச்சேரி மொழியியல் பண்பாட்டு ஆராய்ச்சி நிறுவனம்,

புதுச்சேரி - 605 008.

உள்ளடக்கம்

1

ஓர் ஏர் உழவன்

கடவுள் எனும் முதலாளி கண்டெடுத்த
தொழிலாளி விவசாயி!...
ஒழுங்காய் பாடுபடு வயல்காட்டில்
உயரும் உன்மதிப்பு அயல்நாட்டில்!

என்ற திரைப்படப் பாடல் வரியினை (விவசாயி:1967) பரவலாக அறிந்திருப்போம். இதில் குறிப்பிடுவதுபோல நிலத்தை உழும் விவசாயி, 'தொழிலாளி' ஆனது எப்போது? சந்தேகமே இல்லை, நெற்றி வியர்வையை நிலத்தில் சிந்தும் விவசாயிகள் தொழிலாளிகள்தான். ஆனால் அவர்களைக் கண்டெடுத்த முதலாளி கடவுளா? இந்தப் பாடலில் வரும் 'வயல்காட்டில்' அயல்நாட்டில் என்ற சொல்லாடல்கள் சந்தம் கருதியதா? அல்லது சந்தை கருதியதா? கடவுளின் தொழிலாளியான விவசாயியின் புகழ் உண்மையில் அயல்நாட்டில் உயருமா? இப்படிப்பட்ட சில கேள்விகளோடு இந்த உரையைத் தொடங்குகிறேன்.

'ஓர் ஏர் உழவன்' என்ற சித்தரிப்பின் மூலம் ஒரே ஒரு ஏரினை வைத்து அந்த நிலத்தை உழுத ஒரு சிறு விவசாயியை 2000 ஆண்டுகளுக்கு முன்பு சங்க இலக்கியம் கண்முன் நிறுத்துகிறது. இப்பாடலை எழுதிய புலவரின் இயற்பெயர் தெரியவில்லை. அதனால் 'ஓர் ஏர் உழவன்' என்று அவர் எழுதிய வரியின் அடிப்படையில் 'ஓர் ஏர் உழவனார்' என்று அறியப்படுகிறார். ஓர் ஏர் உழவன் பற்றிப் பேசும் இந்தப் பாடல் ஒரு காதல் கவிதை; குறுந்தொகையின் 131ஆம் பாடல். பிரிவைப் பேசும் பாலைத் திணை; தலைவன் தன் நெஞ்சிடம் பேசுவது போல இந்தப் பாடல் அமைகிறது.

ஆடு அமை புரையும் வனப்பின் பணைத்தோள்
பேர் அமர்க் கண்ணி இருந்த ஊரே,
நெடுஞ்சேண் ஆர் இடையதுவே நெஞ்சே,
ஈரம் பட்ட செவ்விப் பைம்புனத்து
ஓர் ஏர் உழவன் போலப்
பெரு விதுப்பு உற்றன்றால், நோகோ யானே.

காதலில் விழுந்தவன் அவன். ஆனாலும், வாழ்வாதாரத்திற்காகப் பொருள் தேடுவதற்காகத் தனது காதலியைப் பிரிந்து தொலைதூரத்தில்

இருக்கும் வேறு ஓர் ஊருக்குச் சென்றிருந்தான். இப்போது சென்ற வேலை முடிந்துவிட்டது. ஊருக்கு வேகமாகத் திரும்பி தனது காதலியைப் பார்க்கத் துடிக்கிறான். தூரம் வெகு தூரம். அப்போது அவன் தன் நெஞ்சிடம் பேசுகிறான். "அசைந்தாடும் அழகிய மூங்கிலைப் போன்று அழகானவை அவளது அகன்ற தோள்கள்; அமைதி தருபவை அவளது அழகிய கண்கள். அவள் என் காதலி. அக்கம் பக்கத்தில் இல்லை அவளது ஊர். வெகுதொலைவில் இருக்கிறது. மழை பெய்து ஈரமாகி, உழுது விதைப்பதற்கு ஏற்ற பதத்தில் உள்ள பசுமையான நிலத்தில் உழுவதற்குச் செல்லும் ஒற்றை ஏர் உழவன்போல, என் நெஞ்சம் ஆசையால் துடிக்கிறது. அந்தத் துடிப்பின் தவிப்பால் நானும் வருந்துகிறேன்" என்கிறது இப்பாடல் வரிகள்.

இப்பாடலின் தலைவன் உண்மையில் 'ஓர் ஏர் உழவன்' அல்ல என்பது முக்கியமானது. ஏதோ வேலையாக வெளியூருக்குப் பொருள் ஈட்டப் போனவன். ஆனால், காதலியைக் காணத் துடிக்கும் தனது மனதின் வேகத்தை நிலத்தின் ஈரப்பதம் காய்வதற்கு முன்னால் தன்னிடம் உள்ள ஒரே ஒரு ஏரை வைத்து தனது நிலத்தை விரைவாக உழுதுவிடத் துடிக்கும் 'ஓர் ஏர் உழவனின்' மனத்துடன் ஒப்பிடுகிறான். இது ஓர் உவமை. பூமியில் வாழும் ஒவ்வொரு மனிதனுக்குள்ளும்

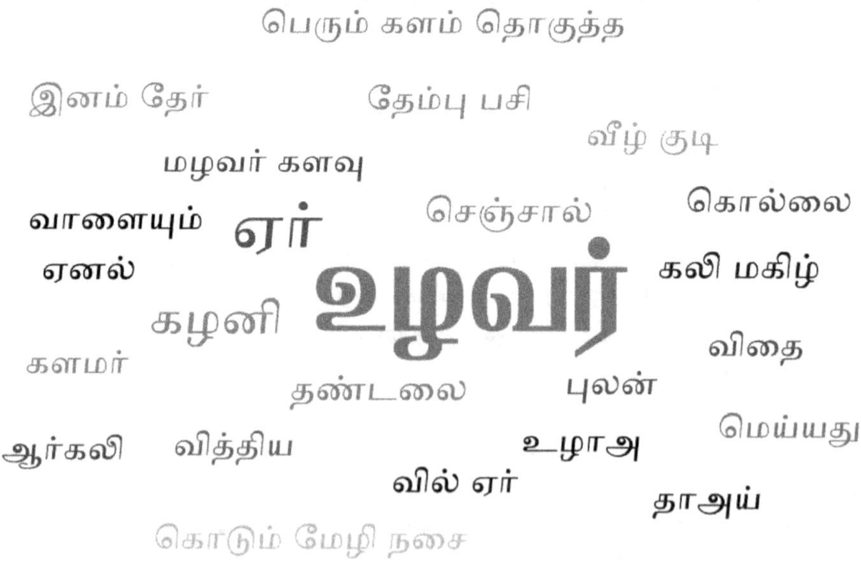

படம்.1.1. சங்க இலக்கியத்தில் உழவர் குறித்த சொல்லாடல்கள்

இன்றோ, நேற்றோ, வேறு எப்போதோ மண்ணை நோண்டியவனின் மரபு அணுக்கள் இருக்கின்றன. நம்மிடம் இப்போதுள்ள கைப்பேசிகள் நேற்று வந்தவை. ஆனால் கைகள்? அவை வேர்கள். அவை உச்சிக்கொண்டை அல்ல, உயிர் முடிச்சுகள்.

காதலில் விழுந்தவனுக்குத்தான் தெரியும் காதலின் வலி. உழுதவனுக்குப் புரியும் பூமியின் மொழி போல! பருவம் என்பது மனசா? மழையா? இல்லை இரண்டுமா? இயல்பினால் இல்வாழ்தல் என்பது இதுதானா? காதலைப் பற்றி பேசும்போது உழவுத்தொழில் உவமையாக. ஏனெனில் இது வாழ்வின் சொல்லாடல்.

படம். 1.2. சங்க இலக்கியத்தில் ஏர் குறித்த சொல்லாடல்கள்

'ஏர்' என்பதற்கு மற்றொரு பொருள் 'அழகு' என்பதாகும். 'அழகு' என்ற பொருள் கொண்ட 'ஏர்' என்ற சொல்லின் ஊடாகச் 'சொல் ஏர் உழவன்', 'வில் ஏர் உழவன்' என்று தமிழ் இலக்கியச் சொல் மரபு பல்வேறு வாழ்வியல் விழுமியங்களை உள்ளடக்கி நடக்கிறது.

சங்க இலக்கியத்தில் வேளாண் சமூகம் பற்றிய பார்வைகள் சங்க இலக்கியங்களைச் சமூகவியல், வரலாற்றியல், மொழியியல், மார்க்சியவியல், பெண்ணியம் எனப் பல்வேறு பார்வைகளில் கோணங்களில் ஆய்வாளர்கள் அணுகியுள்ளனர். சங்க இலக்கியத்திலுள்ள வேளாண்மை குறித்த செய்திகளை கே.என்.சிவராஜபிள்ளை, வையாபுரிப்பிள்ளை, சு.வித்தியானந்தன், நா.வானமாமலை, கே.ஏ.நீலகண்ட சாஸ்திரி, க.கைலாசபதி, கா.சிவத்தம்பி, கா.சுப்ரமணியன், கோ.கேசவன், ந.செயராமன், செண்பகம் ராமசுவாமி, பெ. மாதையன் போன்ற ஆய்வாளர்கள் மதிப்பிட்டுள்ளனர்.

அவரவர் சார்ந்த கொள்கை, அல்லது அணுகுமுறைகளின் அடிப்படையில் சங்க இலக்கியத்தில் வேளாண்மை மதிப்பிடப்பட்டுள்ளது. ஓர் இலக்கியத்தை இவ்வாறு பல்வேறு கோணங்களில் அணுகுவது அந்த இலக்கியம் பற்றிய புரிதலை மேலும் வளமாக்குகிறது. இதன்மூலம் சங்க இலக்கியக் காலக் கட்டத்தில் சமச்சீரற்ற வளர்ச்சிப் போக்குகள், ஏற்றத்தாழ்வுகள், வர்க்க வேறுபாடுகள் நிலவியதாகக் குறிப்பிடுகின்றனர். இத்துடன் சங்க இலக்கியக் காலக் கட்டத்தினை வீரயுகக் காலம், பாடாண்திணைக் காலம், நிலவுடைமையாக மாறிய காலம், ஆணாதிக்கமாக மாறிய காலம், திணைத் தெய்வங்கள் மாறிய காலம் எனவும் பார்த்துள்ளனர்.

நான் சங்க இலக்கியத்தை "எந்த நான்கு சுவர்களுக்குள்" இருந்தும் பார்ப்பதில்லை. அதை ஒரு தொடர் பட்டறிவின் தொகுப்பாகவே பார்க்கிறேன். அதனால் இந்தப் பார்வைகள் அடங்கிய பன்முகப் பார்வையாக எனது உரை அமையக்கூடும்!

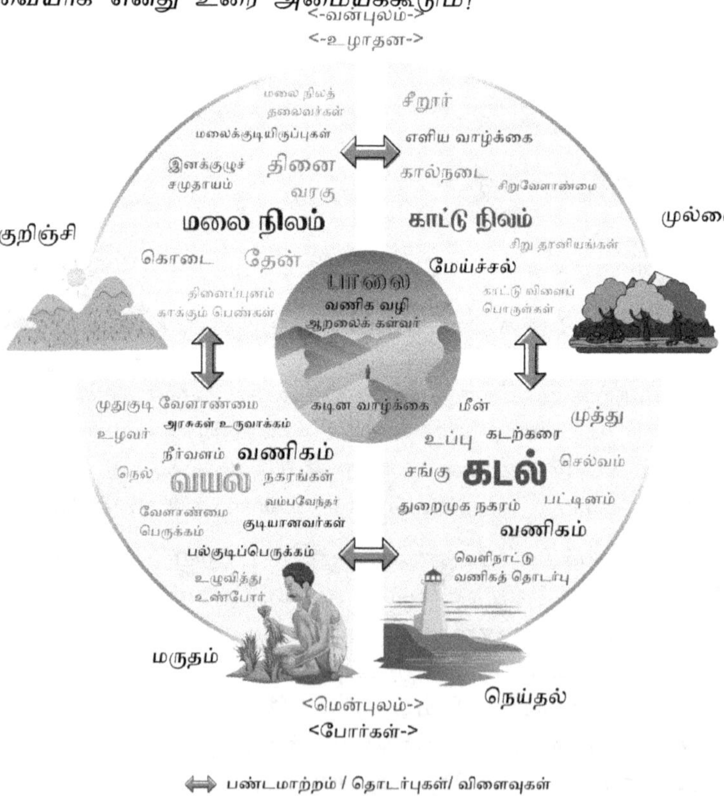

படம்.1.3. திணையும் திணைசார்ந்த வாழ்க்கைமுறையும்

உழவர் உழாதன

உழவர் உழாதன நான்குபயன் உடைத்தே;
ஒன்றே, சிறியிலை வெதிரின் நெல்விளை யும்மே;
இரண்டே, தீஞ்சுளைப் பலவின் பழம் ஊழ்க் கும்மே;
மூன்றே, கொழுங்கொடி வள்ளிக் கிழங்கு வீழ்க்கும்மே;
நான்கே, அணிநிற ஓரி பாய்தலின் மீது அழிந்து
திணிநெடுங் குன்றம் தேன்சொரி யும்மே. (புறநானூறு 109)

இப்பாடலில், 'பறம்பு மலையில் வெதிரின் நெல் அதாவது மூங்கில் அரிசி, பலா, வள்ளிக் கிழங்கு, தேன் ஆகியவை உழவர்கள் முயற்சி எடுத்து உழாமலே கிடைக்கின்றன' என்று கபிலர் குறிப்பிடுகிறார். இது இயற்கையின் கொடை. மரத்திலிருந்து பறித்துத் தின்பதுதான் உழைப்பு.

உண்மையில், நாம் நினைப்பதுபோல கலப்பையின் வயது அவ்வளவு அதிகம் அல்ல. பூமியில் மனிதரின் அனுபவத்தில் கலப்பையின் நுனியில் இரும்புக் கொழூவும் கையில் மழுவும் கத்தியும் அரிவாளும் நேற்று வந்தவை தான்.

நிலம்: திணைக்கோட்பாட்டின் நிலைக்களம்

விளைநிலங்களை அதன் தன்மைக்கு ஏற்பப் பிரித்துள்ளனர். அவை வன்புலம், மென்புலம், புன்புலம், களர்நிலம் ஆகும். குறிஞ்சி, முல்லை பகுதிகளில் உள்ள நிலம் கரடுமுரடாகவும் நீர் குறைந்து இருப்பதாலும் அவற்றை வன்புலம் என்றனர். இதனை, "வன்புலக் காட்டு நாட்டதுவே" என்று நற்றிணை (59) விளக்குகிறது. நீர்வளம் அதிகமாக இருப்பதாலும், வேளாண்மை செய்ய ஏற்ற நிலமாக இருப்பதாலும் மருத நிலத்து மண்ணை மென்புலம் என்று அழைத்தனர். இதனை, "மென்புல வைப்பின் நன் நாட்டுப் பொருந" என்று புறநானூறு (42) விளக்குகிறது. இயற்கையாக நீர்ப்பாசன வசதியில்லாமல், செயற்கையாக மனிதனால் பாசன வசதி செய்யப்பட்ட நிலத்தினைப் புன்புலம் என்று அழைத்தனர். இந்தப் புன்புலம் குறித்துப் பதிற்றுப்பத்தில் (58) குறிப்பிடப்படுகிறது. இதைத்தவிர, எந்தவித வேளாண்மைப் பயன்பாட்டிற்கும் உதவாத நிலத்தினைக் 'களர்நிலம்' என்றனர். உப்பு அதிகமாக இருந்த நிலத்தினையும் 'களர்நிலம்' என்றனர். புறநானூறு இதைப் 'புறங்காடு' என்றும் குறிப்பிடுகிறது.

புன்செய் வேளாண்மை

புன்செய் வேளாண்மையைப் பற்றிப் பேசுதல் என்பது வளர்ச்சி பெற்ற பொருளாதாரத்தின் படிநிலைகளைத் தாண்டிச் சென்று பண்டைய வேரினைப் பற்றிப் பேசுவதாக அமைகிறது.

கருங்கால் வரகே இருங்கதிர்த் தினையே
சிறுகொடிக் கொள்ளே பொறிகிளர் அவரையொடு
இந்நான் கல்லது உணாவும் இல்லை; (புறநானூறு 335)

உணவு என்றால் வரகு, தினை, கொள்ளு, அவரை ஆகிய நான்குதான் என்று குறிப்பிடுகிறது இப்பாடல். புன்செய் வேளாண்மை முல்லை, குறிஞ்சியில் பெரிய வளர்ச்சியை ஏற்படுத்தவில்லை. சீறூர் மன்னரின் முல்லைநிலச் சமுதாயம் புரவுவரி செலுத்தவும் இயலாத ஊராக இருந்தது எனப் புறநானூறு 330ஆம் பாடல் குறிப்பிடுகிறது. சீறூர் மன்னர் பிறரிடம் கடன் பெற்று விருந்து பேணும் பண்புகொண்ட தலைவராக உள்ளார். (புறநானூறு 316, 327)

வேந்தர்களின் விருப்பத்திற்கு உகந்த நிலமாக இருந்தது மருத நிலம். "வம்ப வேந்தன்" (புறநானூறு 287), "வம்ப வேந்தர்" (புறநானூறு 345) "வம்ப மள்ளர்" (புறநானூறு 76, 77, 78) "தண்பணை ஆளும் வேந்தர்" (புறநானூறு 322) ஆகத் தரம் உயர்ந்தனர். வம்ப என்பது வேறானவர் என்ற பொருளினைக் கொண்டது. இந்த 'வம்ப வேந்தர்', 'நம்ம வேந்தர்' ஆனது தான் சமூகப் பொருளாதார வரலாறு!

தினை

சங்க இலக்கியத்தில் 80 இடங்களில் 'தினை' குறிப்பிடப்படுகிறது. பெரும்பாலும் மலையும் மலைசார்ந்த குறிஞ்சித் திணையிலும் பிற திணைகளில் சில இடங்களிலும் பேசப்படுகின்றன. தினை எனும் "புதுவருவாய்", உழாது தினை விதைத்த முறை (புறநானூறு 168), திட்டமிட்டுச் செய்த புன்செய் வேளாண்மை (புறநானூறு 120) என்ற தன்மையில் சங்க இலக்கியத்தில் குறிப்பிடப்படுகின்றன. நெல்தூவி வழிபடும் வழக்கம் வந்த பின்னரும் குறிஞ்சி முருகன் வழிபாட்டில் தினை தொடர்ந்தது. புன்செய் மலைநிலத்தில் இது தொடர்கிறது. தினை ஆதியின் உணவு.

வேளாண்மையில் ஆண்களின் பெண்களின் பங்களிப்பு

"வேளாண் பொருளாதாரத்தில் பெண்டிர்க்குத் தலைமை இடம்

இருந்தது. ஈட்டி/ வேல் கண்டுபிடிக்கப்பட்டதும் வேட்டை ஆணின் தொழில் ஆனது. பெண்கள் உணவு சேகரித்தார்கள். வேட்டையாடுவது கால்நடை வளர்ப்புக்குச் சென்றது. உணவு சேகரிப்பு வேளாண்மைக்குக் கொண்டு சென்றது. ஆக, பெண்களே ஒரு வகையில் வேளாண்மையைக் கண்டுபிடித்தனர். கலப்பையைக் கண்டுபிடித்த உடன் விவசாயம் ஆண்கள் தொழிலானது" என்று தேவி பிரசாத் சட்டோபாத்யாயா குறிப்பிடுகிறார். இதன்மூலம் பெண்கள் வேளாண்மையில் அதிக முக்கியத்துவத்தினைக் கொண்டிருந்தனர் என்பதை அறிய முடிகிறது.

சுரங்கத்திலிருந்து அரங்கத்திற்கு - வரகு கடன் இரக்கும் நெடுந்தகை

எருதுகால் உறாஅது இளைஞர் கொன்ற
சில்விளை வரகின் புல்லென் குப்பை
தொடுத்த கடவர்க்குக் கொடுத்த மிச்சில்
பசித்த பாணர் உண்டுகடை தப்பலின்
ஒக்கல் ஒற்கம் சொலியத் தன்னூர்ச்

சிறுபுல் லாளர் முகத்தளவ கூறி
வரகு கடன் இரக்கும் நெடுந்தகை
அரசுவரின் தாங்கும் வல்லா ளன்னே.

இதன் உரை:

வரகு நிறைய விளையாததால், எருதுகளைப் பூட்டிப் போரடிக்காமல் இளைஞர்கள் காலால் மிதித்து எடுத்த, சிறிதளவே விளைந்த வரகைக் கடன்காரர்கள் எடுத்துக்கொண்டது போக, எஞ்சியிருப்பதைப் பாணர்கள் உண்டனர். பாணர்கள் உண்டு வெளியேறிய பிறகு, தலைவனின் சுற்றத்தாரின் வறுமையைக் களைவதற்காக அவன் தன்னூரில் வாழும் நல்ல உள்ளம் இல்லாதவர்களிடத்தில் தனக்கு வேண்டிய அளவைக் கூறி வரகைக் கடனாகப் பெற்றான். அத்தகைய பெருந்தகை வறுமையில் இருந்தாலும் பெருவேந்தர்கள் படையெடுத்து வந்தால் எதிர்த்து நின்று வெற்றிகொள்ளும் வலிமையுடையவன்.

இப்பாடலில் பெரும் அரசினை இத்தலைவன் வெல்லுவான் என்பது மிகைப்படுத்தப்பட்ட கூற்றாக இருக்கலாம். ஆனால் இவ்விடத்தில் சொல்லப்பட்ட விசயம், இந்தப் பெருவேந்தர்களுக்கும் சாதாரணக் குடிகளுக்குமான உரசல்கள், மோதல்கள், நிலத்திற்காக நடந்த சண்டைகள் முதலியவை எடுத்துரைப்பதாய் அமைந்திருப்பதாகும்.

இரும்பு

இரும்பு மனிதனுக்குச் சேவை புரியத்தொடங்கியது; இது வரலாற்றில் புரட்சிகரமான பாத்திரம் வகித்த கச்சாப்பொருட்களில் கடைசியில் வந்ததும், அதிமுக்கியமானதும் ஆகும். இரும்பு, வயல் விவசாயத்தை முன்னிலும் பெருமளவு நடத்துவதையும் காட்டுப்பகுதிகளைச் சாகுபடிக்காகத் தரிசாக்குவதையும் சாத்தியப்படுத்தியது. ‘எந்தக் கல்லும் அப்போது அறியப்பட்டிருந்த எந்த உலோகமும் எதிர்நிற்க முடியாத அளவுக்கு கடினமும் கூர்மையும் பெற்ற கருவிகளை அது தொழில் செய்பவனுக்குத் தந்தது’ என்று எங்கெல்ஸ் குறிப்பிடுகிறார். இவரின் வரியினைச் சங்க இலக்கியம் வேறொரு தன்மையில் குறிப்பிடுகிறது. அவ்வரி பின்வருமாறு,

காடுகொன்று நாடு ஆக்கி
குளம் தொட்டு வளம் பெருக்கி (பட்டினப்பாலை 283, 284)

இதில் காட்டினைத் திருத்துதலும் குளத்தினை வெட்டிப் பெரும் உற்பத்திக்கு வழிவகுப்பதலும் முக்கியமானவை எனச் சங்க இலக்கியம் குறிப்பிடுகிறது. இது ஒரு மாற்றத்தினை உள்ளடக்கியதாக அமைந்துள்ளது.

உற்பத்திச் சாதனங்களில் தனியுடமையும் உடைமையில் ஏற்றத்தாழ்வும் ஏற்படும்போது வர்க்கங்கள் தோன்றுகின்றன. செல்வர்களும் ஏழைகளும் முதலாளிகளும் தொழிலாளர்களும் தோன்றுகிறார்கள். அவர்களின் நலங்கள் ஒரே மாதிரியானவை அல்ல; அவை நேரெதிரானவை. ஆகவே ‘பகையியல் வர்க்கங்கள் தோன்றும் போது சமூக வரலாறு வர்க்கப்போராட்டங்களின் வரலாறாகிறது’ என்று கி. பெலோவ் (1989) என்ற அறிஞர் குறிப்பிடுகிறார்.

1999இல் ஒடிசாவில் புயலால் பலத்த சேதம் ஏற்பட்ட மாவட்டத்தில் நான் ஆட்சியாளராகப் பதவி ஏற்க வேண்டிய தேவை ஏற்பட்டது. அந்த மாவட்டத்திற்குப் பதவி ஏற்பதற்கு நான் இருசக்கர மோட்டர்வண்டியில் சென்றேன். வழியெல்லாம் ஆயிரக்கணக்கான மரங்கள் விழுந்திருந்தன, வண்டிகள் செல்லமுடியவில்லை, மின்சாரம் துண்டிக்கப்பட்டிருந்தது. மக்களின் இன்னல்களைப் போக்க இலவசச் சமையலறைகள் (Free Kitchen) உருவாக்கப்பட்டன. எங்கெல்லாம் இந்தச் சமையலறைகள் உருவாக்கப்பட்டன என்பதை நான் கணிணியில் பதிவேற்றம் செய்து பார்த்தேன். எல்லாச் சமையலறைகளும் மேட்டுநிலங்களில் காணப்பட்டன. பாதிக்கப்பட்டவர்கள் எல்லாம்

பள்ளத்தில் இருப்பவர்கள். அவர்கள் மிகவும் சிரமப்பட்டுத்தான் இந்தச் சமையலறைகள் இருக்கும் இடத்திற்கு வரவேண்டி இருந்தது. இம்மக்கள் மிகவும் ஒடுக்கப்பட்டவர்களாக உள்ளனர். இதை மேலும் கூர்ந்து கவனித்தபோது, வசதியாக இருப்பவர்களின் வீடுகள் மேட்டுநிலங்களிலும் அவர்களது விவசாய நிலங்கள் நீர்ப்பாசனம் உடைய பள்ளத்திலும் உள்ளன; அதற்கு மாறாக ஏழைகளுடைய வீடுகள் பள்ளத்திலும் அவர்களது விவசாய நிலங்கள் நீர்ப்பாசனம் இல்லாத மேட்டுநிலத்திலும் இருப்பதைப் பார்க்கமுடிந்தது. எனவே, இலவசச் சமையல்கூடங்களின் எண்ணிக்கையைப் படிப்படியாகக் குறைத்து முதலில் மேடான பகுதிகளில் உள்ள இலவசச் சமையல் கூடங்களை மூடிவிட்டு, பள்ளமான குடியிருப்புப் பகுதிகளில் உள்ள இலவசச் சமையல் கூடங்களை இறுதியில் மூடும்படி திட்டமிட்டோம். அதனால், பள்ளமான பகுதிகளில் வாழும் ஏழை மக்கள் நீர் தேங்கிய பகுதிகளைக் கடந்து மேட்டுக் குடியிருப்புகளுக்கு நடந்து செல்லவேண்டிய தேவையைத் தவிர்த்தோம். இந்த அனுபவத்திலிருந்து பல புதிய புரிதல்கள் கிடைத்தன. இது புயல் கற்றுக் கொடுத்த பாடம். ஒருவகையில் சங்க இலக்கியம் கற்றுக் கொடுத்த பாடமும்கூட.

இரத்தலும் ஈதலும்

சங்க இலக்கியத்தில் 'ஊரொடு பகிர்ந்து உண்ணுதல்' காணப்படுகிறது. இது இனக்குழுச் சமுதாயத்தின் எச்சமாகும். இத்தகைய பகிர்ந்து உண்ணுதல் ஒரு குறிப்பிட்ட காலத்திற்குப் பிறகு வழக்கொழிந்து போகிறது. அப்போது பகிர்ந்து உண்ணுதல், 'இரத்தலும் ஈதலுமாய்' மாறிப்போகிறது. இதுகுறித்து சங்க இலக்கியத்தில் பல இடங்களில் பேசப்படுகிறது.

ஈஎன இரத்தல் இழிந்தன்று அதன்எதிர்
ஈயேன் என்றல் அதனினும் இழிந்தன்று;
கொள்எனக் கொடுத்தல் உயர்ந்தன்று அதன்எதிர்
கொள்ளேன் என்றல் அதனினும் உயர்ந்தன்று; (புறநானூறு 204)

செல்வத்துப் பயனே ஈதல் (புறநானூறு 189)

இவ்வரிகள் மூலம் சமூகத்தில் இருமைகள் உண்டாகிவிட்டதை அறியமுடிகிறது. கொடுப்போர்-கொள்வோர், உடையவர்-இல்லோர், செல்வந்தர்-ஏழை, உயர்ந்தோர்-தாழ்ந்தோர் என்ற இருமைகள் சங்க இலக்கியத்தில் காணப்படுகிறது.

அரிசிச் சோறு அறியாதவன்!

இரும்புலி கொன்று பெருங்களிறு அடூஉம்,
அரும் பொறி வயமான் அனையை பல் வேல்,
பொலந்தார் யானை இயல் தேர்ப் பொறைய!
வேந்தரும் வேளிரும் பிறரும் கீழ்ப் பணிந்து,
நின் வழிப்படாஅர் ஆயின் நெல் மிக்கு,
அறையுறு கரும்பின் ‘தீம் சேற்று யாணர்’
வருநர் வரையா வளம் வீங்கு இருக்கை,
வன்புலம் தழீஇ மென்பால் தோறும்
அரும்பறை வினைஞர் புல் இகல்படுத்துக்
கள்ளுடை நியமத்து ஒள் விலை கொடுக்கும்
வெள் வரகு உழுத கொள் உடைக் கரம்பைச்
செந்நெல் வல்சி அறியார், தத்தம்
பாடல் சான்ற வைப்பின்
நாடு உடன் ஆள்தல் யாவணது அவர்க்கே. (பதிற்றுப்பத்து 75)

இதில் அரிசில்கிழார், பெருஞ்சேரல் இரும்பொறையை நோக்கிப் பாடுகிறார். இப்பாடலில் பெருஞ்சேரல் இரும்பொறை ஆளுகைக்கு அடங்காத நாட்டின் பண்டைய வளமும், போருக்குப் பின்னர் அடையும் பாழ்நிலை குறித்தும் இதில் பேசப்படுகிறது.

வேந்தரும், வேளிரும் பிறரும் உன் ஆட்சிக்கு உட்பட்டு அடிபணிந்து வாழாவிட்டால், அவர்களின் நாட்டைப் பாழாக்கிவிடுவாய். அவர்களின் நிலத்தினைப் பாழாக்கிவிடுவாய். நன்செய் நிலமானது உழாத தரிசு நிலமாக மாறும். மக்கள் நெல் அரிசியினை அறியாத நிலையினை அடைவர்.

இதன்மூலம் ஒரு புறத்தில் திட்டமிட்டு நன்செய் நிலங்கள் புன்செய் நிலங்களாகப் போர்கள்மூலம் சீர்குலைக்கப்பட்டன என அறியமுடிகிறது. புன்செய் நிலம் பரந்துகிடந்தாலும் அது நிலையான ஆட்சிக்குப் பயன்படாததாய் கருதப்பட்டது.

வேளாண்மையும் அரசியலும்

“உழுகின்ற கலப்பை நிலத்தின் சாலில் விதைத்து விளைந்த நெல்லினது பயனே போர்ப்படை வெற்றி” என்று ஏரின் மீது வைத்து சோழனின் வெற்றி பாடப்பட்டுள்ளது. ‘எருதுகளைப் பாதுகாப்பவராகிய உழவர் குடியைப் பாதுகாத்தால் பகைவர் உனக்கு அடிபணிவர்’ என்று புறநானூறு 35ஆம் பாடல் குறிப்பிடுகிறது. நிலவுடைமையாக மாறிய சங்கச் சமுதாயச் சூழலில் போர் முன்னிலும் தீவிரமாய்

மேற்கொள்ளப்படுகிறது. இப்போர்களின் அடிப்படை நோக்கம் நிலங்களைக் கவர்தலே ஆகும்.

'குலங்களிடையே நடந்துவந்த முந்தைய யுத்தங்கள் கால்நடைகளையும் செல்வங்களையும் கைப்பற்றும் நோக்கத்தில் நிலத்திலும் நீரிலும் திட்டமிட்ட படையெடுப்புகளாக இருந்து, ஒரு முறையான தொழிலாக மாறிவிட்டன' என்று எங்கெல்ஸ் குறிப்பிடுவதையும் இவ்விடத்தில் பொருத்திப் பார்க்கலாம். உலக நாடுகள் அனைத்தும் ஆயுதங்களை வாங்குவதற்கும் இராணுவத்திற்குமே பெரும் பணத்தினைச் செலவழிக்கின்றனர்.

புறநானூறு 57ஆம் பாடலில் புலவர் காவிரிப்பூம்பட்டினத்துக் காரிக்கண்ணனார், பாண்டியன் இலவந்திகைப்பள்ளித் துஞ்சிய நன்மாறனை நோக்கி அவனைச் சிறப்பித்துப் பாடும்போது அவனது இளம்வீரர்களைக் கொண்டு எதிரிநாட்டு வயல்களை அழிக்குமாறு குறிப்பிடுகிறார். புலவர்கள் போர்களை ஊக்குவித்த நிலையினையும் பார்க்க முடிகிறது. இத்துடன் போர்க்களத்திற்கு ஏர்க்களத்தை உருவகமாகக் கொண்ட பாடல்களும் காணப்படுகின்றன.

தண்ணடை பெற்ற சீறூர்த் தலைவர்கள்

நெல்லுடை நெடுநகர்க் கூட்டுமுதற் புரளும்
தண்ணடை பெறுதல் யாவது" (புறநானூறு 287)

தண்ணடை பெறுதலும் உரித்தே (புறம் 297)

தெங்கின்
இளநீர் உதிர்க்கும் வளமிகு நன்னாடு
பெற்றனர் உவக்கும் நின் படைகொள் மாக்கள்
பற்றா மாக்களின் பரிவு முந்து உறுத்துக்,
கூவை துற்ற நாற்கால் பந்தர்ச்,
சிறுமனை வாழ்க்கையின் ஒரீஇ, வருநர்க்கு
உதவி ஆற்றும் நண்பின் பண்புடை
ஊழிற்று ஆக, நின் செய்கை! (புறநானூறு 29)

இவ்வரிகள் வேந்தர்களிடமிருந்து நிலக்கொடை பெற்றதை எடுத்துரைப்பதாக உள்ளன. நிலக்கொடை பெற்ற சீறூர் மன்னர்கள் பழங்குடிச் சமுதாயத்தினர் என்பது முக்கியமானது.

நன்னடை நல்கல் வேந்தற்குக் கடனே

புறநானூறு 312, பாடியவர்: பொன்முடியார், திணை: வாகை, துறை: மூதின் முல்லை

ஈன்று புறந்தருதல் என் தலைக் கடனே;
சான்றோன் ஆக்குதல் தந்தைக்குக் கடனே;
வேல் வடித்துக் கொடுத்தல் கொல்லற்குக் கடனே;
நன்னடை நல்கல் வேந்தற்குக் கடனே;
ஒளிறு வாள் அருஞ்சமம் முருக்கிக்
களிறு எறிந்து பெயர்தல், காளைக்குக் கடனே.

இவ்வரியில் உள்ள 'நடை' என்பதற்கு 'ஒழுக்கம்' என்று பொருள் கூறப்படுகிறது. வேந்தன் ஒழுக்கத்தினைக் கற்றுக் கொடுப்பதாகப் பலர் குறிப்பிடுகின்றனர். எனக்கு அப்படித் தோன்றவில்லை.

'நடை' எனில் தொழில் என்று தமிழ்ப் பேரகராதி குறிப்பிடுகிறது. அதன்வழி வேந்தன் என்பவன் தொழிலினைக் கொடுப்பவன். அது போர்த் தொழிலோ அல்லது உழவுத் தொழிலோ, ஏதோ ஒன்றைக் கொடுப்பவனாக உள்ளான். இங்கு வேளாண்மையும் போர்த் தொழிலும் ஒன்றை ஒன்று உரசிக் கொள்கின்றன. வேளாண்மை அரசியலாகிறது.

உழு 'படை'யும் 'போர்'க்களமும் ஒரே குடியின் இரு தொழிலாக உள்ளது. வளமான நிலம் கவர்தல்தான் போரின் அடிப்படை நோக்கம். பொருளாதார வளம்மிக்க திணைக்குடியே போருக்குக் காரணம். இத்துடன், 'ஒருவனை ஒருவன் அடுதலும் தொலைவதும் புதுவதன்று இவ்வுலகத்து இயற்கை (புறம் 76)' என்று போரினை ஒரு விதத்தில் நியாயப்படுத்தும் தன்மையும் காணப்படுகிறது.

இதற்கடுத்து நிகழ்காலத்தில் நான் சந்தித்த ஒரு நிகழ்வினைக் குறித்துப் பார்ப்போம்.

ஒடிசாவின் சிறுதானியத் திட்டம் (Odisha Millet Mission)

நான் பழங்குடி மக்கள் வசிக்கும் பகுதியில் பணியாற்றியபோது அம்மக்களின் உணவான தினை, வரகு முதலியவை குறித்து யோசித்தேன். அரசுகளின் திட்டமிடலில் கொள்கை வடிவமைப்பில் அரிசி, கோதுமை போன்ற தானியங்களும் பருத்தி, கரும்பு போன்ற பணப்பயிர்களும் முன்னுரிமை பெறுவதைப் போல கேழ்வரகு, தினை போன்ற சிறுதானியங்கள் எந்த விதமான முன்னுரிமையும் பெறுவதில்லை என்று தோன்றுகிறது. இந்தச் சிறுதானியங்கள்

தொடர்ந்து புறக்கணிக்கப்படுகின்றன. நமது அரசியல் அமைப்புச் சட்டத்தில் பட்டியலினச் சாதிகள், பட்டியலினப் பழங்குடிகள் என்று இருப்பதுபோல சிறுதானியங்களைப் 'பட்டியல் தானியங்கள்' என்று அறிவித்து முன்னுரிமை தரவேண்டும் என்று மும்பையில் உள்ள டாட்டா இன்ஸ்டிட்யூட் ஆப் சோசியல் சயின்ஸ் நடத்திய பயிற்சி அரங்கில் பேசினேன். தினை, கேழ்வரகு போன்ற சிறுதானியங்கள் பற்றிய ஆய்வுகளும் குறைவு, விரிவாக்கப் பணிகளும் குறைவு, அத்தானியங்களின் குறைந்தபட்ச விலையை நிர்ணயிக்கும் அரசுத் திட்டங்களே இல்லை. இதையெல்லாம் கருத்தில்கொண்டு மாநில அரசுக்குச் சில பரிந்துரைகளை அப்போதே அனுப்பிவைத்தேன். இவற்றைப் பற்றி யாருமே பேசுவது இல்லை, அதில் கவனம் செலுத்துவது இல்லை என்று கூறினேன். இவற்றையெல்லாம் எடுத்துரைத்து அரசிற்கு பல்வேறு பரிந்துரைகளையெல்லாம் அனுப்பிக்கொண்டிருந்தேன்.

இதுமட்டுமல்லாது, ''பழங்குடி மக்கள் பகுதியில் உள்ள பள்ளிக்கூடங்களுக்கு, அம்மக்கள் கொண்டாடிடாத பண்டிகை நாட்களில் ஏன் விடுமுறை விடுகிறீர்கள்'' என்ற கேள்வி எழுப்பினேன். பழங்குடி மக்களைப் பொறுத்தவரையில் அவர்களது பண்டிகைகள் வேறு விதமானவை. 'வாரச் சந்தை நாள்' அவர்களுக்கு முக்கியமானது. அந்நாளில் அனைவரும் சந்தைக்குச் செல்வார்கள். குழந்தைகளும் மாணவர்களும் செல்வார்கள். அதனால் சந்தை நாளை விடுமுறை நாளாக அறிவித்துவிட்டு, ஞாயிற்றுக்கிழமையில் பள்ளி வைக்குமாறு பரிந்துரைத்தேன். எனது மேல் அதிகாரிகள் என்னை அழைத்து, 'என்ன இந்தமாதிரி எல்லாம் யோசித்துக் கொண்டிருக்கிறாய்?' என்று அறிவுறுத்தினர். காலம் உருண்டோடியது.

2016ஆம் ஆண்டு ஒடிசா மாநில அரசின் குறுந்தானிய முனைப்புத் திட்டம் (Odisha Millet Mission) ஒன்று உருவானது. பல தன்னார்வ அமைப்புகளுடன் இணைந்து இத்திட்டதை மக்களிடம் எடுத்துச்சென்றோம். கேழ்வரகு, தினை போன்ற தானியங்களின் சாகுபடி மற்றும் நுகர்வு குறைந்துகொண்டே போகிறது. பழங்குடி மக்களின் உணவு என்பது அவர்களது பண்பாட்டின் மிக முக்கியமான கூறாகும். என்னவோ தெரியவில்லை,

> "கருங்கால் வரகே, இருங்கதிர்த் தினையே,
> சிறுகொடிக் கொள்ளே, பொறிகிளர் அவரையொடு
> இந்நான் கல்லது உணாவும் இல்லை;"

என்ற சங்க இலக்கிய வரிகள் நினைவில் நிழலாடியது. அறுவடை காலத்தில் பழங்குடி விவசாயிகளிடமிருந்து கேழ்வரகும், தினை போன்ற தானியங்களும் மிகக் குறைந்த விலையில் இடைத்தரகர்களால் வாங்கப்படுவதும் பிறகு கூடுதல் விலையில் விற்கப்படுவதும் வாடிக்கையாக இருந்தது.

இன்னொரு புறத்தில் இந்தியாவிலேயே விளையாத 'ஓட்ஸ்' இறக்குமதி செய்யப்பட்டுப் பெருநகரங்களில் மட்டுமல்ல; சிறு நகரங்களிலும் விற்கப்படுகிறது. ஓட்ஸ் என்ற தானியம் நீரழிவு நோயைத் தடுக்கும் என்ற நம்பிக்கை பரவலாகியுள்ளது. ஆனால் அதே நேரத்தில் நார்ச் சத்து உள்ள நமது உள்ளூர் குறுந்தானியங்கள் ஆதரவற்ற நிலையில் உள்ளன. இதையெல்லாம் கருத்தில்கொண்டு கேழ்வரகு போன்ற குறுந்தானியங்களின் சாகுபடியை மேம்படுத்தி கட்டுபடியாக்கத் திட்டம் வகுத்தோம். பழங்குடி கிராமப்பகுதிகளில் தீவிர பிரச்சாரம் செய்யப்பட்டது. புதிய சாகுபடி முறைகள் அறிமுகம் செய்யப்பட்டன. ஒடிசாவில் 2018இல் உலகக் கோப்பை ஹாக்கிப் பந்தயம் நடந்தபோது குறுந்தானியங்களில் தாயரித்த சிற்றுண்டிகளைக் காட்சிப்படுத்தி விற்பனைக்கு வைத்தோம். வெளிநாடுகளிலிருந்து வந்தவர்கள், விளையாட்டு வீரர்கள் என எல்லோரும் அதனை விரும்பி உண்டனர். இது செய்தியாகவும் வெளிவந்தது.

ஒடிசாவில் கேழ்வரகு சார்ந்த உணவுகள் சாலையோர அங்காடிகளில் கிடைக்க உதவிசெய்தோம். வாகனச் சிற்றுண்டிகளும் அறிமுகம் செய்யப்பட்டது. பொது விநியோக முறையில் (PDS) குறுந்தானியங்கள் சேர்க்கப்பட்டன. குழந்தைகளுக்கான பால்வாடிகளில் குறுந்தானிய லட்டு வழங்கப்படுகிறது. குறுகிய காலத்தில் பழங்குடி மக்களின் பகுதியில் இத்திட்டம் புதிய எழுச்சியை ஏற்படுத்தியது. இத்திட்டம் பற்றி ஆராய்ந்த ஒன்றிய அரசு, இதைப் பிற மாநிலங்களுக்கும் பரிந்துரைத்தது. இதைத் தொடர்ந்து 2018ஆம் ஆண்டு, தேசிய சிறுதானிய ஆண்டு கொண்டாடப்பட்டது. ஒடிசாவின் சிறுதானியத் திட்டத்தைப் பல வெளிநாட்டுக் கல்வி நிறுவனங்களும், ஆய்வாளர்களும் பாராட்டியுள்ளனர். அதனால் இத்திட்டம் உலகளாவிய கவனத்தினைப் பெற்றது. அதனால் தற்போது இந்தியா போன்ற நாடுகளின் முன்மொழிவின் அடிப்படையில் 2023ஆம் ஆண்டை அனைத்துலகச் சிறுதானிய ஆண்டாகக் கொண்டாட ஐக்கிய நாடுகள் சபை முடிவுசெய்துள்ளது. இதற்கான விதை ஒடிசாவில் தூவப்பட்டது என்பதை நினைத்தால் பெருமிதமாக இருக்கிறது.

ஒரு தமிழ் மாணவனாகிய என் மட்டில் இத்தகைய திட்டங்களை நோக்கி என்னை வழிநடத்தியது ‘இந்நான் கல்லது உணாவும் இல்லை’ என்ற புறநானூற்றுப் புரிதல்தான் என்று எனக்குத் தோன்றுகிறது.

சங்க இலக்கியத்தின் இந்தப் படிப்பினையை மனதில்கொள்ளும்போது இந்தியாவில் பிற மரபுகளில் வேளாண்மை குறித்த கருத்தாக்கங்கள் எப்படி இருந்தன என்பதைத் தெரிந்துகொள்வதும் அவசியமாகிறது.

மனு நீதியில் வேளாண்மை

மனுநீதியில் காணப்படும் பின்வரும் கருத்துகள் நமது புரிதலுக்கு உதவும்.

10.80. அந்தணர்க்கு ஓதுவித்தல், சத்திரியனுக்கு உலகாளல், வைசியருக்கு வாணிபம் புரிதல் ஆகியவை குலத்தொழில்களாம்.

10.81. அந்தணன் தனக்குரிய தொழிலால் வாழ்க்கை நடத்த இயலாதபோது, கிராமாதிகாரம், தேசாதிகாரம் முதலிய சத்திரியன் தொழிலை மேற்கொண்டு, அதனால் பிழைத்துக் கொள்ள வேண்டியது. ஏனெனில் அவனுக்கு அடுத்த குலத்தொழில் அதுதானே!

10.82. தன் குலத்தொழில், சத்திரியத் தொழில் இவற்றாலும் ஜீவிக்க முடியாத காலத்தில், வைசியனுடைய தொழிலான வாணிபத்தால் ஜீவிக்கலாம்.

10.83. பிராமண சத்திரியர்கள் வாணிபம் செய்து பிழைத்தபோதும், உடல் முயற்சியும் பிறர் தயவை நாடத் தக்கதாயுமுள்ள விவசாயத் தொழிலை மேற்கொள்ளக்கூடாது. அதைத்தான் நேரில் இயற்றாவிடினும், தனது ஜீவனத்தை முன்னிட்டு, தக்க ஆட்களைக் கொண்டு தனக்காக விவசாயமும் செய்விக்கலாம்.

10.84. பயிரிடுதலை மேலான தொழில் என்று சிலர் கருதுகின்றனர். ஆயினும் பெரியோர் அதைப் பாராட்டவில்லை. ஏனெனில் இரும்புக் கொழு நுனியுடைய கலப்பை, மண் வெட்டி இவற்றைக் கொண்டு பூமியையும், பூமியில் வாழும் சிறிய உயிரினங்களையும் வெட்ட நேரிடுகிறதன்றோ!

ஒரு குறிப்பிட்ட சமூகம் வேளாணமையினை எத்தகைய தன்மையில் பார்த்திருக்கிறது என்பதை இதன்மூலம் அறிய முடிகிறது. நான் மேற்கோள் காட்டியுள்ள இக்கருத்துகள் அலைகள் வெளியீட்டகம்

வெளியிட்டுள்ள மனுதர்ம சாஸ்திரம் என்ற நூலில் இருந்து எடுக்கப்பட்டவை. இதனைத் தமிழாக்கம் செய்தவர் திருலோக சீதாராம்.

வணிகமும் வேளாண் சமுதாயமும்

உபரி உற்பத்திதான் வணிகத்தின் தொடக்கப்புள்ளி. எனவே அது வேளாண்மையை மீறி வளர்ந்ததில் வியப்பு இல்லை. மனிதச் சமுதாய வாழ்க்கை, குழுவாழ்க்கை என்பதில் இருந்து கால்நடைப் பொருளாதாரம், பின்பு வேளாண் பொருளாதாரம், இறுதியில் வணிகப் பொருளாதாரம் என்ற நிலையினை அடைகிறது. வணிகம் பெருகும்போது வேளாண்மை பின்னுக்குத் தள்ளப்பட்டது.

உபரி உற்பத்தி ஏற்பட்ட நிலையில் அதன் விநியோகத்திற்கும் அது தொடர்பான கொடுக்கல்-வாங்கலுக்கும் தனிக்குழுக்கள் தோன்றின. உற்பத்தி, கொள்முதல், பண்டகசாலை, போக்குவரத்து, விற்பனை என்ற சங்கிலித்தொடரின் ஊடாக வணிகம் நடைபெறுகிறது. நிறுவனமயமான வணிகம் தோன்றுவதற்கு முந்தைய போக்குகள் உற்பத்தி சார்ந்தவை, அதனால் மண் சார்ந்தவை. அப்போதும் சிறிய, பெரிய என்ற வேறுபாடுகள் இருக்கவே செய்தன. ஆனால் நிறுவனமயமான வணிக வர்க்கம் உற்பத்தியின் நிர்வாகம் முழுவதையும் ஒரு வகையில் பறித்துக் கொள்கிறது. பொருளாதார அழுத்தங்களின் அடிப்படையில் உற்பத்தியாளர்களைப் பணிய வைக்கிறது.

சங்க இலக்கியத்தில் புன்செய், நன்செய், உழுதவன், உழுவித்தோன், ஓர் ஏர் உழவன், பகடு புறந்தருநர் என்று இயங்கிய இருவேறுபட்ட வேளாண் சமுதாயங்களுக்கு அப்பாற்பட்ட, அவற்றுக்கும் மேலாக ஒரு வணிக வர்க்கம் உருப்பெறுகிறது. சங்க இலக்கியக் காலக்கட்டத்தின் இறுதிப் பகுதியில் பெரும் வணிகர்கள் வந்துவிடுகின்றனர். அரசைக் கட்டுப்படுத்தும் அளவிற்கு வணிகம் வளர்கிறது. காலம்தோறும் இந்த எதார்த்தம் தொடர்ந்தது. இப்போதும் தொடர்கிறது.

இந்தியச் சமூகத்தை இரண்டாகப் பிரிக்கலாம். உழுதவர்கள்-உழாதவர்கள், விதைத்தவர்கள்-விதைக்காதவர்கள், நட்டவர்கள்-நடாதவர்கள், களைபிடுங்கியவர்கள்-பிடுங்காதவர்கள், அறுத்தவர்கள்-அறுக்காதவர்கள். வேறென்ன சொல்ல!

வேளாண்மையின் கள நிலவரம்

தற்கால வேளாண்மை பல சவால்களை எதிர்நோக்கியுள்ளது. உலகமக்கள் தொகையில் வேளாண்மையில் ஈடுபட்டுள்ளோரின் விழுக்காடு குறைந்து வருகிறது. 2003ஆம் ஆண்டு, வரலாற்றிலேயே முதன்முறையாக உலகம் முழுவதிலும் பெரும்பாலானவர்களை வேலைக்கு அமர்த்தும் பொருளாதாரத் துறையாக இருந்த வேளாண்மையைத் தொழிற்துறை பின்னுக்குத் தள்ளியது.

மக்கள் தொகை வளர்ச்சிக்கு ஏற்றவாறு எதிர்காலத்தில் உணவு உற்பத்தி இராது என்றும், அதனால் பல்லாயிரக்கணக்கானோர் பட்டினியாலும் நோய்களாலும் மடிவர் என்றும் தாமஸ் மால்த்தூஸ் (1766-1834) என்பவர் 1798இல் கூறினார். ஆனால் 'பசுமைப் புரட்சி' போன்ற தொழில்நுட்பங்கள் மிகையான உற்பத்தியை இந்த உலகம் பெற வழி செய்திருக்கிறது.

20ஆம் நூற்றாண்டில் வேளாண்மைத் தொழில் மிக்க வளர்ச்சியடைந்தது. செயற்கை உரங்கள், பூச்சிக்கொல்லிகள் போன்றவை அதிகமாகப் பயன்படுத்தப்பட்டன. உணவு உற்பத்தி பன்மடங்கு பெருகியது. மேலும் தெரிவு வளர்ப்புமுறை, இயந்திர முறை வேளாண்மை மிகுதியானது. அதோடு விவசாய மானியங்கள் வழங்கப்பட்டன. சமீபத்திய தொழில்நுட்ப வளர்ச்சிகள் மரபணு மாற்றப்பட்ட உணவுப்பொருட்களையும் உள்ளடக்கியுள்ளது. அதிகப்படியான விளைச்சல் மட்டுமே ஒரு விவசாயிக்கு மகிழ்ச்சி அளிப்பதில்லை. விளைந்த பொருள் நல்ல விலைக்கு விற்கப்பட வேண்டும். சேமிப்பு, சந்தைப் படுத்துதல் ஆகிய இரண்டும் நல்ல விலைக்கு விளைபொருள் விற்பனை செய்வதை உறுதி செய்கின்றன.

அரசியல் மற்றும் பொருளாதாரக் காரணங்களுக்காக, பல நாடுகள் வேளாண்மைத் தொழிலுக்குக் கணிசமான மானியங்கள் வழங்குகின்றன. வளர்ச்சியடைந்த நாடுகள் இவ்வாறு மானியங்கள் வழங்குவதால் தம் நாட்டு உணவுப்பொருள்களின் விலைவாசி உயராமல் பார்த்துக்கொண்டு, "பாதுகாப்புவாதத்தைக்" (protectionism) கடைப்பிடிக்கின்றன என்றும், சுற்றுச்சூழல் மாசடைய வழிவகுக்கின்றன என்றும் குறைகூறப்படுகிறது.

அமெரிக்காவில் விவசாயத்திற்கு மானியம் வழங்கப்படுகிறது. அந்த மானியம் அவர்கள் தொடர்ந்து விவசாயம் செய்வதற்குப் பயன்படுவதாக உள்ளது. ஓர் அமெரிக்க பருத்தி விவசாயியால் நடப்பட்ட ஓர் ஏக்கர் பருத்திக்கு 230 அமெரிக்க டாலர்களை அரசிடமிருந்து மானியமாகப்

பெற முடியும். ஆனால் இதற்கு மாறாக, பருத்தி சாகுபடியில் ஈடுபட்டுள்ள 'மாலி' போன்ற ஆப்பிரிக்க நாடுகளிலும் ஏனைய மூன்றாம் உலக நாடுகளிலும் உள்ள விவசாயிகள் இதுபோன்ற மானிய உதவி இல்லாமலேயே பருத்தி விவசாயம் செய்கின்றனர். விலைகள் வீழ்ச்சியடையும்போது, அதிக அளவில் மானியம் பெறும் அமெரிக்க விவசாயி தனது உற்பத்தியைக் குறைத்துக்கொள்ளும்படியான நெருக்கடிக்கு ஆளாவதில்லை. இதனால் பருத்தி விலைகள் குறைவதில் அந்த விவசாயிக்குப் பிரச்சினையில்லை. அதேநேரத்தில் அவரது போட்டியாளரான மாலி நாட்டு பருத்தி விவசாயி மேலும் ஏழையாகிறார். பருத்தி விவசாயிகளின் தற்கொலை என்பது நம் நாட்டிலும் பழகிப்போன பத்திரிகை செய்தியாகிவிட்டது.

சுரங்கத்திலிருந்து அரங்கத்திற்கு – புறநானூறு 120

வெப்புள் விளைந்த வேங்கைச் செஞ்சுவல்
கார்ப்பெயல் கலித்த பெரும்பாட்டு ஈரத்துப்
பூழி மயங்கப் பலஉழுது வித்திப்
பல்லி ஆடிய பல்கிளைச் செவ்விக்
களை கால் கழாலின், தோடு ஒலிபு நந்தி
மென்மயிற் புனிற்றுப்பெடை கடுப்ப நீடிக்
கருந்தாள் போகி ஒருங்குபீள் விரிந்து
கீழும் மேலும் எஞ்சாமைப் பலகாய்த்து
வாலிதின் விளைந்த புதுவரகு அரியத்
தினைகொய்யக் கவ்வை கறுப்ப அவரைக்
கொழுங்கொடி விளர்க்காய் கோள்பதம் ஆக
நிலம்புதைப் பழுனிய மட்டின் தேறல்
புல்வேய்க் குரம்பைக் குடிதொறும் பகர்ந்து
நறுநெய்க் கடலை விசைப்பச் சோறுஅட்டுப்

பெருந்தோள் தாலம் பூசல் மேவர
வருந்தா யாணர்த்து நந்துங் கொல்லோ
இரும்பல் கூந்தல் மடந்தையர் தந்தை
ஆடுகழை நரலும் சேட்சிமைப் புலவர்
பாடி ஆனாப் பண்பிற் பகைவர்
ஓடுகழல் கம்பலை கண்ட
செருவெஞ் சேஎய் பெருவிறல் நாடே!

பல்லியாடல்: "பல்லியாடுதல், தாளியடித்தல், ஊடடித்தல் என்பன ஒரு பொருளைக் குறிக்கும் பல சொற்கள். அது நெருங்கி முளைத்த பயிர்களை விலக்குவதற்கும், எளிதாகக் களை பிடுங்குவதற்கும் கீழ்நோக்கியுள்ள கூரிய பல முனைகளையுடைய பலகையின் இரண்டு பக்கத்திலும் மேற்புறத்திலுள்ள வளையங்களில் கட்டிய கயிறுகளைச் சேர்த்துப் பூட்டிய நுகத்தை வாய் கட்டப்பட்டுள்ள எருதுகளின் பிடரியில் வைத்துப் பூட்டி உழச்செய்தல்" - பழைய உரையாசிரியரின் குறிப்பு.

உரை: வெப்பம் நிறைந்ததாகவும் வேங்கை மரங்களுடையதுமான சிவந்த மேட்டு நிலத்தில் கார்காலத்து மழைக்குப் பிறகு மிகுந்த ஈரமான பெரிய இடத்தில் புழுதி கலக்குமாறு உழவர்கள் பலமுறை உழுது பின்னர் விதைகளை விதைக்கின்றனர். அதன் பிறகு, பல்லியாடி நெருங்கி முளைத்தப் பயிர்களைப் பிரிப்பதோடு மட்டுமல்லாமல் களைகளையும் நீக்குகின்றனர். பல கிளைகளையுடைய வரகுப் பயிர்களிலிருந்து களைகள் அடியோடு நீக்கப்பட்டதால் அவை இலைகளுடன் தழைத்துப் பெருகி, கரிய தண்டுகள் நீண்டு, அண்மையில் முட்டையிட்ட மெல்லிய மயில்களின் நிறத்தோடு காட்சி அளிக்கின்றன. எல்லா கதிர்களும் விரிந்து, அடியிலும் மேல் பாகத்திலும் காய்த்துச் சீராக விளைந்த புதிய வரகை உழவர்கள் அறுவடை செய்கின்றனர். தினைகளைக் கொய்கின்றனர். எள்ளிளங்காய்கள் முற்றி இருக்கின்றன. அவரையின் வெண்ணிறக்காய்கள் பறிப்பதற்கு ஏற்ற நிலையில் உள்ளன.

நிலத்தில் புதைக்கப்பட்ட முதிர்ந்த கள்ளை, புல்லைக் கூரையாகக்கொண்ட குடிசையில் உள்ள மக்கள் அனைவருக்கும் கொடுக்கின்றனர். மணம் வீசும் நெய்யில் கடலையை வறுத்து அதைச் சோறோடு சேர்த்துச் சமைத்து அனைவருக்கும் மகளிர் உணவளித்துப் பின்னர் பாத்திரங்களைக் கழுவுகின்றனர். கரிய கூந்தலுடைய மகளிரின் தந்தையாகிய பாரி, அசையும் மூங்கில் ஒலிக்கும் உயர்ந்த மலை உச்சியையுடையவன். அவன் புலவரால் பாடப்படும் பெருமையில் குறைவற்றவன். பகைவர் புறமுதுகு காட்டி ஓடும் ஆரவாரத்தைக் கேட்டவன். அவன் போரை விரும்பிய முருகனைப் போன்ற பெரிய வெற்றியையுடையவன். அவன் நாடு, வருந்தாமல் கிடைக்கும் புது வருவாய் உள்ள நாடு. அந்நாடு அழிந்துவிடுமோ?

அறுத்த வரகை கடனடைத்து விட்டு, மீதி வரகை வீடுதேடி வந்தவர்களுக்குக் கொடுத்துவிட்டு சுற்றத்தின் உணவுக்கு மீண்டும்

வரகுக் கடன் வாங்கிய சீறூர்த் தலைவனைச் சங்க இலக்கியத்திலிருந்து நான் காட்டுகிறேன். கடன் வாங்கிக் கொடையளித்த ஒரு பேரரசனை யாராவது எனக்குக் காட்டுங்கள்! விதைத் தினையை விருந்து சமைத்த சீறூர்ப் பெண்ணைச் சங்க இலக்கியத்திலிருந்து நான் காட்டுகிறேன். கடன் வாங்கி விருந்தோம்பிய ஒரு பெருவணிகனை நீங்கள் காட்டுங்கள்! ஆயிரக்கணக்கான கோடி வங்கிக்கடனை வாய்க்கரிசியாக்கி விட்டு வெளிநாடுகளுக்கு பறந்து போனவர்களை நான் காட்டுகிறேன். இதுதான் நமது சமகாலத்திற்கான புரிதல்.

சங்க இலக்கியம் நமக்குக் கற்றுத்தரும் விழுமியங்களையும் அது சுட்டிக்காட்டும் முன்னுரிமைகளையும் இறுகப் பற்றிக் கொள்ள வேண்டும் என்பது எதிர்காலம் குறித்த அக்கறையுடன் கூடிய நிகழ்காலத் தேவை.

2

கூர் உளி குயின்ற கோடு

கையெழுத்தை நம்பியவர்களின் கதை

நெடுங்கணக்கு வரிவடிவம் 'கடவுளின் கொடை' என்று நம்பிய காலம் உண்டு. 17ஆம் நூற்றாண்டு வரை கடவுளின் தேர்ந்தெடுக்கப்பட்ட மனிதர்களான *(God's Chosen People)* தொல் ஹீப்ரூ*(Hebrew)* மக்கள், கடவுளிடம் இருந்து நெடுங்கணக்கு வரிவடிவத்தை நேரடி கொடையாகப் பெற்றதாக நம்பப்பட்டது. ஆனால் ஒரு நூற்றாண்டு கழித்து நெடுங்கணக்கு முறையை எகிப்தைச் சேர்ந்த ஒரு பெயர் தெரியாத எழுத்தர் *(Scribe)* தான் தோற்றுவித்தார் என்று *Encyclopedie* பதிவு செய்தது. பயிற்சி பெற்றவர்களைத் தவிர வேறு யாரும் வாசித்து அறிய முடியாத ரகசியக் குறியீடுகளாக நெடுங்கணக்கு எழுத்துமுறை அரசு நிர்வாகத்திற்குப் பயன்பட்டது. காலப்போக்கில் உலக சமுதாயங்களில் எழுத்து என்பது அரசியல், பொருள், கலை, பண்பாடு, சமயம் என்று பல்வேறு துறைகளிலும் பயன்பட்டக் கூராயுதமாய் மாறிபோனது.

தமிழ்ச் சமூகம் மிக நெடுங் காலமாகவே கல்வியையும் கையெழுத்தையும் நம்பி வளர்ந்த சமூகம் என்று தோன்றுகிறது. கையை ஊன்றியும், கையெழுத்தை ஊன்றியும் கரணம் பாயும் சமூகங்கள் தலையெழுத்தில் தலைகளை இழப்பது இல்லை.

சங்க இலக்கியத்திற்குள் நுழைவதற்குமுன்பு நமது சமகாலத்தில் நம்முடன் வசிக்கும் ஒரு சிலரைப் பற்றிப் பார்ப்போம். முதலில் உதயன் என்பவரைப் பற்றிப் பார்ப்போம். இவர் மதுரைக்காரர், படித்தது பொறியியல், பணியாற்றுவது கட்டுமானத் துறையில். தமிழியில் திருக்குறளை உருவாக்குவதற்கு 'யூனிகோட்' எனப்படும் ஒருங்குறியில் தமிழியைக் கொண்டுவந்தார். தமிழி எழுத்தின்மீது காதல்வயப்பட்டதால், தமிழி எழுத்தில் பெயர் பொறித்த மோதிரத்தை உருவாக்கித் தனது திருமணத்தில் பயன்படுத்தினார். அந்த மோதிரத்தை அச்சடித்த மதுரையைச் சேர்ந்த பொற்கொல்லர் - தமிழியை அச்சிடுவதற்கான செய்கூலியை வாங்கவில்லை. அதேபோல் திருமண அழைப்பிதழிலும் தமிழி எழுத்துகளைப் பயன்படுத்தியதைப் பார்த்த அச்சகத்தைச் சேர்ந்தவர்களும் தள்ளுபடி விலையில் அழைப்பிதழை

படம்.2.1. தமிழியில் பெயர் எழுதப்பட்ட திருமண மோதிரம்

அச்சடித்துக் கொடுத்துள்ளனர். இது ஒருவகையான தமிழ் வாழ்க்கை.

2019ஆம் ஆண்டு 'சிந்துவெளி பண்பாடு ஒரு தொல் தமிழ் நாகரிகமே' என்னும் தலைப்பில் கோயம்புத்தூருக்குப் பேசச் சென்றிருந்தேன். அங்கு நான் பேசி முடித்தவுடன் ஒருவர், தான் செய்த பானையைக் கொடுத்தார். அவர் பெயர் ராஜா ராமசாமி. அதில் படங்களும் தமிழி எழுத்துகளும் காணப்பட்டன. அதில், பொருந்தல் - கொங்குநாட்டு பானைத்தடம், அமராவதி ஆற்றில் கிடைத்த சேரர் கால நாணயம், சிந்துவெளி எழுத்துகள், மதிரை (நான்மாடக்கூடல்), மீன் சின்னம், அம்பு சின்னம் இவற்றோடு தமிழி எழுத்துகளும் காணப்பட்டன. இத்துடன் பானையின் மேற்புறத்தில் தமிழி எழுத்துகளில் "நத்தம் ரெங்கராஜு அழகர்சாமி - தனலட்சுமி பெரு மகன் பாலகிருஷ்ணனுக்கு கோவன்புத்தூர் ஓவியன் ராசா அனுப்பித்த கலம்" என்று பழங்காலத்துக் கல்வெட்டு முறையில் பொறித்துக் கொடுத்திருந்தார். இது ஒருவகையான தமிழ்க் கொடை. இதைத்தவிர வேறென்ன வேண்டும்.

2018ஆம் ஆண்டு ரோஜா முத்தையா ஆராய்ச்சி நூலகத்தில் 'பானைத்தடம்' குறித்து இரண்டு மணிநேரம் ஆங்கிலத்தில் உரை ஆற்றினேன். அந்த உரையைக் கேட்ட மதுரை ராஜாப்பா அவர்கள், சிந்துவெளியைச் சேர்ந்த பூசாரித் தலைவன் (Priest King) (அதாவது பூசாரித் தலைவனே வழிபாட்டின் தலைவனாகவும் இருந்துள்ளான், நகரின் தலைவனாகவும் இருந்துள்ளான்) உருவ சிலையை மட்கலத்தில் செய்து பரிசாக அனுப்பி வைத்தார். இத்துடன் எனது பெயரையும் தமிழ் பிராமியில் பொறித்திருந்தார். அவர், 'கலம் செய்யும் கோ'வின் வழி வந்தவர்.

அதேபோல், பானைச்செய்யும் தொழில் மரபைச் சார்ந்த எழுமாத்தூர் கார்த்திக் என்பவர் அவருடைய வீட்டிற்கு அழைத்துச் சென்று, அவர் செய்த சிந்துவெளியைச் சேர்ந்த பூசாரித் தலைவன் (Priest King) உருவச்சிலையைக் காட்டினார். அவர் எனது கையாலேயே எனது

பெயரைத் தமிழியில் பொறிக்கச் சொன்னார். நான் வேண்டாம் என்று சொல்லி, சிந்துவெளிப் பண்பாட்டை உலகறிய செய்த ஜான் மார்ஷல், அருட்தந்தை ஹென்றி ஹிராஸ், ஐராவதம் மகாதேவன், அஸ்கோ பர்போலா முதலியோரின் பெயர்களைப் பொறிக்குமாறு கேட்டுக்கொண்டேன். அவர், இவர்கள் அனைவரின் பெயர்களையும் தமிழியில் பொறித்து இறுதியில் எனது பெயரையும் பொறித்து எனக்கு அனுப்பி வைத்தார்.

*2018*ஆம் ஆண்டு டிசம்பர் *31*ஆம் நாள் இரவு, பாரதி புத்தகாலயம் ஒரு குறுந்தகட்டை வெளியிடுவதற்கு என்னை அழைத்திருந்தனர். அதில் சி.பி.எம். தலைவர் ஜி. ராமகிருஷ்ணன், தஞ்சை பல்கலைக்கழகத்தின் முன்னாள் துணைவேந்தரும், எனது நண்பருமான ம. இராசேந்திரன், எழுத்தாளர் சா. கந்தசாமி முதலியோர் பங்கெடுத்தனர். 'பாரதி அழகு தமிழ்' யூனிகோட் எழுத்துருக்கள் என்ற அந்தக் குறுந்தகட்டில் *808* எழுத்துரு குடும்பங்கள், *2102* எழுத்துருக்கள் காணப்படுகின்றன. தமிழ் எழுத்துகளைக் கணிணியில் எழுதுவதற்குக் குறைந்த எண்ணிக்கையே எழுத்துருக்களும் எழுத்துரு குடும்பங்களும் இருந்தன. அந்த நிலையினை மாற்றி தமிழைக் கணிணியிலும் அழகுபட எழுதுவதற்காக இவை உருவாக்கப்பட்டவை. இதனை உருவாக்கியவர்கள் திருவாரூர் மாவட்டத்தினைச் சேர்ந்த அறிவியல் ஆசிரியர்களாக எம். மோகனபிரியா, டி. பெருமாள்ராஜ் ஆகியோர் ஆவர். அவர்கள் எந்த உதவியும் இன்றி, தங்களது சொந்த முயற்சியிலிருந்து இதனைக் கற்று உருவாக்கியுள்ளனர். அதனால் இவ்விருவரையும் ஒடிசா அரசாங்கத்தின் சார்பாக, அரசு விருந்தினராக அழைத்து ஒடிசாவில் உள்ள அதிகாரிகளிடம் பேச வைத்தேன்.

சில நாட்களுக்கு முன்பு 'உசிலம்பட்டி அருகே ஊர்மந்தையில் தமிழி எழுத்துகளுடன் கல்' என்று செய்தி வெளியானது. இத்தகவலை ஆய்வாளர்களுக்கு அளித்தவர் தமிழாசிரியை மயில் மீனா.

இவர்களைப் பற்றி இங்கு ஏன் குறிப்பிடுகிறேன்? இவர்கள் அனைவரையும் எது இயக்குகிறது? என்ற வியப்புக் கலந்த கேள்வியால்தான் இவர்களைப் பற்றி பேசுகிறேன். எழுத்துத் தொடர்பான தொடர் ஓட்டத்தினைத் தமிழ் மொழியின்மூலமாக இவர்களை எது இயக்குகிறது? இந்தப் பின்னணியில்தான் 'கூர் உளி குயின்ற கோடு' என்பதைப் புரிந்துகொள்ள வேண்டி உள்ளது.

சங்க இலக்கியம் குறிப்பிடும் 'கூர் உளி குயின்ற கோடு' என்ற சித்தரிப்பு எழுத்தாகிய வரிவடிவம் பற்றியது. கூர்மையான உளியினை

வைத்துக் கற்பாறையில் செதுக்கிய அல்லது கீறியது எழுத்து ஆகும். அதனால் 'கூர் உளி குயின்ற கோடு' என்ற இந்த உரை 'எழுத்து' பற்றியது. கூர் உளியால் கல்லில் செதுக்கிய எழுத்தென்பதால் இது எழுதுபொருள், எழுதும் முறை முதலியவற்றைப் பற்றியதும் ஆகும். நடுகல்லில் எழுதிய எழுத்தென்பதால் வீரயுகப் பண்பாட்டின் ஊடாக வெளிப்படும் 'நீத்தார் பெருமை' என்ற தொன்மம் பற்றியதும் ஆகும். 'கூர் உளி குயின்ற கோடு' பொறித்த நடுகல் காணப்பட்ட இடம் காட்டுவழிப் பாதை என்பதால், நடுகல் குறிக்கும் மனிதர்கள், அதைப் படித்த வழிப்போக்கர்கள் சாமானிய மக்களே. அதனால் ஒருவகையில் இது சங்க கால 'எழுத்தறிவின் பரவலாக்கம்' பற்றிய உரையாடலும் ஆகும். 'எழுத்துப் பொறித்த நடுகல்' என்பது மனித சமுதாயத்தின் கல்வி வளர்ச்சியில் முக்கியமான மைல்கல். 'கூர் உளி குயின்ற கோடு' என்ற காட்சிப் படிமம் இந்தியத் துணைக்கண்டப் பண்பாட்டின் மற்றும்

படம். 2.2. கூர் உளி குயின்ற கோடு

தமிழ்த் தொன்மங்களின் புரிதலற்ற புள்ளிகளை இணைத்து வெளிச்சம் தரும் வீரியக் கோடும் ஆகும்.

இப்போது பின்வரும் சங்க இலக்கியப் பாடலைப் பார்ப்போம். அகநானூறு 343, மதுரை மருதன் இளநாகனார் பாலைத் திணைத் தலைவன் தன் நெஞ்சிடம் சொன்னது

வாங்கு அமை புரையும் வீங்கு இறைப் பணைத்தோள்,
சில் சுணங்கு அணிந்த பல் பூண் மென் முலை,
நல்லெழில் ஆகம் புல்லுதல் நயந்து,
மரம் கோள் உமண்மகன் பெயரும் பருதிப்
புன்தலை சிதைத்த வன்தலை நடுகல்
கண்ணி வாடிய மண்ணா மருங்குல்,
கூர் உளி குயின்ற கோடுமாய் எழுத்து அவ்
ஆறு செல் வம்பலர் வேறு பயம் படுக்கும்
கண் பொரி கவலைய கானத்து ஆங்கண்,
நனந்தலை யாஅத்து அம் தளிர்ப் பெருஞ்சினை
இல் போல் நீழல் செல் வெயில் ஒழிமார்,
நெடுஞ்செவிக் கழுதைக் குறுங்கால் ஏற்றைப்
புறம் நிறை பண்டத்துப் பொறை அசாஅக் களைந்த
பெயர்படை கொள்ளார்க்கு உயவுத்துணை ஆகி,
உயர்ந்த ஆள் வினை புரிந்தோய் பெயர்ந்து நின்று
உள்ளினை வாழி என் நெஞ்சே! கள்ளின்
மகிழின் மகிழ்ந்த அரிமதர் மழைக்கண்,
சின்மொழிப் பொலிந்த துவர்வாய்ப்,
பன் மாண் பேதையின் பிரிந்த நீயே.

உப்பு வணிகர்கள் வண்டியில் சென்றுகொண்டிருக்கிறார்கள். அவர்கள் சென்ற வண்டியின் உருளை தாறுமாறாக ஏறிச்சென்றதால் இந்தக் காட்டுப்பாதையின் ஓரத்தில் அமைக்கப்பட்டிருந்த நடுகல்லில் கூர் உளியால் கீறிப் பொறிக்கப்பட்ட எழுத்துகள் சிதைந்துவிட்டன. அதனால் அந்த எழுத்துகளைப் படிப்பதற்குக் கடினமாக இருந்ததால் அந்தப் பாதையிலே செல்லும் புதியவர்களுக்கு வேறு பொருளைத் தருவதாகப் பிறழ்ந்து காணப்படுகிறது. அப்படிப்பட்டக் காட்டுப்பாதையில் அகன்ற இடப்பகுதியில் 'யா' மரத்தின் அழகிய தளிர்களை உடைய பெரிய கிளைகளின் நிழலில் தங்கி இளைப்பாற தங்களது நெடுஞ்செவிக் குறுங்கால் கழுதைகளைக் கட்டிப்போட்டுவிட்டு, நிறைந்த பண்டங்களின் பாரத்தால் ஆகிய தளர்வைப் போக்கியவராய்

வணிகர்கள் ஓய்வெடுக்கிறார்கள். அப்படிப்பட்ட காட்டில் சென்ற தலைமகன் தனது நெஞ்சை நோக்கி தலைவியை நினைத்துப் பேசுவதாக இப்பாடல் அமைந்துள்ளது.

எழுத்தும் நடுகல்லும்

சங்க இலக்கியத்தில் எழுத்து பற்றிய பெரும்பாலான குறிப்புகள் நடுகற்களுடன் தொடர்புடையதாகவே உள்ளன.

பொரி அரை புதைத்த புலம்பு கொள் இயவின்,
விழுத்தொடை மறவர் வில் இட வீழ்ந்தோர்
எழுத்துடை நடுகல் இன் நிழல் வதியும் (அகநானூறு 53 9–11)

‘ஆளரவமற்ற வழியில் இழுத்துக்கட்டிய வில்லையுடைய மறவர்கள் அம்பு எய்ய, இறந்து வீழ்ந்தோரின் பெயரெழுதிய நடுகல்லின் இனிய நிழலில் தங்கியிருக்கும் அரிய பாலைநிலத்தின் கிளைபிரிந்து செல்லும் வழிகள்’ என்பது இதன் பொருளாகும்.

அதாவது, ‘அந்த வழியில் சென்றபோது மறவர்களால் வீழ்த்தப்பட்டு உயிர் இழந்தவர்களுக்கு அங்கேயே நடுகல் நடப்படுகிறது’ என்பதைக் குறிப்பிடுகிறது. இதேபோல் பல்வேறு காரணங்களால் உயிர் இழந்தவர்களுக்கு நடுகல் எழுப்பப்படும் மரபு காணப்படுவதும் புலனாகிறது. ஐங்குறுநூறு 352ஆம் பாடலில் நடுகல் பற்றிய ஒரு காட்சிச் சித்தரிப்பு சங்க இலக்கிய வர்ணனைகளின் துல்லியமான பார்வைக்கு ஓர் எடுத்துக்காட்டாகும். இந்தப் பாடலை எழுதியவர் ஓதலாந்தையார். பாலைத் திணைத் தோழி தலைவியிடம் சொன்னது

விழுத்தொடை மறவர் வில்லிடத் தொலைந்தோர்
எழுத்துடை நடுகல் அன்ன விழுப்பிணர்ப்
பெருங்கை யானை இருஞ்சினம் உறைக்கும்
வெஞ்சுரம் அரிய என்னார்,
வந்தனர் தோழி, நம் காதலோரே.

கல்லில் உளியை வைத்துச் செதுக்கிய எழுத்துகள் அந்தக் கல்லில் ஒருவகையான சொரசொரப்புத் தன்மையை உருவாக்கிவிடும். அவ்வாறு கோடுகள் கீறப்பட்ட நடுகல் பார்ப்பதற்கு யானையின் தும்பிக்கைபோல உள்ளதென்று இந்தப் பாடல் கூறுகிறது.

நடுகல்லையும் யானையையும் மிகக்கூர்ந்து கவனித்தவர்களால்தான் இத்தகைய துல்லியமான உவமையினைப் பயன்படுத்த முடியும். இதைப்போலவே அகநானூறு 53ஆம் பாடலிலும் “விழுத்தொடை மறவர் வில்லிடத் தொலைந்தோர் எழுத்துடை நடுகல்” என்ற

சித்தரிப்புப் பயன்படுத்தப்பட்டுள்ளது. இரண்டு வெவ்வேறு புலவர்கள், சங்க இலக்கியத்தின் இரு வெவ்வேறு தொகுதிகளில் “விழுத்தொடை மறவர் வில்லிடத் தொலைந்தோர் எழுத்துடை நடுகல்” என்ற ஒரே மாதிரியான சித்தரிப்பைப் பயன்படுத்துகிறார்கள் என்றால் அது எதைக் காட்டுகிறது? அம்பு பாய்ந்து இறந்த வீர மறவருக்கு நடுகல் எழுப்பி அதில் அவர்களின் பெயர்களைப் பொறிக்கும் தொன்மையான பண்பாட்டு மரபு தமிழ்ச் இலக்கிய மரபில் தெளிவாக ஆவணப்படுத்தப்படுகிறது என்பதையே இது காட்டுகிறது. அந்த வகையில் எழுத்துடை நடுகல் பற்றிய குறிப்புகள் சங்க இலக்கிய வீரயுகப் பாடல் மரபின் மிக முக்கியமான தடயங்களாகும்.

சுரங்கத்திலிருந்து அரங்கத்திற்கு

இந்தச் சங்கச் சுரங்கத்தின் உரையில் ‘சுரங்கத்திலிருந்து அரங்கத்திற்கு’ அகநானூறு 297ஆம் பாடலை முன்வைக்க விரும்புகிறேன். இதனை எழுதியவர் மதுரை மருதன் இளநாகனார்.

பானாள் கங்குலும் பெரும் புன் மாலையும்,
ஆனா நோயொடு அழி படர்க் கலங்கி
நம் வயின் இனையும் இடும்பை கைம்மிக
என்னை ஆகுமோ நெஞ்சே, நம் வயின்
இருங்கவின் இல்லாப் பெரும் புன் தாடிக்
கடுங்கண் மறவர் பகழி மாய்த்தென,
மருங்குல் நுணுகிய பேஎம் முதிர் நடுகல்
பெயர் பயம் படரத் தோன்று குயில் எழுத்து
இயைபுடன் நோக்கல் செல்லாது, அசைவுடன்
ஆறு செல் வம்பலர் விட்டனர் கழியும்
சூர் முதல் இருந்த ஓமையம் புறவின்
ஈர் முள் வேலிப் புலவு நாறு முன்றில்,
எழுதியன்ன கொடிபடு வெருகின்
பூளையன்ன பொங்கு மயிர்ப் பிள்ளை
மதி சூழ் மீனின் தாய் வழிப்படூஉம்,
சிறுகுடி மறவர் சேக் கோள் தண்ணுமைக்கு
எருவைச் சேவல் இருஞ்சிறை பெயர்க்கும்
வெருவரு கானம், நம்மொடு
வருவல் என்றோள் மகிழ் மட நோக்கே.

இப்பாடலுக்கு இணையத்தில் vaiyan.blogspot.com என்ற வலைத்தளத்தில் கொடுக்கப்பட்டுள்ள உரை பின்வருமாறு,

“உன்னோடு நானும் வருகிறேன்” என்றாளே, எப்படி இருக்கிறாளோ?, தலைவன், தான் செல்லும் வழியில் இப்படி நினைக்கிறான். நள்ளிரவிலும், மாலையிலும் தாங்கமுடியாத காமநோயோடு கலக்கத்துடன் என்னை நினைத்து எல்லை கடந்த துன்பத்துடன் என்ன நிலைமையில் இருக்கிறாளோ? நெஞ்சே! நினைத்துப் பார். வழியில் செல்லும் புதியவர்கள், ஆநிரை கவரும் மறவரோடு போரிட்டு மாய்ந்த வீரனின் நடுகல்லில் இருக்கும் அவனைப் பற்றிய எழுத்தைப் படிக்காமல் செல்லும் வழியில் நான் செல்கிறேன். நிலாவைச் சுற்றி விண்மீன்கள் இருப்பது போல் தாயைச் சுற்றிக்கொண்டு பூனைக்குட்டிகள் தாயைப் பின்தொடர்ந்து செல்லும் முற்றம் கொண்ட ஊர் சிறுகுடி. சிறுகுடியில் வாழும் மறவர்கள் காளையோடு போரிடும்போது முழங்கும் தண்ணுமை ஒலியைக் கேட்டு, கழுகுகள் சிறகை விரித்துக்கொண்டு பறக்கும் காட்டுக்கு “உன்னோடு வருகிறேன்” என்று சொன்னாளே! அறியாப் பார்வையைக் காட்டிக்கொண்டு சொன்னாளே!

இங்கு, நடுகல்லில் உள்ள எழுத்து தெளிவாகத் தெரியவில்லை. அதற்குக் காரணம், அங்கு மறவர்கள் தங்களுடைய அம்பினைத் தீட்டுவதற்கு இந்த நடுகல்லினைப் பயன்படுத்தி உள்ளனர். அதனால் நடுகல்லில் பொறிக்கப்பட்ட எழுத்தானது சிதைந்துள்ளது. இதனால் அவ்வெழுத்தினைப் படிக்க முடியாமல் போய்விடுகிறது என்பதைச் சங்க இலக்கியம் பதிவு செய்கிறது.

இத்துடன் நடுகல்லில் பெயர் எழுதுவதுதான் முக்கியமானதாக இருந்துள்ளது. அகநானூறு 131, மதுரை மருதன் இளநாகனார், பாலைத் திணை – தலைவன் தன் நெஞ்சிடம் சொன்னது

விசும்புற நிவந்த மாத்தாள் இகணைப்
பசுங்கேழ் மெல்லிலை அருகு நெறித்தன்ன
வண்டுபடுபு இருளிய தாழ் இருங்கூந்தல்
சுரும்பு உண விரிந்த பெருந்தம் கோதை
இவளினும் சிறந்தன்று ஈதல் நமக்கு என,
வீளை அம்பின் விழுத்தொடை மழவர்
நாள் ஆ உய்த்த நாம வெஞ்சுரத்து
நடை மெலிந்து ஒழிந்த சேண் படர் கன்றின்
கடைமணி உகு நீர் துடைத்த ஆடவர்
பெயரும் பீடும் எழுதி அதர்தொறும்,
பீலி சூட்டிய பிறங்கு நிலை நடுகல்
வேல் ஊன்று பலகை வேற்று முனை கடுக்கும்

வெருவரு தகுந கானம், நம்மொடு
வருக என்னுதி ஆயின்,
வாரேன் நெஞ்சம், வாய்க்க நின் வினையே.

‘வானளாவ உயர்ந்த கருமையான அடிப்பகுதியையுடைய இகணை மரத்தின் பசிய நிறமுடைய மெல்லிய இலைகளை அருகருகே செறிவாக வைத்ததைப் போல வண்டுகள் மொய்த்து இருண்டு தாழ்ந்த பெரிய கூந்தலையும் வண்டுகள் தேனை உண்ணும்படி மலர்ந்த பெரிய குளிர்ச்சியான மாலையையும் உடைய இவளைக் காட்டிலும் நமக்கு ஈதல் சிறந்தது என்று - சீழ்க்கை போன்று ஒலித்துச் செல்லும் அம்புகளைச் சிறப்பாகத் தொடுக்கும் வெட்சி மறவர் விடியற்காலத்தில் பசுக்களைக் கவர்ந்துசென்ற அச்சம்தரும் கொடிய பாலை வழியிலே, போரிட்டு, அப்பசுக்களை மீட்டு வரும்போது நெடுந்தூரம் கடந்து வருவதால் நடை ஓய்ந்து நின்றுவிட்ட கன்றின் கடைக்கண்ணிலிருந்து ஒழுகும் நீரைத் துடைத்துவிட்ட கரந்தை வீரர்களுள் போரில் மடிந்த மறவருடைய, பெயரும், சிறப்பும் பொறித்து வழிகள்தோறும் மயில்தோகையினைச் சூட்டிய விளக்கமான நிலையினையுடைய நடுகல்லின் முன்னர் வேலும் கிடுகும் ஊன்றியிருக்க, அந்த இடம் பகைவர் போர்முனையைப் போலத் தோன்றும் அச்சம்வரத் தக்கதான காட்டுவழியில், நம்முடன் வருக என்று சொல்வாயானால் நான் வரமாட்டேன் நெஞ்சமே! நீ நினைத்த காரியம் உனக்குக் கைகூடுவதாக!’ என்று பாண்டியராஜா உரை (sangacholai.in/8.7.html#131) எழுதியுள்ளார்.

இத்தகைய குறிப்புகள்மூலம் நடுகல் மரபு தமிழ்த் தொன்மங்களில் எவ்வளவு முக்கியமான இடம் பெற்றிருந்தது என்பது மட்டுமின்றி பெயரையும் பெருமையும் நடுகல்லில் மீது எழுதும் வழக்கமும் நமது கவனத்தைக் கவர்கிறது. எழுத்துப் பரவலாக்கத்திற்கும் இது சான்றளிக்கிறது. சங்க கால அகழாய்வுத்தடங்களில் கிடைத்துள்ள பெயர் கீறப்பட்ட பானை ஓடுகள், தமிழி எழுத்தில் பாறைகளில் செதுக்கப்பட்ட பெயர்கள், சங்க இலக்கியம் நம் கண்முன் நிறுத்தும் எழுத்துடை நடுகல் ஆகிய அனைத்து தரவுகளையும் ஒருசேரப் பார்க்கவேண்டும்.

இன்ன பல பல எழுத்து நிலை மண்டபம்

பரிபாடல் 19இல் எழுத்து நிலை மண்டபம் பற்றிய குறிப்பு வருகிறது.

“இரதி காமன் இவள் இவன்” எனாஅ,
விரகியர் வினவ வினா இறுப்போரும்,

"இந்திரன் பூசை; இவள் அகலிகை; இவன்
சென்ற கவுதமன்; சினன் உறக் கல் உரு
ஒன்றியபடி இது" என்று உரை செய்வோரும்,
இன்ன பல பல எழுத்து நிலை மண்டபம்,
துன்னுநர் சுட்டவும், சுட்டு அறிவுறுத்தவும்,
நேர் வரை விரி அறை வியல் இடத்து இழைக்கச்
சோபன நிலையது துணி பரங்குன்றத்து
மாஅல் முருகன் மாட மருங்கு.

இவ்வரியில் 'எழுத்து நிலை மண்டபம்' என்ற சொல் முக்கியமானது. இதில், 'ரதி இதோ, இந்திரன் இதோ, அகலிகை இதோ' என ஒரு கதையினைச் சுட்டுவதுபோன்று அமைந்திருப்பதை 'எழுத்து நிலை மண்டபம்' எனப்படுகிறது. இந்த எழுத்து நிலை மண்டபம் என்பது சங்க இலக்கியக் காலத்தில் மதுரையில் காணப்பட்டுள்ளது. இதில் பல்வேறு இதிகாசக் கதைகள் விவரித்தல் என்பது இருந்துள்ளது. இங்கு குறிப்பிட்ட இந்த அகலிகை கதை போன்றே இன்னும் பல எழுத்து நிலை மண்டபம் அக்காலத்தில் இருந்துள்ளதையும் இவ்வரிகள் எடுத்துரைக்கிறது.

எழுத்து என்பது நிலை மண்டபத்திற்கும் பயன்படுத்தியிருப்பது இவ்விடத்தில் முக்கியமானது. இதில் எழுத்து என்பது சொற்களின் வரிவடிவமாகிய எழுத்தைக் குறிக்கிறதா அல்லது காட்சிகளை ஓவியமாக எழுதிய மரபைக் குறிக்கிறதா என்ற யோசனை எழுகிறது. சங்க இலக்கியங்களில் உடலின் மீது தொய்யில் எழுதும் வழக்கம் பற்றியும் குறிப்பிடப்படுகிறது.

தொய்யில் எழுதவும் வல்லன்

கலித்தொகை 143ஆம் பாடலில் பின்வருமாறு எழுத்து குறித்துப் பேசப்பட்டுள்ளது,

நெய்தல் நெறிக்கவும் வல்லன் நெடு மென்தோள்
பெய் கரும்பு ஈர்க்கவும் வல்லன் இள முலை மேல்
தொய்யில் எழுதவும் வல்லன் தன் கையில்
சிலை வல்லான் போலும் செறிவினான் நல்ல
பல வல்லன் தோள் ஆள்பவன்
நினையும் என் உள்ளம் போல் நெடுங் கழி மலர் கூம்ப
இனையும் என் நெஞ்சம் போல் இனம் காப்பார் குழல் தோன்றச்
சாய என் கிளவி போல் செவ்வழி யாழ் இசை நிற்ப

போய என் ஒளியே போல் ஒரு நிலையே பகல் மாய
காலன் போல் வந்த கலக்கத்தோடு என்தலை
மாலையும் வந்தன்று இனி

பெண்களுடைய தோள், மார்பு முதலியவற்றில் கரும்பினைப் படமாக வரைதல் தொய்யில் எனப்படுகிறது. மருத நிலத்தின் மிக முக்கியமான பயிர்களில் கரும்பும் ஒன்று. பெண்களின் உடலில் கரும்பு வரைவதற்குப் பல காரணங்கள் இருக்கலாம். கரும்பு பண்டைக் காலத்தில் தமிழகத்தில் புதிதாக அறிமுகம் செய்யப்பட்ட பயிராகக் கருதப்படுகிறது. அதனால் நெல் போன்று மருத நிலத்தின் பெருமிதமாகவும் கரும்பு கருதப்பட்டது. கரும்பின் சுவை இனிப்பு. காமன் கையில் கரும்பு வில். எனவே, கரும்பு காதலின், காமத்தின் சின்னமாகவும், வளமையின் சின்னமாகவும் கருதப்படுகிறது.

ஒரு காதலன் தன்னைக் காதலிக்கும் பெண்ணின் தோளில், மார்பில் தொய்யில் எழுதியதைச் சங்க இலக்கியம் பல இடங்களில் குறிப்பிடுகிறது. இங்கு எழுதுதல் என்ற சொல் பயன்படுவது கவனிக்கத்தக்கது.

ஒளி பெற எழுதிய தொய்யில்

குறுந்தொகை 276, கோழிக் கொற்றனார், குறிஞ்சித் திணை – தலைவன் சொன்னது

பணைத்தோள் குறுமகள் பாவை தைஇயும்,
பஞ்சாய்ப் பள்ளம் சூழ்ந்து மற்றிவள்
உருத்தெழு வன முலை **ஒளி பெற எழுதிய**
தொய்யில், காப்போர் அறிதலும் அறியார்,
முறை உடை அரசன் செங்கோல் அவையத்து
யான் தன் கடவின் யாங்கு ஆவது கொல்?
பெரிதும் பேதை மன்ற,
அளிதோ தானே, இவ்வழுங்கல் ஊரே.

“மூங்கிலைப் போன்ற தோள்களையுடைய இவளுக்குப் பரிசளிக்க நான் பாவை செய்ததையும் அதற்குத் தேவையான பஞ்சாய்க் கோரை வளரும் தாழ்நிலத்தைச் சுற்றிச் சுற்றி வந்ததையும்; அழகிய இவளின் திமிரும் முலைகள் ஒளிபெற வரைந்த தொய்யிலையும், அவளைச் சுற்றி காவலாக இருப்போர் அறியமாட்டார்கள். அவர்களுக்கு என்ன தெரியும் முறைசெய்து காப்பாற்றும் செங்கோன்மையை உடைய அரசனின் அவைக்குச் சென்று எனது காதலைச் சொல்லி இவளது

கரங்களை நாடினால் அப்போது இந்த ஊர் என்ன செய்யும்? பெரிதும் பேதைமையுடைதாய் இருக்கிறது இந்த ஊர். ஆரவாரம் மிக்க இந்த ஊரை நினைத்தால் பரிதாபமாகத்தான் இருக்கிறது,'' என்று தலைவன் சொல்கிறான். 'தொய்யில் எழுதுதல்' என்பது இருவருக்கிடையிலான காதலையும் நெருக்கத்தையும் புரிதலையும் காட்டுகிறது என்பது வெளிப்படை.

'தொய்யில் எழுதுதல்' என்பது ஒருவகையில் 'பச்சை குத்துதல்' போன்றதுதான். பச்சை குத்துதல் உலகம் முழுவதும் பழங்குடி மக்களிடையே பரவலாகக் காணப்படும் ஒரு பண்பாட்டு மரபாகும். பச்சை குத்துதலின் நோக்கப் பொருண்மை பற்றி பல்வேறு கருத்துகள் உண்டு. அது மேனியை அழகுபடுத்துவதற்கானது என்பதே இக்காரணங்களில் முக்கியமானது. சத்திஸ்கர், ஒடிசா பகுதிகளில் வாழும் திராவிட மொழிக் குடும்பக் கோண்டு பழங்குடிகள் முகத்தில் பச்சை குத்திக்கொள்கிறார்கள். அது விரும்பி, அழகு படுத்தலுக்காக அவர்கள் செய்கின்றனர். இதுமட்டுமின்றி கை, கால், மார்பு என உடல் முழுக்க பச்சை குத்துதல் என்பது காணப்படுகிறது. பச்சையையே ரவிக்கையாகக் குத்தியிருப்பவர்கள் எல்லாம் உள்ளனர். தற்போது நவீன காலத்திலும் பச்சை குத்துதல் *(Tattooing)*உலகம் முழுவதும் பரவி உள்ளது. இதில் புகழ்பெற்ற பச்சை குத்தும் கலைஞர்கள் உள்ளனர். அவர்களுக்கென்று தனியாக இணையதளம் உள்ளது. பச்சை குத்துதல் ஏதோ ஒன்றைச் சொல்வதற்கான எழுத்தாக உள்ளது என்பதுதான் முக்கியமானது.

'எழுது சுவர் நினைந்த அழுது வார் மழை கண்' என்று அகநானூறில் *(351/11)* சொல்லப்படுகிறது. இது தலைவன் விட்டுச்சென்ற நாட்களை எண்ணும் வகையில் சுவரில் கோடாக எழுதி வைத்திருப்பதைக் குறிக்கிறது. இத்துடன் சங்க இலக்கியத்தில் 'கீறல்' என்றும் சொல்லப்படுகிறது. பரிபாடலில்,

> பொதியில் முனிவன் புரை வரை கீறி
> மிதுனம் அடைய விரி கதிர் வேனில் (பரிபாடல் 11/11,12)

எழுத்து என்பது சுவரில் கோடு போடுதலையும் கீறலையும் குறிப்பதாக உள்ளது.

எழுத்தின் வரலாறு

எழுத்தின் வரலாறு நெடியது. வரைவதும் கோடிழுப்பதும் ஒருவகையில் 'எழுதுதல்' என்றால் மிகத் தொன்மையான குகை

ஓவியங்கள் கணக்கில் வரும். ஆனால் நாம் எழுத்து எனக் கருதும் வரிவடிவம் செம்புக்காலத்தில் (கிமு 3000 வாக்கில்) இருந்துதான் காணப்படுகிறது. மெசபடோமிய நாகரிகத்தின் தொல்லியல் ஆய்வுகளில் ஈரமண் பலகை, கூரிய முனைக்குச்சியால் குத்திக்கீறிய எழுத்து, காயவைத்தும், சுட்டெடுத்தும் – உளிவெட்டு எழுத்துகள் முதலியவை காணப்படுகின்றன. சுமேரியர் எழுத்து ஆப்பு வடிவ எழுத்துகள் ஆகும். எகிப்திய நாகரிகத்தில் படவெழுத்து முறை › குறியெழுத்து முறைகள் காணப்பட்டன.

எண்ணும் எழுத்தும்

தமிழ் இலக்கியங்களில் எண்ணும் எழுத்தும் குறித்துப் பேசப்பட்டுள்ளன. அவற்றில் சில,

எண்என்ப ஏனை எழுத்துஎன்ப இவ்விரண்டும்
கண்என்ப வாழும் உயிர்க்கு. – குறள்: 392

எண் எழுத்து இகழேல் – ஆத்திசூடி

எண்ணும் எழுத்தும் கண் எனத் தகும் – கொன்றை வேந்தன்

எண்ணும் எழுத்தும் குறியும் அறிபவர்,
எண்ணவன் காண் எழுத்தவன் காண்,
எண்ணானாய் எழுத்தானாய் எழுத்தினுக்கோர் இயல்பானாய்,
எண்ணாகி எண்ணுக்கோர் எழுத்துமாகி – அப்பர்– தேவாரம்

இத்துடன் தமிழின் முதல் இலக்கண நூலான தொல்காப்பியம் 'எழுத்தெனவே' எனத் தொடங்குகிறது. அது பின்வருமாறு:

எழுத்தெனப் படுப
வகரமுத னகர விறுவாய்
முப்பஃ தென்ப
சார்ந்துவரன் மரபின் மூன்றலங் கடையே (தொல்காப்பியம். எழுத்திகாரம். 1)

உருவெழுத்து, உணர்வெழுத்து, ஒலியெழுத்து, தன்மையெழுத்து என யாப் பெருங்கல விருத்தி குறிப்பிடுகிறது. திவாகரம், பிங்கலம் ஆகிய நிகண்டுகளில் 'வடிவு பெயர் தன்மை முடிவு நான்கெழுத்தே' என்று குறிப்பிடப்பட்டுள்ளது. இத்துடன் தேவநேய பாவாணர், "எழுத்து என்பதன் முதல் பொருள் படம் அல்லது ஓவியம் என்பதே. எழுதுதல் – வரைதல்; இன்றும் படம் எழுதுதல் என்பது வழக்கில் இருப்பதைக் காண்க" என்று குறிப்பிடுகிறார்.

ஆவணமாக்கள்

அகநானூறு 77, மதுரை மருதன் இளநாகனார், பாலைத் திணை – தலைவன் தன் நெஞ்சிடம் சொன்னது

நன்னுதல் பசப்பவும் ஆள் வினை தரீஇயர்
துன் அருங்கானம் துன்னுதல் நன்று எனப்
பின்னின்று சூழ்ந்தனை ஆயின் நன்று இன்னாச்
சூழ்ந்திசின் வாழிய நெஞ்சு வெய்துற
இடி உமிழ் வானம் நீங்கி யாங்கணும்

குடி பதிப் பெயர்ந்த சுட்டுடை முது பாழ்
கயிறு பிணிக் குழிசி ஓலை கொண்மார்
பொறி கண்டு அழிக்கும் ஆவணமாக்களின்
உயிர் திறம் பெயர நல் அமர்க் கடந்த
தறுகணாளர் குடர் தரீஇத் தெறுவச்

செஞ்செவி எருவை அஞ்சுவர இகுக்கும்
கல் அதர்க் கவலை போகின் சீறூர்ப்
புல் அரை இத்திப் புகர் படு நீழல்
எல் வளி அலைக்கும் இருள் கூர் மாலை
வானவன் மறவன் வணங்கு வில் தடக்கை

ஆனா நறவின் வண் மகிழ் பிட்டன்
பொருந்தா மன்னர் அருஞ்சமத்து உயர்த்த
திருந்து இலை எஃகம் போல
அருந்துயர் தரும் இவள் பனி வார் கண்ணே.

தலைவியின் நல்ல நெற்றி பசந்துபோகவும், முயற்சியால் பொருள் ஈட்டுவதற்கு நெருங்க முடியாத காட்டுவழியில் செல்லுதல் நல்லதென்று எண்ணி, என் பின்னே நின்று நீ நினைத்தால், மிகுந்த கொடிய செயலைச் செய்ய நினைக்கின்றாய், வாழ்க நெஞ்சமே! வெப்பம் மிகுந்திருக்கும்படி இடிகளை உமிழும் மேகம், மழைபெய்யாமல் அகன்று செல்வதால், எங்கும் குடிமக்கள் தத்தம் ஊர்களைவிட்டு வெளியேறுகின்ற, பலரும் சுட்டிக்காட்டிக் கூறும் பழைய பாழிடத்தில் கயிற்றினால் சுற்றிக் கட்டப்பட்ட குடத்திலுள்ள ஓலையை வெளியே எடுப்பதற்குக் குடத்தின் இலச்சினையை நீக்கும் ஆவணப்பெரியோர் (அந்த ஓலைகளை வெளியே எடுப்பது) போன்று தம் உயிர்

தம்மைவிட்டுப் போக, நல்ல போரினை வென்று மடிந்த அஞ்சாநெஞ்சரின் குடலை வெளியே எடுக்க, மிகவும் வலிந்து, சிவந்த செவியினைக் கொண்ட பருந்து காண்போர் அஞ்சும்படியாக இழுக்கும் பரல்கற்கள் நிறைந்த பலவாறாகப் பிரிந்துசெல்லும் வழியில் போனால், அங்குள்ள சிற்றூர்களின் பொலிவற்ற அடியினையுடைய இத்தி மரத்தின் புள்ளி புள்ளியான நிழலில் பெருங்காற்று வீசும் இருள் மிக்க மாலை வேளையில் (ஓய்வெடுக்கக் கண்ணை மூடும்போது) சேரனின் படைத்தலைவனான, வளைந்த வில்லைப் பெரிய கையில் கொண்ட குறையாத கள்ளினது மிக்க மகிழ்ச்சியையுடைய பிட்டன் என்பவன் தன்னோடு ஒத்துவராத மன்னர்களுடனான அரிய போரில் ஓங்கித் தூக்கிய திருத்தமான இலைத்தொழிலையுடைய வேல் (அப்பகை மன்னர்க்குத் தரும் துன்பத்தைப்) போல தாங்க முடியாத துயரத்தைத்தரும் நம் தலைவியின் நீர் ஒழுகும் கண்கள்.

இப்பாடல் வரிகள் பண்டைய காலத்தின் 'ஆவணமாக்கள்' குறித்து எடுத்துரைக்கின்றன. இதற்கடுத்து, 'எழுதாக் கற்பு' என்று வேதத்தினைக் குறுந்தொகை 156ஆம் பாடல் குறிப்பிடுகிறது. இதனை எழுதியவர் பாண்டியன் ஏனாதி நெடுங்கண்ணனார், குறிஞ்சித் திணை – தலைவன் பார்ப்பன நண்பனிடம் சொன்னது

> பார்ப்பன மகனே! பார்ப்பன மகனே!
> செம்பூ முருக்கின் நல் நார் களைந்து
> தண்டொடு பிடித்த தாழ் கமண்டலத்துப்
> படிவ உண்டிப் பார்ப்பன மகனே!
> எழுதாக் கற்பின் நின் சொல் உள்ளும்,
> பிரிந்தோர்ப் புணர்க்கும் பண்பின்
> மருந்தும் உண்டோ? மயலோ இதுவே?

இதில், வேதத்தையறிந்த உன்னுடைய சொற்களுக்குள் பிரிந்த தலைவியரையும் தலைவர்களையும் சேரச் செய்யும் தன்மையையுடைய மருந்தும் உள்ளதா? என்று கேட்பதுபோன்று அமையப்பெற்றது. இதில் வேதம் "எழுதாக் கற்பு" என்று குறிப்பிட்டுள்ளது முக்கியமானது. ஏனெனில் வேதங்கள் அடிப்படையில் வாய்மொழிப்பாடல்களாக ஓதப்பட்டவை.

பழங்கால இந்தியாவில் இரு வரிவடிவங்கள் இருந்தன. அவை பிராமி, கரோஷ்டி. பிராமி இடதுபுறத்திலிருந்து வலதுபுறமாக எழுதுவதாகும். சில கல்வெட்டுகள் இடமிருந்து வலமாக ஒரு வரி, மற்றொரு வரி வலமிருந்து இடமாகவும் காணப்படுகிறது. கரோஷ்டி

அரேபிய பாரசீக எழுத்துக்களைப் போல வலதுபுறத்திலிருந்து இடதுபுறமாக எழுதப்பட்டுள்ளது. கரோஷ்டி கல்வெட்டுகள் இந்தியாவின் வடமேற்குப் பகுதியில் மட்டுமே காணப்படுகின்றன. இவை கி.பி 4 ஆம் நூற்றாண்டிற்கு முந்தையவை. அதற்குப்பின்பு இவ்வரிவடிவம் வழக்கொழிந்தது.

எழுதுபொருள், எழுதுவோரின் கைவாகு, ஓவிய உணர்வு ஆகியவை எழுதும்முறையில் முக்கிய காரணிகளாக இருந்துள்ளன. ஓலையில் எழுதுபவர்கள் இடதுபுறத்தில் எழுத்தாணியை ஊன்றினால் அந்த வரி முழுமையும் எழுதி வலது ஓரத்தை அடைந்த பிறகுதான் ஏட்டைவிட்டு ஆணியை எடுப்பார்கள். அதனால் அதிகப்படியாகக் கோடுகள் விழுந்து அக்கோடுகளும் எழுத்துகளின் பாகங்களாகி விடுகின்றன. எழுத்துகளைக் கல்லிலும் செம்பிலும் வெட்டுபவர்கள் அவை கண்ணுக்கு அழகாகக் காணப்படவேண்டும் என்ற எண்ணத்துடன் பல சமயங்களில் எழுத்துகளின் வடிவங்களைச் சிறிதுமாற்றிச் சித்தரித்துள்ளார்கள். அத்தகைய சாசனங்கள் கல்வெட்டுகளில்தான் அதிகம் உள்ளன. தென்னாட்டு எழுத்துகள் யாவும் பெரும்பாலும் இடதுபுறமிருந்து வலதுபுறம் செல்லும் ஒரே கோட்டால் ஆனவை. அச்சுக்கலைதான் வரிவடிவத்தை நிலைப்படுத்தியது.

.. .. n̲ a ṭi ō n̲ pā ka l pā ḷi y ka l

.. .. ன் அடிஓன் பாகல் பாளிய் கல்

தமிழி எழுத்துகள் பொறிக்கப்பட்ட நடுகல் - தாதப்பட்டி

படம்.2.3. தாதாபட்டி தமிழிக் கல்வெட்டு

அரசலாபுரம்

இந்தலூர்

படம்.2.4. கோழிநடுகல்

தமிழ்நாட்டில் கிடைக்கும் தமிழி அல்லது தமிழ் பிராமி, கிரந்தம், வட்டெழுத்து, பானைக்கீறல்கள் ஆகியவை பழைய வரிவடிவங்கள் ஆகும்.

கண்ணெழுத்து

பழங்காலத் தமிழகத்தில் ஏற்றுமதியாளர்கள் பண்டப் பொதிகளின் மீது பொருளின் பெயரையும், அளவையும் படமாக வரைந்து அனுப்புவர். இவ்வாறு அடையாளம் காட்டி எழுதப்படுவது கண்ணெழுத்து எனப்படுகிறது. இச்செய்தி சிலப்பதிகாரத்திலும் காணப்படுகிறது.

"கண்ணெழுத்துப் படுத்த எண்ணுப் பல்பொதி." (சிலம்பதிகாரம் :5: 1.12)

அரசு கடிதங்களுக்கு மன்னர்களின் திருமுகங்களை மறைவடக்கமாக முத்திரையிட்டு அனுப்பியுள்ளனர். சிலப்பதிகார மாதவியும், சீவக சிந்தாமணி காந்தருவதத்தையும் இத்தகைய தன்மையில் தங்கள் கடிதங்களுக்கு முத்திரையிட்டு அனுப்பினர். (சிலப்பதிகாரம் 13-79, சிந்தாமணி 1767) எனவே கண்ணெழுத்து என்பது அடையாள எழுத்து அல்லது குறியீட்டெழுத்து எனலாம். அரசனது திருமுகங்களை எழுதி அதன்மேல் அரச முத்திரையிடுவோர் கண்ணெழுத்தாளர் எனப்படுகிறார்.

கண்ணெழுத்தாளர் காவல் வேந்தன்
மண்ணுடை முடங்கலம் மன்னவர்க்
களித்தாங்கு (சிலப்பதிகாரம் 26:170–171)

என்னும் சிலப்பதிகாரப் பாடல்மூலம் அதனை அறியலாம்.

ஆட்டோ எஸ்பெர்சன், புளூம்பீல்டு, விட்னே, கால்டுவெல் முதலிய அயல் நாட்டாரும், ஏராளமான தமிழறிஞர்களும் மொழி குறித்த

ஆய்வுகள் மேற்கொண்டனர். மொழியைப் பற்றி விரிவாக எழுதப் புகுந்த எஸ்பெர்ஸன் (Gesperson) அவர்கள், ‘மனிதன் முதலில் தான் கண்ட பொருளுக்குப் பெயர் வைக்கத் தெரியாத விலங்கு நிலையில் இருந்தான்; தன் இனத்தவருடன் பேச இயலாதவனாக இருந்தான்; பின்னர் நாளடைவில் அறிவையும் அனுபவத்தையும் பிறரிடம் சொல்வதற்காக அப்பொருளின் உருவத்தினைச் சித்தரித்துக் காட்டினான்; அதன்பிறகு பொருளின் பண்புகளைத் தன் செய்கையால் அறிவித்து அதனைப் பெற்று வந்தான்; மூன்றாவதாகக் குறுக்கெழுத்துப் போல ஒரு பொருளுக்கு ஓர் எழுத்து இட்டு வழங்கினான்; அடுத்து எழுத முடியாமல் பேச்சு வகையால் சொற்றொடர்களைக் குறித்த அடையாளம் தந்தான். இங்ஙனம் மொழியானது உருப்பெறுகிறது" எனத் தம் அரிய ஆராய்ச்சி நூலில் விளக்கமாகக் கூறியுள்ளார்.

மேற்கண்ட கூற்றினைக் கொண்டு எழுத்துகளின் வளர்ச்சியைச் சித்திரவெழுத்து, தன்மையெழுத்து, உணர்வெழுத்து, ஒலியெழுத்து என நான்காகக் கொள்ளலாம். இதனை நன்னூல், எழுத்தியல் ஈற்றுச் சூத்திர உரையில் மயிலைநாதர் என்னும் உரையாசிரியர் விளக்கமாகக் கூறியுள்ளார். யாப்பருங்கல விருத்தி என்னும் நூலின் உரையாசிரியர் சில வேறுபாடுகளுடன் வேறு பல எழுத்து வகைகளைக் குறிக்கிறார்.

தமிழ் நூல்கள் மட்டுமே எழுத்துகளின் தோற்றங்களைப் பலவகையாக விளக்குகின்றன. சித்திர சங்கேத எழுத்துக்களில் நின்று தமிழகத்தில் எழுத்துகள் தனி முறையில் தோற்றமாகி வளர்ச்சி பெற்று, வட்டெழுத்து என்ற நிலையை அடைந்திருக்க வேண்டும் என்று ஆய்வாளர்கள் கூறுகின்றனர்.

இவ்வாறு படிப்படியாக வளர்ச்சியடைந்த தமிழ் எழுத்துகள் மறைமலையடிகள், ஈ.வெ.ரா. பெரியார் போன்ற பல பெரியோர்களின் முயற்சிகளுடன் தற்போதுள்ள தோற்றம் பெற்று விளங்குகிறது எனலாம்.

பனை ஓலையில் தமிழ் எழுத்துகளை எழுதிய காலத்தில் சார்பெழுத்துக்களில் ஒன்றான ஆய்தம் எழுத்தாகக் கொள்ளப்பட்டுத் தமிழ் எழுத்துக்கள் 247 எண்ணிக்கையினவாகும். எழுதும் பொருட்கள் மாறியபோதெல்லாம், எழுத்துகளை மாற்றும் முயற்சிகளும் நடந்துள்ளன.

ஆனாலும், இன்றும் ஏதோ ஓர் உதயன் தனது திருமண மோதிரத்தில் தமிழியைப் பயன்படுத்துகிறார். இரு அறிவியல் ஆசிரியர்கள் புதிய எழுத்துருக்களை உருவாக்குகின்றனர், கலங்களில் சிலர் தமிழியைப்

பொறிக்கின்றனர். இதுதான் தமிழ்த் தொன்மையும் தொடர்ச்சியுமாய் தொடர்ந்திருப்பதாகும்.

ஒலி என்பது எழுந்தது, எழுப்பப்பட்டது. புள்ளி என்பது வைக்கப்பட்டது. புள்ளிகள் நகர்வதில்லை. இழுக்கப்பட்டது கோடு. கீறப்பட்டது கீறல். வரிந்து இழுத்து வரையப்பட்டது வரிவடிவம். அதனால் எழுத்து ஒலியாகவும் புள்ளியாகவும் கோடாகவும் ஓவியமாகவும் இருக்கிறது. எழுத்தில்லாமல் ஒலி இருக்கலாம். ஆனால் உள்ளீடாக ஒலியில்லாமல் எழுத்திருப்பதில்லை. எழுத்து நெடுங்கணக்காய் எழுதப்பட்டாலும் சித்திர எழுத்தாய் எழுதப்பட்டாலும் உள்ளிருந்து ஒலி சொல்லாகவும் சொற்பொருளாகவும் அசையாகவும் உருபனவாகவும் சீராகவும் அடியாகவும் தொடராகவும் ஒலித்துக் கொண்டே இருக்கிறது. வரிவடிவம் என்பது ஒரு வகையில் மனிதன் கண்டுபிடித்த ஒலியும் ஒளியும்.

இதன் ஊடாகவே சங்க இலக்கியம் ஒலியாகவும் எழுத்தாகவும் சொல்லாகவும் பொருளாகவும் கடந்தகால வாழ்வியலை நமக்காக அடைக்காத்துக் காட்சிப்படுத்திய ஒலி-ஒளி ஓவியமாகவும் நம் கைகளில் தவழ்கிறது. தமிழ் மொழியில் எழுதுதல் என்பது ஒலியைக் குறிக்கும் எழுத்தாகவும் மேனியில் வரையப்பட்ட தொய்யலாகவும் மேனி ஓவியமாகவும் புனை பாவையாகவும் மனிதர்களை, நிகழ்வுகளை அடையாளம் காட்டும் சித்திரப் புனைவுகளாகவும் திகழ்கிறது. இருந்தாலும் எழுத்தின் வரி வடிவத்தின் நிலைபெறுதல் பெயரைக் கொண்டாடும் 'நீத்தார் நினைவு' என்னும் மரபின் வேர்களில்தான் தொடங்கியிருக்கிறது.

எழுத்துகள் பானைக்கீறலில் இருந்து பாறையில் செதுக்கிய கல்வெட்டுகளாகவும் ஓலைச்சுவடிகளாகவும் காலத்தை வென்று அச்சடித்த நூல்களாய் நிலைப்பெற்றன. கணிணி விசைப்பலகைகளும் அலைபேசி விசைப்பலகைகளும் செயலிகளும் குறுந்தகவல் மேடைகளும் இணைய தளங்களும் ஒலியை எழுத்தாக்கிச் சொல்லாக்கித் தொடராக்கும் கலையை எளிதாக்கிவிட்டது. ஒலியில் இருந்து எழுத்து *(Speech-to-text)* என்ற தொழிற்நுட்பம் ஒரு புதிய புரட்சி. போகிறப்போக்கில் பிழைதிருத்தச் சொல்கிறது புதிய மென்பொருள். ஒலிகளுக்கும் எழுத்துகளுக்குமான உறவு புதிய வடிவம் பெற்று வருகிறது அலைபேசி விசைப்பலகைகளும் காட்சித்திரைகளும் தொடர்ந்து வளர்சிதை மாற்றம் *(Metamorphosis)* பெற்று வருகின்றன.

இந்தியத் துணைக்கண்டத்தின் "எழுதாக்கற்பு" வேதங்கள் என்றால் எழுதிய களவு காதலாகி கசிந்து கண்ணீர் மல்கி இன்னும் கரைபுண்டோடும் வற்றாத நதி தமிழ். ஏனெனில் தமிழ் எனில் அகம். அகம் என்பது காதல். காதல் என்பது வாழ்வு. புறப்பாடல்களில்விட அகப்பாடல்களிலேயே அதிக அளவில் நடுகல் எழுத்தினை வரவு வைத்துள்ளது தமிழ்.

தமிழ்ச் சமூகம் கல்வியையும் கையெழுத்தையும் நம்பி வளர்ந்த சமூகம். கல்வியும் கையெழுத்தும் தமிழையும் தமிழர்களையும் தொடர்ந்து வளர்த்தெடுக்கும்.

இந்த உரையை, காலம்தோறும் தமிழ்ச்சுவடிகளைப் படியெடுத்தவர்களுக்குக் காணிக்கையாக்குகிறேன். உண்மையில், அவர்கள் படி அளந்தவர்கள்.

3

ஓதம் சுற்றியது ஊர்

'ஓதம் சுற்றியது ஊர்' என்பது வெள்ளம் பற்றியது. அதிலும் குறிப்பாக "ஊரைச் சுற்றிவளைத்த வெள்ளம்" பற்றியது. அதனால் இயற்கைக்கும் மனிதருக்குமான தொடர் உரையாடல் பற்றியது. வெள்ளம் என்பது நமக்குப் புதிது அல்ல என்பதை நாம் நினைவில் கொள்ள வேண்டும்.

'ஓதம் சுற்றியது ஊர்' என்பது ஆற்றில் வெள்ளம் வந்து ஊரையே சுற்றி வளைத்துள்ளது என்பதைக் குறிப்பதாகும். இது மதுரையைச் சார்ந்த வைகை நதியைப் பற்றியது.

சிந்து முதல் வைகை வரை நாம் பார்க்காத ஆறுகளா? நாம் பார்க்காத வெள்ளமா? தமிழ் கட்டாத தடுப்பரண்களா? நாம் பார்க்காத வாய்க்காலா? இல்லை நாம் பார்க்காத வரலாறா? வாருங்கள் "ஊரைச் சுற்றிய ஓதம்" பற்றியும் "ஓதம் சுற்றிய ஊரைப்" பற்றியும் பார்ப்போம்.

இந்தக் கட்டுரையில் சம்பந்தப்பட்ட நதி வைகை, இதில் சம்பந்தப்பட்ட ஊர் மதுரை. இதில் சம்பந்தப்பட்ட நபர்கள் மதுரையைச் சேர்ந்தவர்கள். அதனால் இந்த உரையும் 'ஓதை' நிறைந்ததாக அமைந்திருக்கும். ஓதம் என்றால் ஒலி, சத்தம். அதாவது மதுரைக்கே உரித்தான "ஒலியுடன்" அமைந்திருந்திருக்கும். ஆனாலும் இதில் நாம் பேசப்போவது, நமது சமகால உலகிற்கான உரையாடல்தான் என்றும் உறுதியளிக்கிறேன்!

ஓதம் எனப்படுவது யாதெனில்...

தமிழ்ப் பேரகராதி 'ஓதம்', என்பதற்குப் பின்வருமாறு விளக்கங்களைக் கொடுக்கிறது.

ஓதம் :

1. *Moisture; dampness, as of a floor;* ஈரம்.
2. *Flood, inundation, deluge;* வெள்ளம்.
3. *Sea;* கடல்.

4. *Wave, billow;* கடல் அலை, கடற்றிரை.

5. *Affection of the testis, as hydrocele, hernia;* அண்டவாதம்.

ஓதை :

1. *Noise,uproar;* ஒலி. ஓதநீர்வேலி

2. *Floodtide;* கடலின்நீர் பொங்குகை.

ஓதக்காரன், *a person with rupture.*

ஓதக்கால், *elephantiasis, large leg.*

ஓதம் ஏற, *to become damp.*

ஓதவனம், *sea, as a great flood*

இவற்றின்மூலம் ஓதம் என்பது தமிழ்ச் சமூகத்தில் எத்தகைய முறையில் ஆழமாக வேரூன்றி உள்ளது என்பதை அறிய முடிகிறது. இது நீர், வெள்ளம், நோய் என நெடுக விரிகிறது.

'ஓதம்' என்பது திராவிட வேர்ச்சொல்லகராதியில் எத்தகைய தன்மையில் இருக்கிறது என்பதைப் பார்ப்பதும் முக்கியமானது. இச்சொல் தமிழ், மலையாளம், கன்னடம் எனத் திராவிட மொழிகள் முழுவதும் 'ஈரம்' என்ற பொருளிலேயே வருகிறது. பிராகிருத மொழியிலும் 'ஓதம்' என்னும் சொல் 'ஈரம்' என்பதையே குறிக்கிறது. பண்டைய வடமொழியில் இச்சொல் காணப்படுவதன்மூலம் இதன் தொன்மை எத்தகையது என்பதும் அறியமுடிகிறது. இத்துடன் தற்போதைய பீகாரி, ஒடியா போன்ற மொழிகளிலும் இதன் தடயம் காணப்படுகிறது.

ஓதம் என்றால் ஈரம்!

தமிழ்ப் பத்திரிகைகளில் ஓதம் என்ற சொல்லைப் பயன்படுத்தி நிறைய செய்திகள் வெளிவந்துள்ளன, அவற்றில் சில பின்வருமாறு,

தமிழகம் முழுவதும் மழை வெளுத்து வாங்கியிருக்கிறது. மழைக்காலத்தில் கட்டிடம் ஈரத்தன்மையுடன் இருக்கும். வீட்டுக்குள் எங்கேயாவது நீர்க்கசிவோ அல்லது சுவர் ஈரமாகவோ இருப்பதைப் பார்த்திருப்போம். வீட்டில் ஈரம் (ஓதம்) தென்பட்டால் கொஞ்சம் ஆரம்பத்திலேயே கவனிக்க வேண்டும். கவனிக்காமல் விட்டுவிட்டால் பின்னாளில் செலவு அதிகமாக வைத்துவிடும். *(தமிழ் இந்து: 28 நவம்பர் 2015).*

கட்டடங்களில் ஈரம்(ஓதம்) தங்குவதை ஆரம்பத்திலேயே கவனிக்கவேண்டும். இல்லாவிட்டால் சில ஆண்டுகள் கழித்து சிமெண்ட் பூச்சு மெல்ல பெயர்ந்து விழத் தொடங்கும். சுர்க்கி ஓடுகள் நல்ல தரத்தில் இல்லாத போதிலும் தண்ணீர் கான்கிரீட் வழியாக உள்ளே சுவற்றில் இறங்கும். (தினகரன், நவம்பர் 30, 2012)

இவற்றுடன் ஓதத்தினைச் சரிசெய்வது எப்படி என யூட்யூப் (YouTube) காணொலிகளும் காணப்படுகின்றன. இதன்மூலம் ஓதம் என்பது தற்காலத்திலும் பயன்படுத்தும் சொல்லாக இருக்கிறது என அறியலாம். தமிழகத்தின் பல பகுதிகளில் 'ஓதம்' என்னும் சொல், தற்போதும் 'ஈரம்' என்பதைக் குறிக்கப் பயன்படுத்துகின்றனர்.

'பெருங் கடல் ஓத நீர் வீங்குபு கரை...'

கலித்தொகை 134ஆம் பாடல், எழுதியவர் நல்லந்துவனார்

கல் சேர்பு ஞாயிறு கதிர் வாங்கி மறைதலின்,
இருங் கடல் ஒலித்து ஆங்கே இரவுக் காண்பது போலப்,
பெருங் கடல் ஓத நீர் வீங்குபு கரை சேரப்,
போஓய வண்டினால் புல்லென்ற துறையவாய்ப்,
பாயல் கொள்பவை போலக் கய மலர் வாய் கூம்ப ,
ஒரு நிலையே நடுக்குற்று இவ் உலகு எலாம் அச்சுற,
இரு நிலம் பெயர்ப்பு அன்ன எவ்வம் கூர் மருள் மாலை.

இந்தப் பாடலில் மூன்று வார்த்தைகளை நாம் கவனிக்க வேண்டும். பெருங்கடல், ஓத நீர், வீங்குதல் ஆகியவை. இரவு நேரத்தில் அலைகளின் தன்மைகளுக்கு ஏற்ப கடலின் ஓசைகள் மாறுபடும். அதன் அடிப்படையில் இச்சொற்கள் பயன்படுத்தப்பட்டுள்ளன. இவ்விடத்தில் ஓதம் என்பது ஓசைமிக்க கடல் நீரலையின் ஆராவாரத்தைக் குறிப்பிடுகிறது.

புறநானூறு 22, பாடியவர்: குறுங்கோழியூர் கிழார், பாடப்பட்டோன்: சேரமான் யானைக்கட்சேய் மாந்தரஞ்சேரல்

சின மாந்தர் வெறிக் குரவை
ஓத நீரின் பெயர்பு பொங்க,
வாய் காவாது பரந்து பட்ட
வியன் பாசறைக் காப்பாள!

"வெற்றிக் களிப்பில் குரவையாட்டத்தின்போது வீரர்கள் கொடுக்கும் ஒலி என்பது கடலலைக் கொடுக்கும் ஒலியினைப் போன்று இருந்தது" என இவ்வரிகள் குறிப்பிடுகின்றன. இங்கு வீரர்கள் கொடுக்கும் ஒலிக்கு உவமையாக ஓதம் என்பது பயன்படுத்தப்பட்டுள்ளது. அடுத்து

மற்றொரு ஒலியினைப் பார்ப்போம்.

ஒரு சார், அணி மலர் வேங்கை, மராஅ, மகிழம்,
பிணி நெகிழ் பிண்டி, நிவந்து சேர்பு ஓங்கி,
மணி நிறம் கொண்ட மலை,
ஒரு சார், தண் நறுந் தாமரைப் பூவின் இடை இடை
வண்ண வரி இதழ்ப் போதின்வாய் வண்டு ஆர்ப்ப,
விண் வீற்றிருக்கும் கய மீன் விரி தகையின்
கண் வீற்றிருக்கும் கயம்.
ஒரு சார் சாறு கொள் ஓதத்து இசையொடு மாறு உற்று
உழவின் ஓதை பயின்று, அறிவு இழந்து
திரிநரும், ஆர்த்து நடுநரும் ஈண்டித்
திரு நயத்தக்க வயல், (பரிபாடல் 23)

இந்தப் பரிபாடலில் இருந்தையூரின் சிறப்பினைப் பற்றிப் புலவர் எழுதுகிறார். அந்த ஊரில் உள்ள பலரது சிறப்புகளைக் குறிப்பிடுகிறார். அதில் ஒருசாரார் கருப்பினை ஆட்டிக் கொண்டுள்ளனர். அதிலிருந்து ஓர் ஒலி கேட்கிறது, மற்றொருவர் போடும் ஒலியும் கேட்கிறது. இவற்றைச் சங்க இலக்கியம் உள்வாங்கி எடுத்துரைத்துள்ளது. மதுரைக்காஞ்சி ஓர் ஒலியினைக் குறிப்பிடுகிறது.

வால் இதை எடுத்த வளிதரு வங்கம்
பல்வேறு பண்டம் இழிதரும் பட்டினத்து
ஒல்லென் இமிழ் இசை மான கல்லென,
நனந்தலை வினைஞர் கலம் கொண்டு மறுகப்
பெருங்கடற் குட்டத்துப் புலவுத் திரை ஓதம்
இருங்கழி மருவிப் பாய பெரிது எழுந்து
உருகெழு பானாள் வருவன பெயர்தலின்,
பல்வேறு புள்ளின் இசை எழுந்தற்றே
அல் அங்காடி அழிதரு கம்பலை; (மதுரைக்காஞ்சி 536 – 544)

மதுரையில் இரவு அங்காடிகளின்மூலம் எழும்பும் ஒலியினைப் பற்றி இப்பாடல் குறிப்பிடுகிறது. வெளிநாடுகளிலிருந்து வந்த வணிகர்கள் அங்குள்ள அங்காடிகளில் பொருட்களைக் கொடுப்பதும், அங்கிருந்து பொருட்களை வாங்குவதுமாகப் பல்வேறு ஒலிகளால் அவ்விடம் நிறைந்திருந்தது. இத்தகைய ஒலிகள் அலைகளின் ஒலிகளைப் போன்று ஒலித்துக் கொண்டிருந்தன.

பண்டைய தமிழ்ச் சமூகத்திற்கு ஏதேனும் ஒலிகளைக் கேட்கும்

போதெல்லாம் அதுவும் ஆரவாரமான ஒலிகளைக் கேட்கும் போதெல்லாம் 'கடல் ஒலிகள்' குறித்துப் பேசுகின்றன.

இரும் கழி ஓதம் போல் தடுமாறி

மதுரையில் கடல் கிடையாது. ஓதம் என்பது கடல் சார்ந்த சொல். ஆனால் மதுரையில் இச்சொல் பயன்படுத்தப்பட்டுள்ளது. எதற்காக இத்தகைய தன்மையில் இச்சொல்லாக்கம் பயன்படுத்தப்பட்டுள்ளது என்பது முக்கியமானது. கலித்தொகை 123ஆம் பாடலைப் பார்ப்போம். இதனை எழுதியவர் நல்லந்துவனார். நெய்தல் திணை சார்ந்தது.

காணாமை இருள் பரப்பிக், கையற்ற கங்குலான்
மாணா நோய் செய்தான்கண் சென்றாய்; மற்று அவனை நீ
காணவும் பெற்றாயோ? காணாயோ? மட நெஞ்சே!
கொல் ஏற்றுச் சுறவு இனம் கடி கொண்ட மருள் மாலை
அல்லல் நோய் செய்தான்கண் சென்றாய்; மற்று அவனை நீ

புல்லவும் பெற்றாயோ? புல்லாயோ? மட நெஞ்சே!
வெறி கொண்ட புள் இனம் வதி சேரும் பொழுதினான்
செறி வளை நெகிழ்த்தான்கண் சென்றாய்; மற்று அவனை நீ
அறியவும் பெற்றாயோ? அறியாயோ? மட நெஞ்சே!
என ஆங்கு,

எல்லையும் இரவும் துயில் துறந்து பல் ஊழ்
அரும் படர் அவல நோய் செய்தான்கண் பெறல் நசைஇ,
இருங்கழி ஓதம் போல் தடுமாறி,
வருந்தினை, அளிய என் மடம் கெழு நெஞ்சே.

'ஒருவரை ஒருவர் காணமுடியாத இருள் படர்ந்த இந்த இரவு வேளையில் மாண்பு இல்லாத காதல் நோயை எனக்குத் தந்துவிட்டு, அவனிடம் செல்கிறாயே என் மடமை நெஞ்சமே, நீ அவனைக் கண்டாயா? காணவில்லையா? கொல்லும் சுறா மீன்கள் கூடித் திளைக்கும் இருளும் மாலை வேளையில் எனக்குத் துன்பத்தினைத் தருபவனிடத்திற்கு நீ சென்றாயே என் நெஞ்சமே, அவனை நீ தழுவினாயா? இல்லையா? பறவைகள் தங்கள் வாழும் இடத்திற்குச் செல்லும் காலத்தில் செறிந்திருந்த என் வளையல்களைக் கழலும்படிச் செய்தவனிடம் நீ சென்றாயே என் மட நெஞ்சமே, அவனைத் தெரிந்து கொண்டாயா? இல்லையா? என்றெல்லாம் நான் எண்ணி இரவும் பகலும் தூங்காமல் கலங்கும்படி எனக்குத் துன்ப நோய் செய்தவனிடம் ஏதோ பெற்றுவிடலாம் என்று எண்ணிக் கொண்டு கடலலை மீண்டும் மீண்டும் கரையேறித் திரும்புவது போல வருந்துகிறாயே என் மடமை

கொண்ட நெஞ்சமே, நீ வருந்துவதுதான் மிச்சம்’ என்கிறது இப்பாடல்.

பெரும் கடல் ஓதம் போல: High Tide and Low Tide

அகநானூறு 123, காவிரிப்பூம்பட்டினத்து காரிக் கண்ணனார், பாலைத் திணை – தலைவன் தன் நெஞ்சிடம் சொன்னது

நிலவு என
நெய்கனி நெடுவேல் எஃகிலை இமைக்கும்
மழை மருள் பல் தோல் மா வண் சோழர்
கழை மாய் காவிரிக் கடல் மண்டு பெருந்துறை
இறவொடு வந்து கோதையொடு பெயரும்
பெருங்கடல் ஓதம் போல,
ஒன்றிற் கொள்ளாய், சென்றுதரு பொருட்கே (அகநானூறு 123)

‘நெஞ்சே... காவேரி ஆறு கடலோடு கலக்குமிடத்தில் அலையானது இறா மீனோடு ஏறி வந்து மக்கள் எறிந்த மாலையோடு இறங்கித் திரும்புவது போல நீ பொருள் மாட்டும், அவள் மாட்டும் சென்று திரும்பிக் கொண்டிருக்கிறாய். நான் என்ன செய்யட்டும்’ என்று தலைவன் குறிப்பிடுகிறான்.

சுரங்கத்திலிருந்து அரங்கத்திற்கு

அகநானூறு 350, சேந்தங்கண்ணனார், நெய்தற் திணை – தோழி தலைவனிடம் சொன்னது

கழியே சிறுகுரல் நெய்தலொடு காவி கூம்ப,
எறி திரை ஓதம் தரல் ஆனாதே,
துறையே மருங்கின் போகிய மாக்கவை மருப்பின்
இருஞ்சேற்று ஈர் அளை அலவன் நீப்ப,
வழங்குநர் இன்மையின் பாடு ஆன்றன்றே,

கொடு நுகம் நுழைந்த கணைக் கால் அத்திரி
வடி மணி நெடுந்தேர் பூண ஏவாது,
ஏந்து எழில் மழைக் கண் இவள் குறையாகச்
சேந்தனை சென்மோ பெருநீர்ச் சேர்ப்ப!
இலங்கு இரும் பரப்பின் எறி சுறா நீக்கி,

வலம்புரி மூழ்கிய வான் திமில் பரதவர்
ஒலிதலைப் பணிலம் ஆர்ப்பக் கல்லெனக்,

கலி கெழு கொற்கை எதிர் கொள, இழிதரும்
குவவு மணல் நெடுங்கோட்டு ஆங்கண்
உவக்காண் தோன்றும் எம் சிறு நல் ஊரே.

'கடலின் கழிமுகத்தில் நெய்தல், காவி ஆகிய பூக்கள் கூம்பும்படி நீரலை மோதிகொண்டே இருக்கிறது. அதனால் பிரிந்த கொம்பு போன்ற கைகளை உடைய நண்டு நீர்த்துறைச் சேற்றில் காணப்படவில்லை. ஆள் நடமாட்டமும் இங்கு இல்லை. எங்கும் அமைதி. என் தலைவிமீது காதல் கொண்டுள்ள தலைவனே, மணி கட்டிய உன் தேரை இழுக்க வளைந்த நுகத்தில் உன் அத்திரிகளைப் பூட்டாதே. காதல் ஈரக் கண் கொண்ட தலைவி குறையைப் போக்குவதற்காக எம் ஊரில் தங்கிச் செல்' என்று தோழி தலைவனிடம் குறிப்பிடுகிறாள்.

இந்த 'அத்திரி' என்பது சிந்துவெளியில் காணப்படுவதாகும். இதனைக் 'குதிரை' என்று சொல்ல சிலர் முயற்சித்து, தோற்றுப் போனார்கள். இந்தக் காட்டுக் கழுதையினைப் பழக்கித்தான் போட்டிகளை நடத்தியுள்ளனர். சங்க இலக்கியத்தில் ஓர் இடத்தில் இந்த அத்திரியின் காலைச் சுறாக் குஞ்சுகள் கடிப்பதைப் பற்றி உள்ளன. குஜராத்திலுள்ள கட்ச் பகுதியில்தான் இந்தக் காட்டுக்கழுதையும் இருங்கழிகளில் இத்தகைய சுறாக் குஞ்சுகளும் ஒருங்கே காணப்படுகின்றன.

நிலவு, கடல், ஓதம், இரவு, இசை, மனசு

நற்றிணை 335, வெள்ளிவீதியார், நெய்தற் திணை – தலைவி சொன்னது

திங்களும் திகழ் வான் ஏர்தரும், இமிழ் நீர்ப்
பொங்கு திரைப் புணரியும் பாடு ஓவாதே,
ஒலி சிறந்து ஓதமும் பெயரும், மலி புனல்
பல் பூங்கானல் முள் இலைத் தாழை
சோறு சொரி குடையின் கூம்பு முகை அவிழ,

வளி பரந்து ஊட்டும் விளிவு இல் நாற்றமொடு,
மை இரும் பனை மிசைப் பைதல உயவும்
அன்றிலும் என்புற நரலும், அன்றி
விரல் கவர்ந்து உழந்த கவர்வின் நல் யாழ்
யாமம் உய்யாமை நின்றது,

காமம் பெரிதே, களைஞரோ இலரே.

'நிலா வானில் உலாவுகிறது. கொந்தளிக்கும் கடலலையின் ஓசை கேட்டுக் கொண்டேயிருக்கிறது. ஆற்றல் அலை மோதிக் கொண்டிருக்கிறது. ஆற்றுப் புனல் பாயும்கானலில் முள் இருக்கும் தாழம்பூ குழியிலைக் குடையில் போட்ட சோறு போல் மொட்டு விரித்துப் பூத்திருக்கிறது. அடிக்கும் காற்றில் அடங்கி நிற்காத மணம் கமழ்கிறது. பனை மரத்தில் இருக்கும் அன்றில் என் எலும்பே உருகும்படி தன் துணையை அழைக்கும் குரல் கேட்கிறது. நான் மன மாற்றத்துக்காக யாழை மீட்டி என் விரல்கள் ஓய்ந்தனவே அன்றி நள்ளிரவுப் பொழுது எனக்குப் போகவே இல்லை. என் காம உணர்வு பெருகிக் கொண்டே இருக்கிறது. என் காமத் துன்பத்தைப் போக்குவார் யாரும் இல்லை. என்ன செய்வேன்' என்று தோழியிடம் சொல்லிக் கொண்டு தலைவி கலங்குவதாக அமைந்துள்ளது இப்பாடல்.

தலைவியின் காதல் நோய் பெருகிகொண்டே போவதைக் குறிப்பிடும் ஒரு கவிதையினுள் **நிலவு, கடல், ஓதம், இரவு, இசை, மனசு** என்பவற்றைத் தமிழ்ப் பயன்படுத்துகிறது என்பதுதான் முக்கியமானது.

கடல் ஓதமும் கழி ஓதமும்

ஓதம் (*Tide*) என்பது நிலவு, சூரியன் போன்ற விண்வெளி பொருட்களால் கடலில் உள்ள நீர்மட்டம் உயர்வதையும் தாழ்வதையும் இவ்விடத்தில் குறிக்கிறது. ஆழ்கடல் பரப்புத் தவிர்ந்த தரையும் கடலும் சார்பரப்பில் உருவாக்கும் ஓதங்களைப் பொதுவாக இரு வகைகளாகக் குறிப்பிடலாம். ஒன்று கழி ஓதம். மற்றையது கடல் ஓதம். தரையும் கடலும் சார்பரப்பில் கடலின் வற்று - பெருக்கு நீர்வாங்கல் நிலைகள் இவ்வகை ஓதங்களுக்குத் துணை புரிகின்றன. பருவக் காலங்களும் சிறிது துணை புரிகின்றன.

கழிமுகத்தை நோக்கி வருவது கழி ஓதம். இக்கழி ஓதத்தின் போது கடல்நீர் மட்டத்தின் உயரம் நிலத்தின் உயரத்தைவிட அதிகமாக இருக்கும். இதனால் நிலத்தினுள் கடல் நீர் வரும்.

கடலை நோக்கி நதி நீர் செல்வது கடல் ஓதம். இக்கடல் ஓதத்தின் போது கடல்நீர் மட்டத்தின் உயரம் நிலத்தின் உயரத்தைவிட குறைவாக இருக்கும். இதனால் கடல் உள்வாங்கும். இதனை, 'கானல் வரி ஊர்ந்த வழியே வாழி கடல் ஓதம்' என்று சிலப்பதிகாரம் குறிப்பிடுகிறது.

சங்க இலக்கியத்தில் ஓதம் என்பதைப் பார்த்தோம். இந்தியத் துணைக்கண்ட வரலாற்றில் வெள்ளம் என்பது எத்தகைய தன்மையில் இருந்ததெனப் பார்த்துவிட்டு சமகாலத்திற்குள் நுழைவோம்.

உலகில் மிக முக்கியமான பண்பாடுகளில் ஒன்றாகப் பரந்து விரிந்து காணப்படும் சிந்துவெளி பண்பாடு - நீண்ட வறட்சி, பெரிய வெள்ளம் ஆகிய இரண்டு இயற்கைக் காரணங்களாலும் பாதிக்கப்பட்டுள்ளது என்பது முக்கியமானது. வறட்சி என்பதைக் காட்டிலும் மழை, வெள்ளப் பாதிப்பு மிக அதிகம். சிந்துசமவெளியில் முக்கியக் கூறாகக் கோட்டைச் சுவர்கள், மதில்கள் காணப்படுகின்றன, ஆனால் ஆயுதங்களே இல்லை. எதிரிகளிடமிருந்து தங்களைக் காப்பாற்றிக் கொள்வதற்காகக் கோட்டைச் சுவர்களைக் கட்டியிருந்தால் எதைவேண்டுமானாலும் வைத்துக் கட்டியிருக்கலாம். ஆனால் சுட்ட செங்கலை வைத்துக் கட்டியுள்ளனர். அதேநேரத்தில் தானியக் கிடங்குகள் உண்டு, ஆயுதக் கிடங்குகள் இல்லை. நிறையப்பேர் சண்டையிட்டு மடிந்ததற்கான தரவுகளும் இல்லை. இப்படியிருக்கையில் எதற்காக இந்தப் பெரிய மதில் சுவர்கள்? என்று பலர் ஆய்வு செய்திருக்கின்றனர். சிந்துவெளி மக்களுக்கென்று ஓர் ஆபத்து இருந்ததென்றால் அது வெள்ளம் தொடர்பான ஆபத்துதான்.

சிந்துவெளிப் புனல்

சிந்துவெளி நகரங்களின் மிகப்பெரிய அச்சுறுத்தல் வெள்ளம்தான். சிந்துவெளி நகரங்களின் காப்பரண்கள் எதிரிகளிடமிருந்து நகரைக் காப்பாற்ற அல்ல. வெள்ளம் உள்ளே நுழையாமல் காக்கவே. அதனால்தான் அங்கு சூலாயுதங்கள் இல்லை; ஆனால், செங்கல் சூளைகள் இருந்தன.

ஆங்கிலேயர்கள் காலத்தில் இரயில்வே பணியின்போது ஆயிரக்கணக்கான செங்கல்கள் கொண்டுவரப்பட்டதைக் கண்டு, எங்கிருந்து கொண்டு வருகின்றனர் என்பதை அறிந்துகொள்ள முயன்றபோதுதான், ஹரப்பா சிதைவுகளும் அதைத் தொடர்ந்து 'சிந்துவெளி நாகரிகம்' என்பதும் கண்டறியப்பட்டது. இன்றும்கூட புதிதாக வீடு கட்டுபவர்கள் அந்தப் பகுதியில் கிடைக்கும் செங்கல்களைத் தோண்டி எடுத்துப் பயன்படுத்துகின்றனர்.

கடந்த 2012ஆம் ஆண்டுகூட இன்றைய சிந்துவெளி பகுதியில் வெள்ளம் வந்து, பெரும் சேதத்தினை உண்டாக்கியது. கடந்த காலங்களிலும் இதுபோன்று எண்ணற்ற வெள்ளங்கள் வந்திருக்கலாம். 2012ஆம் ஆண்டு வந்த வெள்ளம் 4000 ஆண்டுகள் பழமைவாய்ந்த சின்னங்களை அழிக்கின்றது என்று பலர் கவலை அடைந்தனர், பலர் இது குறித்து எழுதவும் செய்தனர்.

சிந்துவெளியின் பாகிஸ்தான் பகுதியில் கடந்த 40 ஆண்டுகளில் 50 வெள்ளங்கள் வந்துள்ளன. 2000 பேர்களுக்கு மேல் இறந்துள்ளனர். 4000 கோடிகளுக்கு மேல் பொருட்கள் சேதமடைந்துள்ளன. நவீன விஞ்ஞானக் கருவிகள் கொண்டுள்ள இக்காலக்கட்டத்திலேயே இத்தனை முறை வெள்ளம், இவ்வளவு இழப்புகள் என்றால் 4000 ஆண்டுகளுக்கு முன்னர் எத்தகைய தன்மையில் இருந்திருக்கும் என்று யோசித்துப் பார்க்கலாம்.

2015 சென்னைப் பேரழிவு

2015 சென்னைப் பேரழிவு என்பது, 100 ஆண்டுகளில் இல்லாத அளவு ஏற்பட்ட மிகப்பெரிய இயற்கைப் பேரழிவு ஆகும். 2015ஆம் ஆண்டில், நவம்பர் மற்றும் டிசம்பரில், வடகிழக்கு பருவமழையால் கடும்மழை பொழிந்து பேரழிவை ஏற்படுத்தியது. நவம்பர் முதல் வாரத்தில் மழை தொடங்கியது. அடுத்தடுத்து பெய்த மூன்று பெருமழைகளின் காரணமாகச் சென்னை நகரம் மற்றும் அதன் புறநகர்ப் பகுதிகள் பெரிதும் பாதிக்கப்பட்டன. இரண்டாவது, மூன்றாவது பெருமழைகளையடுத்து வெள்ளப்பெருக்கு ஏற்பட்டது. இந்தப் பேரழிவின் விளைவாகச் சாலைகள், ரயில் தண்டவாளங்களும் சேதமடைந்தன.

மூன்றாவது பெருமழை, நவம்பர் 30 அன்று இரவு முதல் டிசம்பர் 2 அதிகாலை வரை தொடர்ந்தது. இத்தொடர் மழையின் காரணமாகச் சென்னை மற்றும் அதனைச் சுற்றியுள்ள ஏரிகளிலிருந்து நீர் பெருமளவு வெளியேற்றப்பட்டது. இதுதவிர ஏற்கனவே நிரம்பிவிட்ட சிறு ஏரிகள் மற்றும் குளங்களிலிருந்து நீர் வெளியேறி நகரிலும், நகரின் சுற்றுப்புறப் பகுதிகளிலும் வெள்ளம் ஏற்பட்டது. அவசரகால நிலை அறிவிக்கப்பட்டது.

டிசம்பர் 1 - காலை 8.30 மணி முதல் டிசம்பர் 2 - காலை 8.30 மணி வரையிலான 24 மணி நேரத்தில் பதிவான மழையளவுகள் பின்வருமாறு:

தாம்பரம் = 49 செ. மீ

மீனம்பாக்கம் வானூர்தி நிலையம் = 35 செ. மீ

வட சென்னை = 29 செ. மீ

இந்தப் பேரழிவின்போதுதான் ‘மனிதம்’ இன்னும் இருக்கிறது என்பதைத் தன்னார்வலர்கள் நிரூபித்துக் காட்டினர். அது ஒரு வரலாற்றுச் சிறப்புமிக்க அனுபவமாக இருந்தது. அதனை நாம் மறக்க முடியாது.

வையைப் புனலின் வருகை

அடுத்து, மீண்டும் ‘ஓதம் சுற்றியது ஊர்’ என்ற சங்க இலக்கியச் சொல்லாடலுக்குச் செல்லலாம். இது பரிபாடலின் 7ஆம் பாடலாகும். வைகை ஆறு பற்றிய பாடல். தலைவன் தலைவியுடன் ‘புனல் ஆடினான்’ என்று கேள்விப்பட்ட செவிலித்தாய், தோழியிடம் அதுபற்றிக் கேட்க, தோழி தலைவனுக்கும் தலைவிக்கும் இடையே உள்ள காதலைப் பற்றிக் கூறி, ‘என்றும் இந்த நீறணியின்பம் பெறுக யாம்’ என்று கூறுவதுதான் இந்தப் பாடலின் பிண்ணனி.

திரை இரும் பனிப் பௌவம் செவ்விதா அற முகந்து,
உர உரும் உடன்று ஆர்ப்ப, ஊர் பொறை கொள்ளாது,
கரை உடை குளமெனக் கழன்று, வான் வயிறு அழிபு,
வரை வரை தொடுத்த வயங்கு வெள் அருவி,
இரவு இருள் பகலாக, இடம் அரிது செலவு என்னாது,

வலன் இரங்கு முரசின் தென்னவர் உள்ளிய
நிலன் உற நிமிர் தானை நெடு நிரை நிவப்பு அன்ன,
பெயலான் பொலிந்து பெரும் புனல் பல நந்த,
நலன் நந்த நாடு அணி நந்தப் புலன் நந்த
வந்தன்று வையைப் புனல்.

மேகங்கள் கடலிலிருந்து அதிகமாகத் தண்ணீரை உறிஞ்சி எடுத்ததால், அதன் எடை தாங்காமல் பெரிய ஏரி, குளம் முதலியவற்றின் கரை உடைந்ததுபோல மேகத்தின் வயிற்றினைக் கிழித்துக் கொண்டு வானத்திலிருந்து தண்ணீர் கொட்டுகிறது. இத்துடன் பாண்டிய மன்னர்களின் படைவீரர்கள் இரவின் இருளையும் பகலாக்கிக் கொண்டு வெற்றி முரசினை முழங்கிச் செல்வதுபோல வெள்ளம் பெருகிக் கொண்டு செல்கிறது.

புனலின் செயல்

நளி இருஞ் சோலை நரந்தம் தாஅய்,
ஒளிர் சினை வேங்கை விரிந்த இணர் உதிரலொடு,
துளியின் உழந்த தோய்வு அருஞ் சிமைதொறும்
வளி வாங்கு சினைய மா மரம் வேர் கீண்டு,
உயர்ந்துழி உள்ளன பயம்பிடைப் பரப்பி;

உழவர் களி தூங்க முழவு பணை முரல,

ஆடல் அறியா அரிவை போலவும்,
ஊடல் அறியா உவகையள் போலவும்
வேண்டுவழி நடந்து தாங்கு தடை பொருது;
விதி ஆற்றான் ஆக்கிய மெய்க் கலவை போலப்

பொது நாற்றம் உள்உள் கரந்து புது நாற்றம்
செய்கின்றே செம்பூம் புனல்.

இந்தப் புனல் காடுகளின் வழியாகப் பாய்ந்து கொண்டு வருகிறது. வரும்வழியில் காட்டில் உள்ள மரங்களை எல்லாம் வேருடன் சாய்த்துத் தூக்கிக் கொண்டு வருகிறது. குளிர்ந்த சோலையிலுள்ள நரந்தம்புல் சாயும்படிப் பாய்ந்தது இந்தப் புனல். குழிகளை எல்லாம் நிரப்பிக் கொண்டு பாய்ந்தது. இந்த வெள்ளம் ஆடத் தெரியாத பெண் போலவும் ஊடல் அறியாத பெண் போலவும் நடந்து கொள்கிறது. மணச்சாந்து கலக்கத் தெரியாதவன் கலக்கியது போல எல்லாப் பொருள்களையும் கலந்தடித்துக் கொண்டு ஏதோ ஒரு புதுமணம் வீசும்படிப் பாய்ந்தது அந்தச் செம்புனல்.

வெள்ளப் பெருக்கைக் கண்ட மக்களின் செயல்

“கவிழ்ந்த புனலின் கயம் தண் கழுநீர்
அவிழ்ந்த மலர் மீது உற்றென” ஒரு சார்;
“மாதர் மடநல்லார் மணலின் எழுதிய
பாவை சிதைத்தது என அழ” ஒரு சார்;
“அகவயல் இள நெல் அரிகால் சூடு
தொகு புனல் பரந்தெனத் துடி பட” ஒரு சார்;
ஓதம் சுற்றியது ஊர்” என ஒரு சார்;
“கார் தூம்பு அற்றது வான்” என ஒரு சார்;

ஒருபக்கம் குளத்திலிருந்த கழுநீர்ப் பூக்கள் மூழ்கிப் போயின. ஒருபக்கம் மணலில் எழுதிய பாவையைச் சிதைந்துவிட்டதே என்று மகளிர் அழுதனர். ஒருபக்கம் நெற்கட்டுகள் அடித்துச் சென்றுவிட்டதே என்று மக்கள் துடித்தனர். ஒருபக்கம் மழையைத் திட்டினர். ஒருபக்கம் ஊரை ஓதம் சுற்றியது என்றனர்.

“பாடுவார் பாக்கம் கொண்டென”,
“ஆடுவார் சேரி அடைந்தென”,
“கழனி வந்து கால் கோத்தென”,
“பழன வாளை பாளை உண்டென”,
“வித்து இடு புலம் மேடு ஆயிற்றென”,

உணர்த்த உணரா ஒள்ளிழை மாதரைப்
புணர்த்திய இச்சத்துப் பெருக்கத்தின் துனைந்து,
சினை வளர் வாளையின் கிளையொடு கெழீஇ
பழன உழவர் பாய் புனல் பரத்தந்து.
விரும்பிய ஈரணி மெய் ஈரம் தீர,
சுரும்பு ஆர்க்கும் சூர் நறா ஏந்தினாள் கண் நெய்தல்;
பேர் மகிழ் செய்யும் பெரு நறாப் பேணியவே
கூர் நறா ஆர்ந்தவள் கண்.
கண் இயல் கண்டு ஏத்தி காரிகை நீர் நோக்கினைப்
பாண் ஆதரித்துப் பல பாட, அப் பாட்டுப்
பேணாது ஒருத்தி பேதுற, ஆயிடை
என்னை வருவது எனக்கு என்று இனையா,
நன் ஞெமர் மார்பன் நடுக்குற நண்ணி,
சிகை கிடந்த ஊடலின் செங்கண் சேப்பு ஊர,
வகை தொடர்ந்த ஆடலுள் நல்லவர் தம்முள்
பகை தொடர்ந்து கோதை பரியூஉ, நனி வெகுண்டு,
யாறு ஆடு மேனி அணி கண்ட தன் அன்பன்
சேறு ஆடு மேனி திருநிலத்து உய்ப்ப, சிரம் மிதித்து,
தீர்வு இலதாகச் செருவுற்றாள், செம் புனல்.

‘இப்புனல் பாடுபவர் பாக்கத்துக்கு வந்தது, ஆடுபவர் தெருச்சேரிக்கு வந்தது. வயல்களில் வாய்க்காலாய் பாய்ந்தது. வயலிலிருந்த வாளைமீன்கள் பாளைகளை உண்ணும்படி வயலில் நீர் பெருகிற்று. விதைக்கும் நிலங்கள் மணல்மேடுகளாக மாறின. ஈர நடுக்கத்தைப் போக்க அவள் கடுப்பேற்றும் கள்ளை உண்ணக் கையில் ஏந்தினாள். அப்போது அவள் கண்கள் அந்தக் கள்ளைப் போலவே பெருமிதம் கொண்டிருந்தன. கள்ளை உண்டபொழுது அவளது கண்பார்வை களிப்புத் தரும் கள்ளைப் போல இருந்தது. அவளது கண்ணழகை ஒருவன் பார்த்தான். பாணன், அவனை ஆதரித்துப் பண் பாடினான். அந்தப் பாட்டை விரும்பாத மற்றொருத்தி அவன்மேல் பித்தானாள். அவன் பார்வை எப்போது என்மேல் விழும் என்று அவள் வருந்தினாள். இவளது பார்வையைக் கண்ட அவன் நடுங்கினான். முன்னவள் சிக்கிக் கொண்டாள். அவள் அவனை விரும்பாமல் ஊடினாள். அவளது கண்கள் சிவந்தன.. அவள் வகை வகையாக ஆடத் தெரிந்தவள். ஆடிக்கொண்டே தன் தலையில் இருந்த பூவை எடுத்துச் சந்தனம் பூசிய

அவன் மார்பின்மீது எறிந்தாள். அவன் தலையை மிதித்தாள். இத்தனையும் நீராடும்போது நிகழ்ந்தன' என்று இவ்வரிகள் குறிப்பிடுகின்றன.

வெள்ளம் சூழும்போது எத்தகைய தன்மையில் இருந்ததென இவ்வரிகள் நமக்கு காட்டுகின்றன. இவ்வரிகளில் உள்ள "பழன வாளை பாளை உண்டென" என்ற வரி பார்ப்பதற்குக் கற்பனையான வரி போன்று இருக்கும். ஆனால் 2001-02 ஆகிய ஆண்டுகளில் ஒடிசாவில் இத்தகைய நிலைகளைப் பார்த்திருக்கிறேன். புயல்களில் அடித்துச் சென்ற ஆட்கள் தென்னை மரத்தின்மேல் தொங்கிக்கொண்டு இருந்தனர். நிறைய சடலங்கள் தென்னை மரத்தின்மேல் இருந்து மீட்கப்பட்டன. இவற்றினை நான் நேரில் பார்க்காவிட்டால், கலித்தொகை சொல்வது உண்மையா என்று யோசித்திருப்பேன். ஆனால் கலித்தொகை பார்த்ததைத்தான் எழுதியுள்ளது.

ஏன், 'வெள்ளம்' என்ற சொல்லைப் பயன்படுத்தாமல் 'ஓதம்' என்ற சொல்லைப் பயன்படுத்தி உள்ளனர் என்பது முக்கியமானது. அதன்பின்னால் இருக்கும் சிலவற்றை நோக்குவோம். வைகையில் வெள்ளம் குறித்துப் பேசும்போது அதனுடன் சார்ந்த தொன்மமான 'புட்டுக்கு மண் சுமந்த சிவன்' குறித்துப் பேசாமல் இருக்க முடியாது.

புட்டுக்கு மண் சுமந்த சிவன்: மண் சுமந்த படலம்

வைகை ஆற்றில் வெள்ளம் பெருக்கெடுத்து, அவ்வாறு பல கரைகளை உடைத்துக் கொண்டு பாய்ந்தது. வெள்ளப்பெருக்கைக் கட்டுப்படுத்த அரசன், ஊரில் இருக்கும் அனைவருக்கும் கரையை அடைக்கும் பணியைத் தந்தான். அதிகாரிகள் ஊரில் இருப்பவர்களுக்குக் கரையின் அளவினை நிர்ணயம் செய்தார்கள்.

அந்த ஊரில் 'வந்தி' எனும் மூதாட்டி வாழ்ந்து வந்தாள். அவர் பிட்டினை விற்றுப் பிழைத்து வந்தார். வயது மூப்பின் காரணமாகக் கடுமையான கரையை அடைக்கும் பணியைச் செய்ய முடியவில்லை. அப்போது இறைவன் ஒரு சிறுவனாக வந்து, தான் வந்தி பாட்டிக்குப் பதிலாக அடைப்பதாக ஒப்புக் கொண்டான். அதற்குக் கூலியாக உடைந்த பிட்டினைத் தருவதாக வந்தி பாட்டியும் ஒப்புக் கொண்டாள்.

சிறுவனாக வந்த இறைவன் மூதாட்டியிடம் புட்டு வாங்கி சாப்பிடுவதும், அது தீரும் வரை ஆடிப் பாடுவதுமாக இருந்தான். அதனால் வந்தி மூதாட்டிக்குரிய இடத்தில் மட்டும் கரை கட்டப்படாமல்

இருந்தது. மேலதிகாரிகள் அதனை விசாரித்துக் கொண்டு இருக்கையில் அரசன் வந்தார். அவரிடம் மேலதிகாரிகள், கூலியைப் பெற்றுக் கொண்டு சிறுவன் வேலை செய்யவில்லை என புகார் செய்தனர்.

அரசன் சிறுவனை அடித்ததும், அந்த அடி எல்லா உயிர்கள் மேலும் பட்டது. இறைவன் ஒரு கூடையில் மட்டும் மண் சுமந்து கரையை அடைக்க, அனைத்து கரைகளும் அடைக்கப்பெற்று வைகை நதி வெள்ளம் கட்டுக்குள் வந்தது. இறைவன் மறைந்தார். வந்தி மூதாட்டியைச் சிவகணங்கள் வந்து அழைத்துச் சென்றன. இப்படிப் போகிறது அந்த மரபுக் கதை.

ஓதம்: அண்டவாதம், ஓதக்கால்

தமிழ்நாட்டின் சமவெளிப் பகுதிகளிலும் 'ஓதம்' என்னும் சொல் வழக்கில் இருக்கிறது. ஆனால் அது கடலியல், புவியியல் சார்ந்த சொல் அல்ல. ஆண்களின் விரைகளில் வரும் வீக்க நோயை அது குறிக்கிறது. விரையில் அடிபட்டாலோ விரையில் கட்டி ஏற்பட்டாலோ விரையைச் சுற்றியிருக்கும் சவ்வுப்பையில் சுரக்கிற சுரப்புநீர் அதிகமாகச் சுரந்து விரையில் வீக்கம் உண்டாகும்.

இந்தச் சுரப்புநீர் சிலவேளை சாதாரண அளவில் சுரந்தாலும், அது உடம்புக்குள் திரும்பிச் செல்கிற நிணநீர்ப் பாதையை அடைத்துக் கொள்வதால் விரைகள் வீங்கக்கூடும். இதனால் மெல்லமெல்ல விரை பெரிதாகிக்கொண்டே போகும். இதற்கும் 'ஓதம்' என்று பெயர். இந்த நோய் இரு விரைகளில் ஒன்றிலோ அல்லது இரண்டிலுமோ வரக்கூடும்.

விரைகளை ஊதிப் பெருக்கும் இந்த நோயை ஓதம் என்றே அழைத்தனர் சமவெளிப் பகுதியினர். 'அந்தரங்க நோய்கள் அன்றைய புரிதல்' எனும் தலைப்பில் இரா. சித்தானை என்பவர் ஒரு கட்டுரை எழுதியுள்ளார். திருவண்ணாமலைக்கு அருகிலுள்ள சின்னையன்பேட்டையில் உள்ள சின்னையன் குளத்தில் ஒரு சிற்பம் காணப்படுகிறது. இரு விரைகளிலும் ஏற்பட்ட ஓதத்தால் விரை வீக்கத்துடன் துன்பமடைந்த நோயாளனின் கற்சிற்பம் இது. துயரத்தை வடித்த சிற்பியின் மனித நேயம் மனதை நெருடுகிறது. பழந்தமிழில் இந்நோய் 'ஓதம்' என்றே அழைக்கப்பட்டது.

சங்க இலக்கியத்தில் நெய்தல் நிலம் பற்றி வரும் இடங்களில், ஓதம் (கடல் அலையின் ஏற்றவற்றம்) குறித்த வர்ணனைகள் இடம்பெறுகின்றன. இங்கு 'ஓதம்' என்னும் சொல்லுக்கு ஊதிப் பெருப்பது என்று பொருள்.

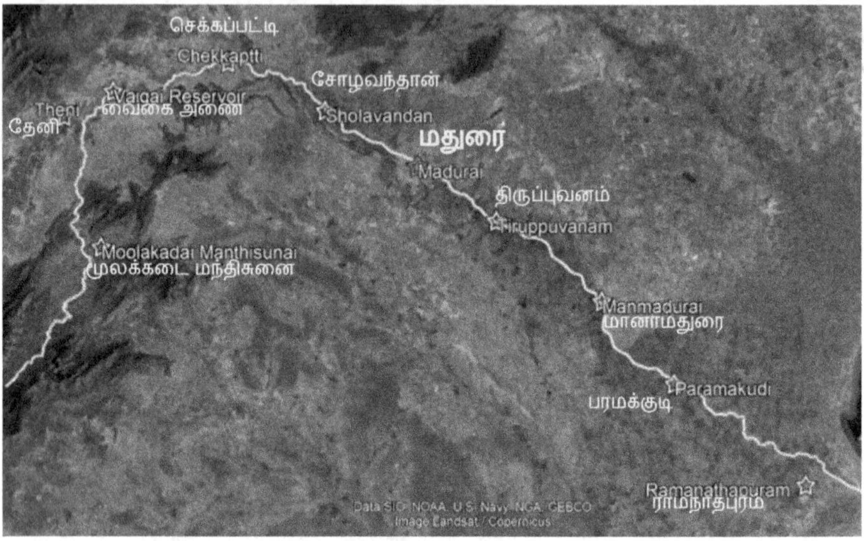

படம். 3.1. வைகை நதியின் தடமும் மதுரை மாநகரமும்

வைகை நதியின் தடமும் மதுரை மாநகரமும் & செயற்கைக்கோள் பார்வையில்

படம் 3.1.இல் செயற்கைக்கோள் பார்வையில் வைகையின் தடமும் மதுரை மாநகரமும் காட்டப்பட்டுள்ளது. வைகை நதி என்பது சிந்து நதியினைப் போன்றோ, கங்கை நதியினைப் போன்றோ பிரமாண்டமான நதி அல்ல. இது மிக நீண்ட தூரம் ஓடும் நதியும் அல்ல. வைகை ஒரு சிறு நதியே. அது தோன்றுகின்ற இடமும் மிகச்சிறியதுதான். மூலைக்கடை மந்திசுனை என்று ஒரு பகுதியில் தொடங்கி, தேனியை அடைகிறது. அந்த இடத்தில் அணைக்கட்டு ஏற்படுத்தி வைகை நீர்த்தேக்கம் உருவாக்கப்பட்டுள்ளது. பிறகு அது மதுரையை அடைகிறது. திருப்புவனம் அருகில் தான் கலித்தொகை சொல்லிய அனைத்தும் நிகழ்ந்திருக்க வேண்டும். அதன் அருகில்தான் கீழடியும் உள்ளது. அந்த நதி திருப்புவனத்தினைக் கடந்து பரமக்குடி, இராமநாதபுரம் சென்று கடலில் கலந்துவிடுகிறது.

படம். 3.2. இடவியல் பார்வையில் வைகை ஆறு

வைகையின் முடி முதல் அடி வரை: தமிழ் வையையும் தமிழ் மதுரையும்

வைகையின் நீளம் (ஏறக்குறைய) 295 கி.மீ. அது தோன்றுமிடத்தில் கடல்மட்டத்திற்கு மேல் அதன் உயரம் (ஏறக்குறைய.) 1210 மீட்டர். மதுரையில் உயரம் (ஊற்றுக்கண்ணிலிருந்து 164 கி.மீ தூரம்; உயரம் 128 மீட்டர். (க.ம.மே) உயர வீழ்ச்சி அல்லது சரிவு மதுரை வரை: (164 கி.மீ) = 1082 மீ (1210மீ. - 128மீ.) மதுரையிலிருந்து கடல் வரை உயர வீழ்ச்சி: (தூரம் 130 கி.மீ) = 128 மீ.

வைகையாறு மதுரையை அடையும்போது சமவெளியைச் சந்திக்கிறது. பாய்ந்தோட முடியாது. அதனால் அதன் வேகம் குறைகிறது என்பதுதான் முக்கியமானது. இதைத்தான் இடவியல் நோக்கு நமக்கு எடுத்துரைக்கிறது.

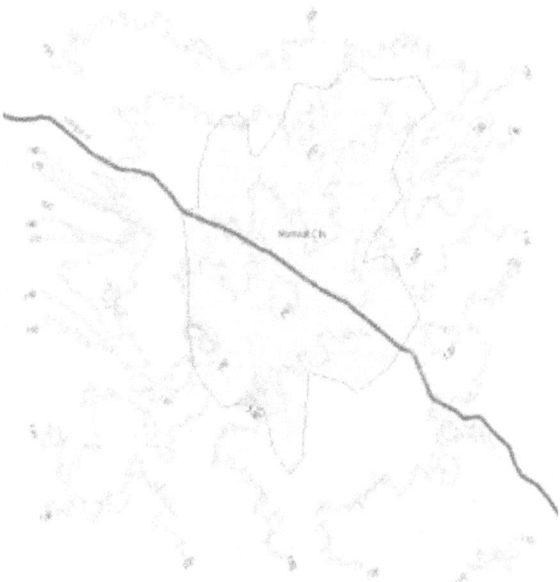

படம். 3.3. மதுரை நகரின் சம உயரக் கோட்டுப் படம்

மதுரை நகரின் சம உயரக் கோட்டுப்படம் Contour Map of Madurai City

தேனிக்கும் அப்பால் மலைப்பகுதிகளிலிருந்து உருண்டோடி வரும் வைகையாறு மதுரை நகரை அடையும்போது இடவியல் நோக்கில் கிட்டத்தட்ட "சமநிலை" அடைகிறது. அதற்குப் பின்னால் அது கடலை அடையும் வரை மேற்கிலிருந்து கிழக்காக மெல்ல நடக்கிறது. சரிவு குறைவே. சமம் தான் மிகுதி!

இதனால் நாம் அறிவது, மதுரை நகரில் நிலவியல் சாய்வு மாறுவதால், அதாவது குறைவதால் வைகை நதியின் வேகம் குறைகிறது. தோற்றப் புள்ளியிலிருந்து நிலச் சாய்மானத்தின் துணைக்கொண்டு பாய்ந்தோடி வருகிறது வைகை. கிட்டத்தட்ட 1082 மீட்டர் உயரவீழ்ச்சி இவ்விடத்தில் அடைகிறது.

மதுரையில் சாய்மானம் சமநிலை அடைந்து கிட்டத்தட்ட தட்டையாகிறது. அதனால் நதியின் வேகம் குறைகிறது. இங்கு ஓடாநிலையை அடைந்து ஊரத்தொடங்குகிறது வைகை நதி. அதுவரையில் உருண்டு புரண்டு வந்த வண்டல் படிந்து குவிகிறது. அதனால் வைகை நதியின் தரைமட்டம் உயர்கிறது. அதனால் நதியும் உயர்கிறது.

உயர் அலையின் (High Tide) போதும், புயல் சூறவாளியின் போதும் கிட்டத்தட்ட கடல் மட்டம் உயர்ந்து மதில் போல் எழுகிறது. அதனால் நதிநீர் கடலில் கலப்பது பாதிக்கப்படுகிறது. மேலும் இருங்கழி/ ஓத விளைவு நேர்கிறது. உயர் அலை அல்லது புயலின் போது கடல்மட்டம் நதிமட்டத்தைவிட 1-2 மீட்டர் உயரமாக இருக்கும். இதனால் "கூடல்" பாதிக்கப்பட்டு அல்லது தாமதமாகி தேக்கநிலை உருவாகும். கடல் நீர் நதிக்குள் ஏறக்கட்டும். ஓதம் வீங்கும்! இந்த விளைவு நதியின் மடியில் தொலைதூரம்கூட நீடிக்கும்.

மொத்தத்தில் கடற்கரையிலிருந்து வெகுதூரத்தில் இருக்கும் மதுரையில் வெள்ளம் நேர்ந்தால் அடிப்படையில் அது ஒரு வடிகால் பிரச்சினைதான். குறுகிய நேரத்தில் பிடிமானப்பகுதியில் பெருமழை, கடலோரப்பகுதிகளில் புயல் சூழல், முழுநிலவு, இருள்நிலவு (Full Moon - New Moon) நாட்களின் கடல் அலைகளின் போக்கு அல்லது இவை அனைத்தும் சேர்ந்த கூட்டு விளைவால் நேரிடுகிறது உயர் அலைகள்.

ஒருவகையில் இது மனிதர்களின் உடலில் நிணநீர் அமைப்பில் (lymphatic system) ஏற்படும் அடைப்பால் நேரிடும் நீர்ச் சேர்மாணம் அல்லது நீர்வீக்கத்தால் ஏற்படும் ஓதம் போன்றதுதான் மதுரைக்கு ஏற்பட்ட நிலைமை. அதனால்தான் கலித்தொகை 'ஓதம்' என்ற சொல்லைப் பயன்படுத்துகிறது.

நமது நகரங்களின் வெள்ளம் ஒரு வடிகால் பிரச்னை.
ஓதம் வந்த நகரங்கள் புலம்புகின்றன மழையை நொந்து...
இயற்கை வெள்ளமும் நகர்களின் செயற்கை வெள்ளமும்
பெருநகர வெள்ளங்களுக்கான காரணிகள்.
கடந்த காலம் தான் கடந்து செல்கிறது நம்மை மீண்டும் மீண்டும்.
ஊரைச் சுற்றிய ஓதம் தான் சென்னை வெள்ளம்.
அது தண்ணீர் எழுதிய தலையங்கம்!
குளத்தின் முதுகில் கட்டிய வீட்டின் கூரையில் சில நேரம் குளம் குடியேறும்.
ஓடையை நிரப்பி உருவான வீதிகளில் ஓடம் சிலநேரம் ஓடியே தீரும்!
ஆதலால், பூமியில் கொஞ்சத்தைப் "பட்டா" போடாமல் பாக்கி வைப்போம்!
நிலத்தைச் சாப்பிடாமல் நிலத்தில் விளைவதை மட்டும் சாப்பிடப் பழகுவோம்!

4

ஆரியர் கயிறாடு பறை

இரண்டு புறமும் மூங்கிலினை நட்டு அதில் கயிற்றினை இழுத்துக் கட்டி அதன்மீது நடப்பது ‘கயிறாடுதல்’ என்னும் கலைவடிவமாகும். தற்காலத்தில் ஆங்காங்கே சிறுமிகள் அந்தக் கயிற்றின்மீது நடக்கின்றனர். ஒரு காலத்தில் பெரியவர்களும் அந்தக் கயிற்றின்மீது நடந்துள்ளனர். இப்படி கயிற்றின் மீது நடந்து வேடிக்கை காட்டும் கழைக்கூத்தாடிகள் பற்றிச் சங்க இலக்கியம் பதிவுச் செய்து வைத்திருக்கிறது என்பது முக்கியமானது.

நான் இந்தச் ‘சங்கச் சுரங்கம்’ உரைத்தொடரில் பறை பற்றிப் பேசவேண்டும் என்று ஆசைப்பட்டேன். அதற்காகச் சங்க இலக்கியத்தைத் துழாவும் போதுதான் ‘ஆரியர் கயிறாடு பறை’ என்ற இந்த வரியை எதேச்சையாகப் பார்த்தேன். தொல்தமிழ் ஐந்திணைக் கருப்பொருள்களில் ஒன்றாக முன்னிறுத்தப்படும் ஆதிப் பறையினைப் பற்றிப் பேச நினைத்துத் தேடுகையில், அது ஆரியர் கயிறாடு பறையில் சென்றடைந்தது ஒருவகையில் முரண்.

இந்தத் தலைப்பு வித்தியாசமானது என்பதாலேயே நாம் பொறுப்புணர்வோடும் ஆய்வுக் கண்ணோட்டத்தோடும் திறந்த மனதோடும் அணுக வேண்டியது உள்ளது. அதன்வழி மானிடவியல், சமூகவியல், வரலாறு நம்முன் விரிவதைக் காணப் போகிறோம். வரலாறு என்பது மன்னர்கள் பிறந்தது, மகுடம் சூடியது, மரணம் எய்தியது பற்றியது மட்டும் அல்ல; மக்களின் வரலாறே உண்மையில் வரலாறு. மற்றதெல்லாம் ஒருவகையில் வரப்புத்தகராறு.

இந்த உரைக்குள் செல்வதற்கு முன்பு, “வெறுப்புணர்வு தொடர்ந்து கொல்லும், அன்பு ஒருபோதும் சாவதில்லை. இவ்விரண்டிற்கும் இடையில் காணப்படும் பெரும் வேறுபாடு இதுவே” என்ற மகாத்மா காந்தியின் வாசகத்தை நாம் கவனத்தில் கொள்ள வேண்டும். அதாவது, ஒருபுறம் வெறுப்புணர்வு உள்ளது, மற்றொரு புறம் அன்புணர்வு உள்ளது. இவ்விரண்டிற்குமான வேறுபாடு என்னவென்றால் ஒன்று கொன்றுகொண்டே இருக்கும். மற்றொன்று மறைவு இல்லாதது. காந்தி சொன்ன இந்த வாசகத்தினை மனதில் நிறுத்திக் கொண்டு உரைக்குள் செல்வோம்.

இந்த உரையில் மூன்றே சொற்கள் உள்ளன. 1. ஆரியர், 2. கயிறாட்டம், 3.பறை. இந்த மூன்றே விசயங்களைப் பற்றித்தான் பேசப்போகிறேன்.

ஆரியர் யார்? என்ற கேள்வியைக் கேட்டும் பதில் சொல்லியும் நொந்து நூலாகி "இத்துப்" போய்விட்டது இந்தியவியல் என்னும் ஆய்வுப்புலம். இணையத்தில் தேடினால் எத்தனையோ கோட்பாடுகள் உள்ளன. இந்தியவியலை மிகவும் ஆக்கிரமிக்கின்ற கேள்வி இதுதான். இந்தியவியல் என்பது ஒருவகையில் ஒரு "கலப்பு". அதாவது 'Cross Breed'. தவங்கள், வரங்கள், சாபங்கள், மற்றும் வதங்களால் கட்டியெழுப்பப்பட்ட ஆகாசக்கோட்டைகள் "அறிவியல் உண்மை" போல பேசப்படுவதும், வசதிப்பட்டு வராத தடயங்களை வரவு வைத்துக்கொள்ளாமல் கடந்து போவதும் இதில் காணப்படும் பழகிப்போன ஓர் அணுகுமுறை.

இந்தியவியலில் "அரசியல்" தூக்கலாக இருப்பதால் "கலகலப்பு", "கைகலப்பு", "கண்ணீர்ப்புகை வீச்சு", "தூய்மைவாதிகளின் துப்பாக்கிச்சூடு" என்று எதற்கும் பஞ்சமே இல்லை. அரசியலில், அதாவது "இந்தியவியல் அரசியலில்" இதெல்லாம் சகஜமப்பா!

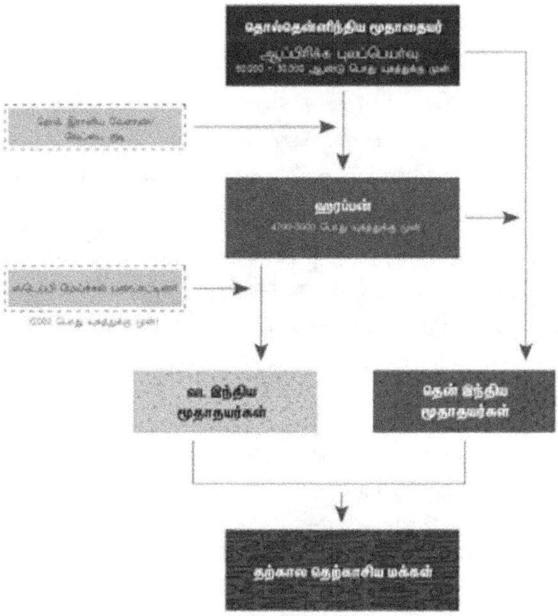

படம். 4.1. தற்கால தெற்காசிய மக்களின் தோற்றம்

இந்தியவியலில் அண்மைக் காலங்களில் பல ஆராய்ச்சிப் பிரிவுகள் தோன்றியுள்ளன. இவற்றில் "வாட்ஸ்ஆப் இந்தியவியல்", "ட்விட்டர் இந்தியவியல்", "முகநூல் இந்தியவியல்" ஆகியவை முக்கியமானவை!

Ctrl+x or Ctrl+c and Ctrl+v என்பது கணிணி மொழி மட்டும் அல்ல; வரலாறும்கூட ஒருவகையில் அப்படித்தான். இதில் பல Ctrl+x or Ctrl+c and Ctrl+v நிகழ்ந்துள்ளன.

படம். 4.1.இல் இருப்பதுதான் தரவுகள் சார்ந்து என்னுடைய புரிதல். இதிலிருந்துதான் நான் என்னுடைய கருத்தாக்கங்களைக் கட்டமைக்கின்றேன்.

ஆரியர்

ஆரியர் என்பதைச் சங்க இலக்கியத்தினூடாகப் பார்க்கப் போகிறோம். சங்க இலக்கியம் ஆரியர்களை இமயமலையுடன் தொடர்புபடுத்துகிறது. அந்த வகையில் ஆரியரும் இமயமலையும் என்பதைக் குறித்துப் பார்க்க வேண்டும். அதேபோல் ஆரியருக்கான திசை என்று குறிக்கும்போது தெளிவாக வடக்குத் திசையினைக் குறிக்கிறது.

சங்க காலத் தமிழ் மன்னர்கள் ஆரியரை எதிரிகளாகக் கருதினர். அவர்களுடன் பிணக்கு, முரண்பாடு என்பது இருந்து வந்துள்ளளது. 2500 ஆண்டுகளுக்கு முன்னால் உள்ள இலக்கியங்கள் ஒருவரை மற்றொருவர் எப்படி பார்க்கின்றன என்பதும் இவ்விடத்தில் முக்கியமானது. அதேபோல் வடமொழி இலக்கியங்கள் தமிழ் மன்னர்களை எவ்வாறு நோக்கி உள்ளன என்பதையும் காண வேண்டும். ஆரியர் குறித்த சொல்லாடல்கள் தமிழ் இலக்கியங்களில் இடம் பெறும் விதம் மற்றும் சூழல்கள், காலம் தோறும் தமிழ்ச்சமூகத்தில் நேர்ந்த மாற்றங்கள் முதலியவற்றைக் கணக்கில் கொள்ளவேண்டும். ஆரியர்-தமிழ் இருமை ஒரு தொடர்கதையாக உள்ளது.

ஆரியரும் இமயமும்

பதிற்றுப்பத்து 11, பாடியவர்: குமட்டூர்க் கண்ணனார், பாடப்பட்டவர்: இமயவரம்பன் நெடுஞ்சேரலாதன்

கவிர் ததை சிலம்பில் துஞ்சும் கவரி
பரந்து இலங்கு அருவியொடு நரந்தம் கனவும்,
ஆரியர் துவன்றிய பேரிசை இமயம்
தென்னங் குமரியொடு ஆயிடை
மன் மீக் கூறுநர் மறம் தபக் கடந்தே.

இவ்வரியில் 'ஆரியர் துவன்றிய' என்ற சொல் ஆரியர் தோன்றிய, நிரம்பிய, பெருகிய என்பதைக் குறிக்கிறது. சங்க இலக்கியம் இமயமலையினைப் பற்றி தெளிவான புரிதலைக் கொண்டிருந்தது. இமயமலையில் காணப்படும் 'கவரி' என்ற விலங்கு எப்படி இருக்கும் என்பதைப் பற்றி தெளிவாக எடுத்துரைத்துள்ளது.

அகநானூறு 398, இம்மென் கீரனார், குறிஞ்சித் திணை – தலைவி ஆற்றிடம் சொன்னது

அழற் சினை வேங்கை நிழல் தவிர்ந்து அசைஇ
மாரி புறந்தர நந்தி, ஆரியர்
பொன்படு நெடுவரை புரையும் எந்தை
பல் பூங்கானத்து அல்கி,

இதில் கூறப்படும் 'பொன்படு நெடுவரை' உண்மையா? என்ற கேள்வியினை எழுப்பி அதற்கான பதிலைத் தேடினேன். அண்மையில் 40 பில்லியன் மதிப்புள்ள தங்கமும் வெள்ளியும் இமயமலையில் கிடைப்பதால்தான் அந்த எல்லைப் பகுதியில் இந்தியாவிற்கும் சீனாவிற்கும் சிக்கல் ஏற்பட்டுள்ளது என்று செய்திகள் வருகின்றன. இது ஒரு புதிய கண்டுபிடிப்பு, அதனால் ஏற்படும் புதிய எல்லைப் பிரச்சனைகள். இமயமலை இருக்கும் 'தௌலா' என்ற பழங்குடி மக்கள் ஆற்றில் உட்கார்ந்து அதில் வரும் சிறிய அளவிலான தங்கத்தினை எடுத்துத் தங்களது வாழ்வாதாரத்திற்குப் பயன்படுத்துகின்றனர்.

இமயமலையில் தங்கம் கிடைக்கிறது என்பது இதற்குமுன்பு எனக்குத் தெரியாது. ஆனால் சங்க இலக்கியம் தெளிவாக அதனை எடுத்துரைக்கிறது.

ஆரியர் அலறத் தாக்கி...

அகநானூறு 396, பரணர், மருதத் திணை – பரத்தை தலைவனிடம் சொன்னது

மனையோள் வவ்வலும் அஞ்சுவல், சினைஇ
ஆரியர் அலறத் தாக்கிப் பேர் இசைத்
தொன்று முதிர் வட வரை வணங்கு வில் பொறித்து
வெஞ்சின வேந்தரைப் பிணித்தோன்
வஞ்சியன்ன என் நலம் தந்து சென்மே.

பரத்தை தலைவனிடம், 'நீ என்னை விட்டுப் போகமாட்டேன் என்று உரைத்தாய், ஆனால் சென்றுவிடுவாயோ என்று பயமாக

உள்ளது. அப்படி என்னை விட்டுச் சென்றால், என்னிடமிருந்து களவாடிய எனது அழகினைத் திரும்பத்தர வேண்டும்' என்று கூறுகிறாள். எத்தகைய அழகு என்றால் சேரர்களின் வஞ்சி நகரினைப் போன்ற அழகு. 'ஆரியர்களை அலறும்படியாகத் தாக்கி, அவர்களுடைய வடக்கு மலையில் வில்லினைப் பொறித்து வந்த சேரனுடைய வஞ்சியினைப் போன்ற எனது அழகினைத் திரும்பத் தரவேண்டும்' என்று பரத்தை குறிப்பிடுகிறாள்.

ஓர் அகப்பாடல் மரபில் இத்தகைய அரசியல் பேசப்படுகிறது என்றால் அந்த முரண்பாடு, இருமை உணர்வு இந்த மரபினுள் எவ்வளவு ஆழமாகச் சென்றிருக்கிறது என்பதைக் கவனிக்க வேண்டும்.

முள்ளூரில் மலையனின் ஒரு வேலுக்கு ஓடிய ஆரியர்

நற்றிணை 170, பாடியவர் பெயர் கிடைக்கவில்லை, மருதத் திணை – தோழி ஆயத்தாரிடம் சொன்னது

மடக்கண், தகரக் கூந்தல், பணைத்தோள்,
வார்ந்த வால் எயிற்று, சேர்ந்து செறி குறங்கின்,
பிணையல் அம் தழை தைஇ, துணையிலள்
விழவுக் களம் பொலிய வந்து நின்றனளே;
எழுமினோ எழுமின், எம் கொழுநற் காக்கம்
ஆரியர் துவன்றிய பேர் இசை முள்ளூர்ப்,
பலர் உடன் கழித்த ஒள் வாள் மலையனது
ஒரு வேற்கு ஓடியாங்கு, நம்
பன்மையது எவனோ, இவள் வன்மை தலைப்படினே?

இப்பாடலில், ஒரு பரத்தை மிக அலங்காரத்துடன் வருகிறாள். அவளைக் கண்டு தலைவனின் தோழர்கள் அவளிடமிருந்து தலைவனைக் காப்பாற்ற வேண்டும் என்று நினைக்கின்றனர். அப்படி தலைவனைக் காப்பாற்ற முடியவில்லை என்றால் அது எத்தகைய தன்மையானது என்றால், முள்ளூர் என்ற இடத்தில் நடந்த சண்டையில் ஆரியர் அலறி ஓடியதுபோன்று நாம் ஓடவேண்டும் என்று குறிப்பிடுகின்றனர். அடுத்து, அகநானூறு 336ஆம் பாடலில் பரத்தை பிற பரத்தையரைப் பற்றிச் சொல்லுமிடத்தில்,

மாரி அம்பின் மழைத்தோற் சோழர்
வில் ஈண்டு குறும்பின் வல்லத்துப் புற மிளை,
ஆரியர் படையின் உடைக என்
நேர் இறை முன் கை வீங்கிய வளையே.

என்கிறார். இதில் ‘வல்லம்’ என்ற இடத்தில் ஆரியர் படை சோழர்களிடத்தில் அடிவாங்கி ஓடியதுபோன்று என்னுடைய வளையல் உடையட்டும் என்று குறிப்பிடுகிறாள்.

சங்க இலக்கியம் கூறும் இத்தகைய வரிகளை ஒரு வரலாற்று ஆவணமாக எடுத்துக் கொண்டு பேசவேண்டும் என்றுகூட நாம் சொல்லவில்லை. ஆனால் அதில் உள்ள இருமையின், வேறுபாட்டின் வேர்களை, அதன் நோக்கத்தை அறிந்தாக வேண்டும். சங்க இலக்கியம் ஆரியர்கள் குறித்த ஒரு முரண் உணர்வை வெளிப்படுத்துகிறது. ஆரியருக்கும் தமிழர்களுக்கு ஆகவில்லை, என்பதைப் புலப்படுத்துகிறது.

பட்டினப்பாலையில் திருமாவளவனின் வெற்றிச் சிறப்புகளைக் கூறும் இடத்தில்

வடவர் வாடக், குடவர் கூம்பத்,
தென்னவன் திறல் கெடச் சீறி, (276–277)

என்று வடவர் வாடக், குடவர் (சேரன்) கூம்பத், தென்னவன் (பாண்டியர்) திறல் கெடச் சீறி எனக் குறிப்பிடப்பட்டுள்ளது. இதில் வடவரை வாட்டுபவராகத் திருமாவளவன் குறிப்பிடப்படுகிறான்.

சங்க இலக்கியத்தில் அதிகமாகப் பேசப்படும் மலை இமயமலை. பதிற்றுப்பத்து 43ஆம் பாடலில், “வட திசை எல்லை இமயம் ஆக” என்று வடதிசையுடன் இமயம் குறிப்பிடப்படுகிறது. சிறுபாணாற்றுப்படையில், “வட புல இமயத்து வாங்கு வில் பொறித்த” (48) என்று இமயமலையில் வில் கொடி பொறித்தாகக் குறிப்பிடப்படுகிறது. புறநானூறு 31ஆம் பாடலில் சோழன் நலங்கிள்ளி படையெடுத்து வருகிறான் என்று தெரிந்தவுடன் வடபுலத்தில் உள்ள அரசர்கள் தூங்கவில்லை என்பதை, ‘துஞ்சா கண்ண வட புலத்து அரசே’ என்று கோவூர் கிழார் பாடுகிறார். அதேபோல் பாண்டிய மன்னனைப் பற்றி பாடும் மருதன் இளநாகனாரும் ‘வட புல மன்னர் வாட அடல் குறித்து’ என்று புறநானூறு 52இல் குறிப்பிடுகிறார். சேரர், சோழர், பாண்டியர் மூவரும் வட மன்னர்களுடன் ஏதேனும் வகையில் சண்டையிட்டுள்ளதை இவ்வரிகள் குறிப்பிடுகின்றனர். எனவே, வட திசை- இமயம்- ஆரியர்- ஆரியர்- தமிழரசர் பகை என்ற தோற்றத்தைச் சங்க இலக்கியம் தெளிவாக அளிக்கிறது.

இதுமட்டுமில்லால், ‘ஆய் அண்டிரன்’ என்ற குடியினைப் பாடும் உறையூர் ஏணிச்சேரி முடமோசியார் புறநானூறு 132இல் பின்வருமாறு பாடியுள்ளார்.

முன் உள்ளுவோனைப் பின் உள்ளினேனே!
ஆழ்க என் உள்ளம் போழ்க என் நாவே!
பாழ் ஊர்க் கிணற்றின் தூர்க என் செவியே!
நரந்தை நறும் புல் மேய்ந்த கவரி
குவளைப் பைஞ்சுனை பருகி, அயல
தகரத் தண் நிழல் பிணையொடு வதியும்
வட திசையதுவே வான் தோய் இமையம்
தென் திசை ஆஅய் குடி இன்றாயின்,
பிறழ்வது மன்னோ இம் மலர்தலை உலகே.

வடக்குத் திசையில் இருக்கக்கூடிய இமயமலை வானத்தினைத் தாங்குவதைப் போன்று தென்திசையில் 'ஆஅய் குடி' தாங்கிக் கொண்டிருக்கிறது என்று சொல்லப்படுகிறது. அந்த இமயமலையும் இந்த ஆஅய் குடியும் இல்லாமல் போனால் உலகம் சமநிலையில் இருக்காது என்கின்றன இவ்வரிகள்.

அகநானூறு 386ஆம் பாடலில், 'ஆரியப் பொருநன்' என்ற சொல் காணப்படுகிறது. இதனைப் பாடியவர் பரணர், மருதத் திணை – தோழி தலைவனிடம் சொன்னது

பொய்கை நீர்நாய்ப் புலவு நாறு இரும் போத்து
வாளை நாள் இரை தேரும் ஊரா!
நாணினென் பெரும யானே, பாணன்
மல்லடு மார்பின் வலியுற வருந்தி,
எதிர் தலைக்கொண்ட ஆரியப் பொருநன்
நிறைத் திரண் முழவுத் தோள் கையகத்து ஒழிந்த
திறன் வேறு கிடக்கை நோக்கி, நற்போர்க்
கணையன் நாணியாங்கு மறையினள்

ஆரிய பொருநன் என்பது வடபகுதியினைச் சேர்ந்த மல்யுத்த வீரரைக் குறிப்பது. இப்பாடல் மூலம் ஆரியர்கள் நட்பார்ந்த முறையிலும் இங்கு வந்து மல்யுத்த விளையாட்டு நடத்தியுள்ளனர் என்பதை அறியமுடிகிறது.

ஆரியர் கயிறாடு பறை

குறுந்தொகை 7, பெரும்பதுமனார், பாலைத் திணை – கண்டோர் சொன்னது

வில்லோன் காலன கழலே, தொடியோள்
மெல்லடி மேலவும் சிலம்பே, நல்லோர்
யார் கொல் அளியர் தாமே, ஆரியர்

கயிறாடு பறையின் கால் பொரக் கலங்கி
வாகை வெண் நெற்று ஒலிக்கும்
வேய் பயில் அழுவம் முன்னியோரே?

இது ஒரு காதல் பாடல், இதில் தலைவனும் தலைவியும் காட்டுப் பாதையில் செல்கின்றனர். அவர்கள் செல்லும் பாதையின் ஒலியானது ஆரியர் கயிறாடு பறையில் எழும்பும் ஒலிபோல உள்ளது என்று கூறப்பட்டுள்ளது.

இதைத்தவிர, அகநானூறு 45இல், 'ஆடு களப் பறையின் அரிப்பன ஒலிப்ப' என்றும் அகநானூறு 151இல், 'ஆடுமகள் அரிக் கோல் பறையின் ஐயென ஒலிக்கும்' என்றும் பறையொலியினைப் பற்றிக் கூறப்பட்டுள்ளன.

நாம் குறுந்தொகை சொல்லும், 'ஆரியர் கயிறாடு பறை' என்ற சொல்லுக்கு வருவோம். அந்த ஆரியன் வேதம் கற்றவனா? தெரியவில்லை. கட்டாயம் கற்றிருக்க மாட்டான். ஏனெனில் வேதக்கல்வி அனைவருக்குமானது அல்ல. வேதம் கற்றவன் கயிற்றில் ஏறி வித்தை காட்டமாட்டான். அதுதான் சமூகவியல் எதார்த்தம். அவ்வாறாயின் அவன் ஏதோ ஓர் இந்தோ- ஆரிய பிராகிருத மொழியைப் பேசியிருக்கக்கூடும். . ஆயினும் கழைக்கூத்தாடும் அவன் தமிழின் பார்வையில் ஓர் ஆரியன். மற்போர் செய்யும் வடநிலப் பொருநனும் தமிழின் பார்வையில் ஆரியன். ஏனெனில் ஆரியன் என்பது அந்நிலையில் ஒரு மொழிக்குடும்ப அடையாளம். ஒரு கூட்டு அடையாளம். அதில் வடபுலம், இமயம், வடமொழி, வட புல முனிவர் ஆகிய அனைத்தும் அடங்கும்.

அகநானூறு 276ஆம் பாடலில், 'ஆரியர் பிடி பயின்று தரூஉம் பெருங்களிறு போல...' என்றொரு வரியினைப் பரணர் எழுதியுள்ளார்.. ஆரியன் இவ்விடத்தில் யானையைப் பழக்கும் பாகனாக உள்ளான்.

இவ்விடத்தில் நாம் வணிகத்தினையும் இணைத்து நோக்க வேண்டியதுள்ளது. வணிகம், சங்க இலக்கிய காலத்தில் பரந்து விரிந்து காணப்பட்டது. தமிழகத்தில் பல வணிகப் பெருவழிகள் உருவாகி இருந்தன. அவற்றைச் சங்க இலக்கியங்களும் வரவு வைத்துள்ளன. எனவே தமிழ் நிலத்திற்கும் வடபுலங்களுக்கும் இடையிலான வணிகப் பொருளியல் தொடர்புகள் நம்மை வியப்பில் ஆழ்த்தாது. தமிழகத்தின் பல பகுதிகளில் கிடைக்கும் அகழாய்வுத் தடயங்களும் இந்த வணிகத் தொடர்புகளுக்குச் சான்றளிக்கின்றன.

திருப்பரங்குன்றத்தின் அமைப்பும் சிறப்பும் பற்றி பரிபாடலில் பேசும் இடத்தில் பரங்குன்று இமயக் குன்றம் நிகர்க்கும், இமயக் குன்றினில் சிறந்து (8/11-12) என்று குறிப்பிடுவதையும் இவ்விடத்தில் உற்று நோக்க வேண்டும். தமிழர்களின் மனதிற்குள் ஒரு கூட்டு உளவியல் தொடர்ந்து இயங்குகிறது. வடதிசையில் இருப்பவற்றுடன் தமிழ்ப் பண்பாட்டுப் புவியியலை, கருத்தியலை ஒப்பிட்டும் முரண்பட்டும் ஓர் உரையாடலைச் சங்க இலக்கியம் நிகழ்த்துகிறது. தமிழின் கடந்த கால அனுபவங்களை மீள்வாசிக்கும் போது செப்பேடுகளையும் மெய்க்கீர்த்திகளையும் விட முக்கியமானது தமிழ் இலக்கியம் இவ்வாறு எதேச்சையாகப் பதிவிடும் வாழ்வியல் உண்மைகளும் கூட்டு உளவியலும்தான். இதை அடையாளம் கண்டு முன்னிறுத்துவதுதான் எனது ஆராய்ச்சியின் முக்கியமான நோக்கமும் கூட.

ஆரியர் பற்றிய சொல்லாட்சி

சங்க இலக்கியங்களுக்கு அடுத்து வந்த இலக்கியங்களில் ஆரியர் என்ற சொல்லாட்சி, ஒவ்வொரு இலங்கியங்களிலும் எத்தனை முறை வந்துள்ளன என்பதைப் பார்ப்போம்.

பதினெண்கீழ்க்கணக்கு- 0, திருக்குறள் -0, சிலப்பதிகாரம்- 17, மணிமேகலை- 1, சீவகசிந்தாமணி- 2 வளையாபதி-0, குண்டலகேசி- 0, முத்தொள்ளாயிரம்- 0, இறையனார் அகப்பொருள்- 0.

கம்பராமாயணத்தில் 63 முறை ஆரியர் குறித்த சொல்லாட்சி காணப்படுகிறது. அவை, ஆரிய (13), ஆரியம் (2), ஆரியர் (1), ஆரியற்கு (3), ஆரியன் (40), ஆரியனை (3), ஆரியா (1).

நளவெண்பா-0, பெருங்கதை-2, கலிங்கத்துப்பரணி-0, வில்லிபாரதம் -12, சம்பந்தர் தேவாரம்- 1, அப்பர் தேவாரம்- 3, சுந்தரர் – 0, திருவாசகம்- 2, திருக்கோவையார்- 0, திருமந்திரம் -6 , பெரியபுராணம் -0, நாலாயிர திவ்ய பிரபந்தம்- 1, திருப்புகழ்- 5, தேம்பாவணி- 14.

சிலப்பதிகாரம்

சிலப்பதிகாரத்தில் ஆரியர் சொல்லாட்சி வரும் இடங்கள் பின்வருமாறு,

வட ஆரியர் படை கடந்து – (மது:23/216)
வட ஆரியரொடு வண் தமிழ் மயக்கத்து உன் – (வஞ்சி:25/158)
ஆரிய மன்னர் ஈர்_ஐஞ்ஞூற்றுவர்க்கு – (வஞ்சி:25/162)

அடும் தேர் தானை ஆரிய அரசர் – (வஞ்சி:26/211)
ஆரிய அரசர் அமர்க்களத்து அறிய – (வஞ்சி:26/217)
அறியாது மலைந்த ஆரிய மன்னரை – (வஞ்சி:27/6)
ஆரிய மன்னர் அழகுற அமைத்த – (வஞ்சி:27/22)
ஆரிய மன்னர் ஐ_இருபதின்மரை – (வஞ்சி:27/177)
பாடக சிறு அடி ஆரிய பேடியோடு – (வஞ்சி:27/186)
அமர் அகத்து உடைந்த ஆரிய மன்னரொடு – (வஞ்சி:28/88)
ஆரிய மன்னர் அமர்க்களத்து எடுத்த – (வஞ்சி:28/98)
உடன்று மேல்வந்த ஆரிய மன்னரை – (வஞ்சி:28/120)
தண்_தமிழ் இகழ்ந்த ஆரிய மன்னரின் – (வஞ்சி:28/153)
ஆரிய அரசரை அரும் சிறை நீக்கி – (வஞ்சி:28/195)
வட ஆரிய மன்னர் ஆங்கு ஓர் – (வஞ்சி:29/9)
ஆரிய நாட்டு அரசு ஓட்டி – (வஞ்சி:29/25)
அரும் சிறை நீங்கிய ஆரிய மன்னரும் – (வஞ்சி:30/157)

இதில் ஓர் இடத்தில்கூட நட்பார்ந்த முறையில் இணக்கமான தொனியில் ஆரியர் என்ற சொல் பயன்படுத்தவில்லை என்பது முக்கியமானது. இடைக்காலத்தில் பக்தி இலக்கியங்கள் மூலம், குறிப்பாகக் கம்பராமாயணத்தின் ஊடாக இந்த நிலை மாறுகின்றது என்பது முக்கியமானது. அடுத்து, தேவாரம், நாலாயிர திவ்ய பிரபந்தம் போன்ற நூல்களில்கூட இல்லாத அளவிற்கு கிறிஸ்தவ இலக்கியமான தேம்பாவணியில் ஆரியர் என்ற சொல்லாட்சி இடம்பெறுகிறது. இது ஒருவகையில் வியப்பானதும் கூட. எனவே தேம்பாவணியில் எத்தகைய தன்மையில் ஆரியர் என்ற சொல்லாட்சி பயின்று வந்துள்ளது என்பதைப் பார்ப்போம். தேம்பாவணியில் ‘ஆரிய’ என்று 9 இடங்களில் பயன்படுத்தப்பட்டுள்ளது. அவை பின்வருமாறு,

ஆரிய வளன்–தன் காதை அறம் முதல் விளங்க சொல்வாம் (0 1/4)
மேல் எடுத்து ஆரிய கூத்து வீக்கும்–ஆல் (1 47/4)
அலின் ஆர் ஒளிர் ஆரிய தாரகையுள் (5 87/1)
தகை உற்ற ஆரிய தாரகை நோய் செய (7 46/2)
வல் ஆரிய மா மடவாள் வருந்தும் துயரம் கண்டும் (9 28/3)
ஆரிய முகத்து உறை அங்கண் ஏகினார் (13 11/2)
சாலையில் ஆரிய சோசுவன் மாலை தகாது தடுத்தன அ (15 106/3)
நனி வளர் ஆரிய நடம் செய்து ஏகினார் (20 10/4)
ஆரிய வளப்பின் தன் இடத்து இல்லான்
ஆண்டகை அவன் அலன் அன்றோ (27 164/4)

ஆரியர் என்று 3 இடங்களில் பயன்படுத்தப்பட்டுள்ளன. அவை பின்வருமாறு,

தூய ஆரியர் விரைந்து அரும் தொடர்பொடு தொகுத்தார் (6 64/4)
ஆரியர் விரும்பிய அருளின் செல்வம் ஆய் (10 79/2)
ஆரியர் தொழில் என அரசியல் பட (25 52/3)

இத்துடன்

அளி முகத்து இனையவும் பலவும் ஆரியன்
ஒளி முகத்து உரைத்தவை அவன் உணர்ந்த பின் (28 53/1,2)

என்ற இடத்தில் ஆரியன் என்றும்,

ஆரியனூரில் தேம்பாவணி என பிணித்தல் செய்வாம் (0 13/4)

என்ற இடத்தில் ஆரியனூர் என்று பயன்படுத்தப்பட்டுள்ளது.

தமிழைத் தாய்மொழியாகக் கொள்ளாத வெளிநாட்டவர் ஒருவரால் எழுதப்பட்ட ஒரே ஒரு தமிழ்க்காப்பியம் தேம்பாவணி. இதனை எழுதியவர் இத்தாலிய நாட்டினைச் சேர்ந்த வீரமாமுனிவர். இவரின் இயற்பெயர் கான்ஸ்டன்டைன் ஜோசப் பெஸ்கி.

தேம்பாவணி என்னும் காப்பியம் இயேசு கிறிஸ்துவின் வளர்ப்புத் தந்தையான ஜோசப் மீது இயற்றப்பட்டதாகும். தேம்பாவணியில் காப்பியத் தலைவனாகச் சூசை, வளன் (யோசப்பு) இடம்பெறுகிறார்கள். இதனுடன் ஆரிய, ஆரியர், ஆரியன், ஆரியனூர் என்பது குறித்துப் பேசப்படுகிறது என்பதைக் கவனிக்க வேண்டும்.

பாயிரத்தில் ஆரியம்

தேம்பாவணியின் பாயிரத்தில், ‘மாண்பினால் நேர்மையான உள்ளத்தோடு உயர்ந்து நின்று, இவ்வுலகினைக் காத்த ஆண்டவனை வளர்ப்புத் தந்தையாக இருந்து காத்த, மணமுள்ள அழகிய பூங்கொடியைத் தாங்கிய வளனின் வரலாற்றைப் பாவால் சொல்வதற்கு, அந்தப் பூங்கொடியில் மலர்ந்த பசுமையான பூக்களைக் கொண்டே, ஆரியனூரில், தேம்பாவணி என்ற பெயரால் மாலையாகக் கட்டத் தொடங்குவோம்’ என்று சொல்லப்பட்டுள்ளது.

இந்த ஆரியனூர் எங்கே உள்ளது எனத் தேடினேன். ஆரியனூரின் பழைய பெயர் கோணாங்குப்பம். விழுப்புரம் மாவட்டம், உளுந்தூர்பேட்டைக்கு அருகே மங்கலம் பேட்டையை அடுத்து அமைந்துள்ளது இந்தக் கோணாங்குப்பம் என்கிற சிறிய கிராமம். இந்தக் கிராமத்தில்தான், கிறிஸ்தவ மதத் துறவியான வீரமாமுனிவர், முதன்முதலாகக் கட்டிய தேவாலயம் உள்ளது. இந்த ஆலயத்தின் சிறப்பு என்னவென்றால், இங்கு வீற்றிருக்கும் மேரி மாதா, புடவையும்,

நகைகளும் அணிந்திருப்பார். இந்த மேரி மாதாவுக்குப் ‘பெரியநாயகி அன்னை’ என்று பெயர். வீரமாமுனிவர் வரைந்த ஓவியத்தின் அடிப்படையில் இந்த ஓவியம் உருவாக்கப்பட்டது.

கோணாங்குப்பம் என்று அறியப்பட்ட ஓர் ஊர் ஆரியனூர் என்று தேம்பாவணியில் அழைக்கப்படுகிறது என்பது முக்கியமானது. கோணாங்குப்பத்துக்கும் ஆரியருக்கும் என்ன தொடர்பு? இத்துடன் தமிழகத்தில் பல இடங்களில் ஆரியம் என்பதுடன் ஊர் பெயர்கள் வருகின்றன. அவை பின்வருமாறு,

ஆரியம்பாக்கம்- காஞ்சிபுரம் மாவட்டம்

ஆரியபெரும்பாக்கம்- காஞ்சிபுரம்

ஆரியபாளையம்- சேலம்

ஆரியகவுண்டனூர்- ஈரோடு

ஆரியலூர்- திருவாரூர்

ஆரியபடைவீடு- தஞ்சாவூர்

ஆரியப்பட்டி- மதுரை

ஆரியநத்தம்- கள்ளக்குறிச்சி

இந்த ஒவ்வொரு ஊரின் பெயரும் எந்தக் காலகட்டத்தில் தோன்றின; இந்த ஊர்களின் பழைய பெயர்கள் எவை என்று யாரேனும் கள ஆய்வாளர் தோண்டித் துருவினால் பல பயனுள்ள புரிதல்கள் நமக்குக் கிடைக்கலாம்.

சுரங்கத்திலிருந்து அரங்கத்திற்கு – கயிறாடுதல் ஆரியக் கழைக்கூத்து

குறுந்தொகை 7 ,பெரும்பதுமனார்

வில்லோன் காலன கழலே தொடியோள்
மெல்லடி மேலவுஞ் சிலம்பே நல்லோர்
யார் கொல்? அளியர்தாமே ஆரியர்
கயிறாடு பறையின் கால்பொரக் கலங்கி
வாகை வெண்ணெல் ஒலிக்கும்
வேல் பயில் அழுவம் முன்னியோரே.

இப்பாடலின் பொருள்:

ஆரியக்கூத்தர் கழையில் கட்டிய கயிற்றின்மேல் நின்று ஆடும்பொழுது கொட்டப்படும் பறையைப் போல, மேல் காற்று வீசியதால் நிலைகலங்கி வாகை மரத்தினது வெள்ளிய நெற்றுகள் ஒலிக்கும்,

மூங்கில் மரங்கள் நிறைந்த, பாலை நிலப்பரப்பைக் கடக்கும் இந்த வில்லேந்திய ஆடவன் காலில் வீரக் கழல்களும் தோள்வளை அணிந்த பெண்ணின் காலில் சிலம்பும் இருப்பதால் இவர்களுக்கு திருமணம் ஆகவில்லை என்பது தெளிவு. இவர் யாரோ?

"ஆரியர் —ஆரிய நாட்டிலுள்ள ஒருவகைக் கூத்தர்; அவர் இயற்றும் கூத்து ஆரியக் கூத்தெனப்படும். "ஆரியக் கூத்தாடினாலும் காரியத்திலே கண்"-- என்ற பழமொழி அக்கூத்தின் அருமையைப் புலப்படுத்தும்". (ஆதாரம்: குறுந்தொகை மூலமும் உரையும், டாக்டர் உ.வே. சமிநாதையர் பதிப்பு)

இதனைப் பதினான்கு வகைக் கூத்துகளில் ஒன்றாகச் சிலப்பதிகார உரையாசிரியர் விவரித்துள்ளார்.(சிலப்.3-12-25,அடியார்க்கு நல்லார்). இதைப் பற்றி சுவாமிநாதன் என்பவர் 2014இல் எழுதிய பதிவு பின்வருமாறு,

தமிழ்நாட்டில் பல நகரங்களிலும் தெருக்களில் வித்தை செய்து காட்டும் கழைக் கூத்தாடிகளைப் பார்க்காதவர் யாரும் இருக்கமுடியாது. இது தமிழ்நாடு மட்டுமின்றி வட இந்தியா, பாகிஸ்தான் முதலிய இடங்களிலும் நடை பெறுகிறது. இந்தியா முழுவதும் இது ஒரே மாதிரி இருப்பது வியப்புக்குரியது. அதைவிட வியப்பான விஷயம், இது சங்க காலம் முதல் தமிழ் நாட்டில் நடைபெற்று வருவதாகும். அதைவிடவும் வியப்பான விஷயம் இவர்களை ஆரியக் கூத்தாடிகள் என்று அழைப்பதாகும்.

கழைக்கூத்தை ஆரியக் கூத்து என்று அழைப்பது ஏன்? இது பழமொழியிலும் இப்படி வருகிறது. உ.வே. சாமிநாதையர் போன்றோரும் அப்படியே உரை கண்டுள்ளனர்.

தமிழ் நாட்டில் இவ்வகைக் கூத்தே இல்லையா? இதில் குறவன், குறத்தி இனத்தாரே பெரும்பாலும் ஈடுபட்டும் இதை 'ஆரிய' என்ற சொல்லுடன் தொடர்புபடுத்தியது ஏன் என்று தெரியவில்லை. 2000 ஆண்டுகளாக இது தமிழ் நாட்டில் நடந்து வருகிறது.

கழைக்கூத்து

கழைக்கூத்து என்பது மூங்கில் கம்புகளிடையே கட்டப்பட்ட கயிற்றில் நடந்து வித்தை காட்டும் கூத்து. கழை என்பது மூங்கில்கழிகளைக் குறிக்கும் வார்த்தை. அதனால்தான் இக்கூத்துக்கு கழைக்கூத்து என்ற பெயர் வந்தது. இது வடநாட்டில் இருந்து வந்த

கலை என்பதால் இதை ஆரியக்கூத்து என்றும், ஆரியக் கூழைக்கூத்து என்றும் அழைக்கிறார்கள். இக்கலையை நடத்திக் காண்பவர்களைக் கழைக்கூத்தாடிகள் என்பர்.

"ஆரியக்கூத்து" என்பது வடநாட்டிலிருந்து வந்ததால் அல்ல என்றும், "ஆர் எக்கூத்து ஆடினாலும் காரியத்தில் கண்ணாயிரு" என்ற பழமொழியில் 'ஆர் எக்கூத்து' என்ற சொற்றொடர் காலப்போக்கில் ஆரியக்கூத்து என மருவியதாகவும் சிலர் சொல்வர். இப்படி சொல்பவர்கள் சங்க இலக்கியம் எதையும் படித்திருக்க வாய்ப்பில்லை என்பது தெளிவு. ஆரியக்கூத்து என்ற தெளிவான சொல்லாடலை "ஆர் எக் கூத்து" என்பது மருவியது என்று சொல்வதெல்லாம் வெறும் வேர்ச்சொல் விளையாட்டுதான். இதை நகைச்சுவையாக எடுத்துக்கொண்டு நாம் நகரவேண்டும். ஆரியர் கூத்தாட மாட்டார்கள் என்ற அசைக்கமுடியாத நம்பிக்கையில் பிறப்பதே இத்தகைய விளக்கங்கள். ஆனால் சங்க இலக்கியம் என்ன சொல்கிறது என்பது தான் நமக்கு முக்கியம்.

இந்தக் கழைக்கூத்து கலை பற்றி படித்தேன். தகவல் திரட்டினேன். இக்கலைக்காகக் குழந்தைகளுக்கு 2வது மாதத்திலேயே கூத்துப்பயிற்சியைத் தொடங்கி விடுகிறார்கள். தலையே நிமிராத இரண்டு மாதக் குழந்தையை ஒரு கையால் தூக்கி, மேலே நிறுத்துவது தான் முதல்கட்டப் பயிற்சி. கீழே கிடத்தி வயிற்றில் ஏறி மிதிப்பது, குழந்தையின் வயிற்றில் கயிற்றைக் கட்டி, ஊஞ்சல் போல ஆட்டுவது எனப் பயிற்சிகள் நீள்கின்றன.

இந்தக் கூத்தைப் பெரும்பாலும் மணற்பாங்கான இடத்தில்தான் நடத்துகிறார்கள். இக்கூத்து நிகழ்த்த 9 மீட்டர் உயரத்தில் இருந்து 18 மீட்டர் வரை உயரம் உள்ள 4 வலிமையான மூங்கில்கள் தேவை. முந்தைய காலங்களில் இதைவிட அதிக உயரமுள்ள குச்சிகளைப் பயன்படுத்தி உள்ளார்கள். இரண்டு கம்புகளைப் பெருக்கல் குறிபோல இருபுறமும் நட்டு வைத்து, கயிற்றால் இணைப்பார்கள். கம்புகள் அசையாமல் இருக்க மாட்டுத்தோலால் செய்யப்பட்ட கயிறைக்கொண்டு கட்டி, பூமியில் இரும்புக் கம்பியை நட்டுக் கட்டி விடுவார்கள். நடப்பதற்கு வசதியாக மேலே உள்ள கயிறு இழுத்துக் கட்டப்பட்டிருக்கும். கூத்துத் தொடங்குவதைக் குறிக்கும் விதத்தில் தட்டு அல்லது தவில் இசைப்பார்கள். தொடக்கத்தில் சில வித்தை காட்டும் விளையாட்டுக்கள் செய்வார்கள். தரையில் கிடக்கும் ஊசியைக் கண்களால் எடுப்பது, கண்ணைக் கட்டிக்கொண்டு பெண்கள் மேல் கத்தியை வீசுவது, கர்ணம்

அடிப்பது, கயிற்றில் நடப்பது என இக்கலை நீளும். கயிற்றில் நடப்பது பெரும்பாலும் பெண்கள் தான். இப்போது இக்கலை அவ்வளவாக நடைமுறையில் இல்லை.

இந்தக் கழைக்கூத்தை ஆடுபவர்கள் வாழ்வியல் நிர்பந்தத்தால் செய்கிறார்கள். அவர்களின் குரலைச் செவிமடுப்பதே பொறுப்புணர்வுள்ள சமூகத்தின் கடமையாகும்.

பறை என்னும் இசைக்கருவி

பறையும் யாழும் கருப்பொருளாகத் தொல்காப்பியத்தில் சுட்டப்பட்டுள்ளன.

"தெய்வம் உணாவே மா மரம் புள் பறை
செய்தி யாழின் பகுதியொடு தொகைஇ
அவ் வகை பிறவும் கரு என மொழிப" – தொல். பொருள். அகத். 18

"வாள் மலைந்து எழுந்தோனை மகிழ்ந்து
பறை தூங்க நாடு அவற்கு அருளிய பிள்ளையாட்டும்" (புறத்திணையியல்– 5)

'பறை' என்னும் திராவிட மொழிக் குடும்பச் சொல்

தமிழில் 'பறை' என்றால் பேசுதல், சொல்லுதல் போன்ற பொருளைக் குறிக்கிறது. இதே பொருளேயே மலையாளம் தொடங்கி வட திராவிட மொழிகளில் வரையிலும் காணப்படுகின்றது.

படம். 4.2. சிறுமி கயிறாடுதல்

பறை என்ற பண்பாட்டுக் கருவறை!

பறை என்பது வெறும் இசைக்கருவி அல்ல. பன்னெடுங்காலத் தொன்மங்களைத் தனது தொப்புள் கொடியில் முடிந்து வைத்திருக்கும் பண்பாட்டுக் கருவறை. தோலிசைக் கருவிகளின் தொடக்கப்புள்ளி. தமிழர் வாழ்வியலின் முகம். தீட்டைப்பறை, தொண்டகச் சிறு பறை, தொண்டகப்பறை, அரிப்பறை, மன்றோல் சிறுபறை, மென்பறை, இன்னிசைப்பறை, பொருநர்பறை, ஆடுகளப்பறை என எத்தனையோ குறிப்புகள் காணப்படுகின்றன.

சமகாலப் பண்பாட்டுத் தளத்திலிருந்து பறையை உற்று நோக்குவோருக்கு அது அடிமைப்படுத்தப்பட்ட கருவியா? அல்லது விடுதலைக்கான கருவியா? என்ற கேள்விகள் மீண்டும் மீண்டும் எழலாம். ஆனால், பறை வெல்லும்போது தீர்வுகளும், தீர்ப்புகளும் மாற்றியமைக்கப்படும். மறுபார்வை விரியும்! என்று கே.எஸ். முத்து

படம். 4.3. பறையுடன் சார்ந்த சொல்லாடல்கள்

குறிப்பிடுகிறார்.

மாங்குடி மருதனுக்குத் தெரியாத தமிழா, தமிழ்த்தொன்மமா? “மாங்குடி மருதன் தலைவனாகப் புலவர் பாடாது வரைக என் நிலவரை ...” என்றுதானே வஞ்சினம் உரைத்தான் தலையாலங்கானத்துச் செரு வென்ற நெடுஞ்செழியன். “துடியன், பாணன், பறையன், கடம்பன் என்று இந்நான்கல்லது குடியும் இல்லை!” என்று காரணம்

இல்லாமலா வேருக்கு விழா எடுத்தான் தமிழ்ச்சங்கத் தலைவன்!

இவ்விடத்தில்தான் நாம் வேர்களோடு நடத்தவேண்டிய உரையாடலைச் சங்க இலக்கியம் மீண்டும் மீண்டும் நினைவுபடுத்துகிறது.

பறை என்பது சாவுக்கு அடிக்கிற பறை என்பதிலிருந்து மாறி, திருமண நிகழ்ச்சியிலிருந்து பள்ளி நிகழ்ச்சி வரையிலும் உள்ளது. தற்போது பறையிசைக் குழுக்கள் என்பன தமிழகம் மட்டுமல்லாது உலகம் முழுவதும் பல்வேறு நாடுகளில் காணப்படுகின்றன.

தமிழர்கள் அதனை மறந்துவிடாமல், அதனை இழிபொருள் ஆக்காமல் அதனை ஒரு மீட்டெடுப்பிற்கான கருவியாகப் பார்க்கின்றனர். பறை தமிழ்த் தொன்மங்களின் ஒலி.

ஆரியம் என்ற கருத்தியல்

இந்தியப் பரப்பில் ஏதோ ஓர் இடத்தில் "நாங்கள்:அவர்கள்" என்று அணுகிய கண்ணோட்டம் தலைதூக்குகிறது. அதாவது ஆரியர்களிடத்திலிருந்து மாறுபட்டு, அவர்கள் வேறு நாங்கள் வேறு என்று சொன்னது தெளிவாகக் காணப்படுகிறது. ஒரு குறிப்பிட்ட பகுதிகளை ஒதுக்கி வைத்துப் பார்க்கும் பார்வை ஆரியர்களின் சாஸ்திரங்களில் காணப்பட்டது. இதனை மற்றொரு வகையில் பழுப்புநிறப் பாண்டங்களைப் பயன்படுத்திய மக்கள், கருப்பு-சிவப்புப் பாண்டங்களைப் பயன்படுத்தியவர்களை எப்படிப் பார்த்தனர் என்பதாகப் புரிந்து கொள்ளலாம். அங்கம் (பீகார்), வங்கம் (மேற்கு வங்காளம், பங்களாதேஷ்), கலிங்கம் (ஒடிசா) முதலிய பகுதிகளுக்குப் போகத்தடை விதித்தன ஆரியர்களின் சாஸ்திரங்கள்.

ஒருவேளை இந்தப் பகுதிகளுக்குப் போக வேண்டிய நிலை ஏற்பட்டால், சென்று விட்டு மீண்டும் ஆரியப் பகுதிக்கு வரும்போது பரிகாரங்கள் செய்ய வேண்டும் என்று வடமொழி சாஸ்திரங்கள் கூறுகின்றன. இத்தகைய தன்மையே ஆரியர் தங்களுடைய பகுதிகளைத் தவிர மற்றப் பகுதிகளைப் பார்க்கும் விதமாகும்.

அதே ஆரிய சாஸ்திரங்கள் சொல்லும் அங்கம், வங்கம், கலிங்கம் ஆகியவற்றில்தான் வரலாற்று இந்தியாவின் பேரரசுகளின் களம் உருவானது. சந்திரகுப்த மௌரியர், அசோகர், காரவேலன் போன்ற பேரரசர்கள் உருவான நிலப்பகுதிகள் அவை. பௌத்தம், சமணம் போன்ற சமயங்கள் தோன்றிய இடமும் அதுவே. ஆரியர், திராவிடர்களை - நிலைதிரிந்த ஆண்டபரம்பரை (Degraded Khastriyas) என்றும்

சூத்திரர் நிலைக்குச் சென்றவர்கள் என்று குறிப்பிடுகின்றனர். ஆனால் சிந்துவெளியும் சங்க இலக்கியமும் தமிழகப் பானைக்கீறல்களும் வேறு எதையோ சொல்கின்றன.

‘இனவாதம்’ என்பது நோய். ‘இணக்கம்’தான் மருந்து. வெறுப்புணர்வை யார் வளர்த்தாலும் தீமையே. நன்மை பயக்கும் தீ இருக்கலாம் ஆனால் நன்மை பயக்கும் தீமை இருக்கிறதா? அதனால் ‘தீயவைத் தீயினும் அஞ்சப்படும், யாதும் ஊரே யாவரும் கேளிர், தீதும் நன்றும் பிறர் தர வாரா!’ என்ற வரிகளையும் இவ்விடத்தில் இணைத்து நோக்குதல் அவசியம்.

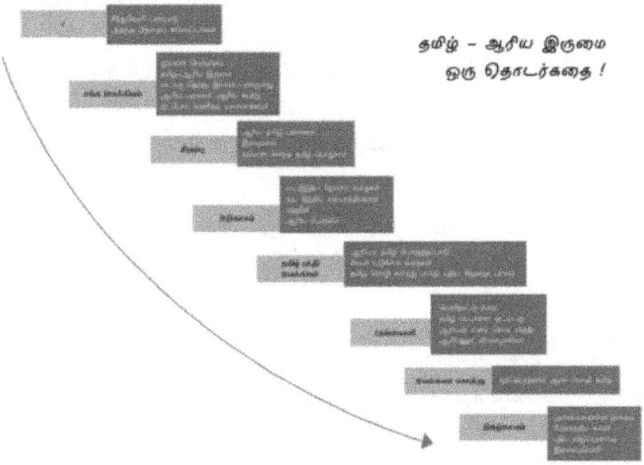

படம். 4.4. தமிழ் - ஆரிய இருமை ஒரு தொடர்கதை

படைத்தோன் பண்பிலாளன்!

புறநானூறு 194:பாடியவர்: பக்குடுக்கை நன்கணியார்

ஓரில் நெய்தல் கறங்க, ஓரில்
ஈர்ந்தண் முழவின் பாணி ததும்பப்,
புணர்ந்தோர் பூவணி அணியப் பிரிந்தோர்
பைதல் உண்கண் பனிவார்பு உறைப்பப்;
படைத்தோன் மன்றஅப் பண்பி லாளன்;
இன்னாது அம்ம இவ் வுலகம்;
இனிய காண்கஇதன் இயல்புணர்ந் தோரே.

இதன் உரை:

ஒரு வீட்டில் சாவைக் குறிக்கும் பறை ஒலிக்கிறது. மற்றொரு வீட்டில், திருமணத்திற்குரிய இனிய ஓசை அன்புடன் ஒலிக்கிறது. தலைவனோடு கூடிய பெண்கள் பூவும் அணிலன்களும் அணிந்திருக்கிறார்கள். தலைவனைப் பிரிந்த மகளிர், தங்கள் மை தீட்டிய கண்களில் நீர் பெருகி வருந்துகின்றனர். இவ்வாறு இன்பமும் துன்பமும் கலந்திருக்குமாறு இவ்வுலகைப் படைத்தவன் பண்பில்லாதவன். இந்த உலகம் கொடியது. ஆகவே, இந்த உலகத்தின் தன்மையை உணர்ந்தவர்கள் இன்பம் தருவனவற்றைத் தேடிக் கண்டுகொள்க.

நெய்தல் என்பது இரங்கலைக் குறிக்கும். நெய்தல் பறை எனில் குறிஞ்சியின் முருகியம், தொண்டகப் பறை - இரண்டும் காதல் பறை தானே! மருதத்தின் கிணையிலும் மணப்பறையிலும் இரங்கல் எங்கே இருக்கிறது.

இப்பாடலில் பறை என்ற சொல் வரவில்லை. ஆனால் ‘நெய்தல் கறங்க’ என்ற சொல்லினுள் அனைத்தும் அடங்கும்படி அமைக்கப்பட்டுள்ளது.

ஐந்திணைப் பறையைச் சாவுப் பறையாக்கிய சதி நடந்தது எப்போது? மணவிழாவில் மங்கலக்கொம்பாய், வளமையின் குறியீடாக நின்ற அணிநடை எருமையின் மீது எமனை ஏற்றிய அதே மதமா? இதனைச் செய்தது? அது நமக்குச் சம்மதமா?

5

எழுந்தது துகள்; ஏற்றனர் மார்பு

நாம் கொண்டாடுகிற திருவிழாக்களில் பொங்கல் திருவிழாதான் ஆக்கப்பூர்வமானதாக உள்ளது. இது யாருடைய அழிவையும் கொண்டாடும் திருவிழா அல்ல. எந்த அசுரனின் வதம் குறித்ததும் அல்ல. இது நாம் விதைத்த பயனை அறுக்கின்ற நன்றிகூறும் திருவிழா. இதில் இயற்கை, சூரியன், உழவு மாடுகள் ஆகியவற்றிற்கு நன்றி தெரிவிக்கிறோம். முழுக்க, முழுக்க இயற்கைசார்ந்த நிகழ்ச்சியாகப் பொங்கல் திருநாள் காணப்படுகிறது. இதனுடன் திருவள்ளுவர் நாளினையும் இப்போது இணைத்திருக்கிறோம். எந்த வகையில் பார்த்தாலும் 'தமிழர் திருநாள்' என்று சொல்வதற்குப் பொருத்தமானது பொங்கல் திருவிழா மட்டும்தான்.

இந்தப் பிண்ணனியில் கலித்தொகை கூறும் 'எழுந்தது துகள் ஏற்றனர் மார்பு' என்ற வரியினைக் கொண்டு 'ஏறுதழுவுதல்' குறித்துப் பேசப்போகிறேன்.

முதலில் ஜேம்ஸ் பால்ட்வின் வரலாறு பற்றிக் கூறுவதைப் பார்ப்போம்.

'நாம் வரலாற்றை நமக்குள் எப்போதும் சுமந்து திரிகிறோம், பலவகைகளிலும் நாம் சுமக்கும் வரலாற்றால் நாம் கட்டுப்படுத்தப்படுகிறோம். வரலாற்றின் மகத்தான ஆற்றலும் விசையும் இந்த உண்மையிலிருந்துதான் தோன்றுகின்றன. நாம் செய்யும் ஒவ்வொரு செயலிலும் வரலாறு சம்மணம் போட்டு அமர்ந்திருக்கிறது.'

வரலாறு என்பது நமது செயல்களில் 'சம்மணம் போட்டு' அமர்ந்திருக்கிறது என்ற ஜேம்ஸ் பால்ட்வின் கூற்றைப் பின்னணியாக வைத்து ஏறுதழுவுதல் எனும் பண்பாட்டு மரபு குறித்துப் பேசப் போகிறோம்.

காளைகளின் திமிலிலும் கொம்பிலும் இந்தியத் துணைக்கண்டத்தின் 5000 ஆண்டு காலப் பண்பாட்டு வரலாறு அச்சடித்து ஒட்டப்பட்டிருப்பதுபோல எனக்குத் தோன்றுகிறது. இந்த இடைவெளியில் மூன்று காலகட்டங்களை நாம் கூர்ந்து கவனிக்கப்போகிறோம். மூன்று காலச் சாளரங்கள். நேரடி வர்ணனை போன்ற மூன்று சித்தரிப்புகள். அந்த மூன்று சித்தரிப்புகளும்

கிட்டத்தட்ட ஒரே மாதிரியான நிகழ்வுகள் தொடர்பானவை. இவை மனிதர்களுக்கும் காளைகளுக்குமான தொடர் உரையாடல். மரபு நீடித்துக் கொண்டே இருக்கிறது. வரலாறு ஓடிக்கொண்டே இருக்கிறது.

முதல் சித்தரிப்பு - சிந்துவெளிப் பண்பாட்டில் கிடைக்கப் பெற்ற மொகஞ்சதாரோ முத்திரை எண் M 312. (சுமார் 4500 ஆண்டுகளுக்கு முன்பு)

இரண்டாம் சித்தரிப்பு - கலித்தொகை பாடல்கள் (2200 ஆண்டுகளுக்கு முன்பு)

மூன்றாம் சித்தரிப்பு - 21ஆம் நூற்றாண்டில் நடைபெறும் ஜல்லிக்கட்டின்போது செய்யப்படும் நேர்முக வர்ணனை. எடுத்துக்காட்டிற்காக, 2021ஆம் ஆண்டு அவனியாபுரம் ஜல்லிக்கட்டில் நேர்முக வர்ணனையாளர் பயன்படுத்திய வார்த்தைகள் பின்வருமாறு,

பிடிச்சுப் பாரு... தொட்டுப் பாரு...

அற்புதம் டா... அட அடா...

ஓடி ஒண்டாத... தேடிப்பிடி.. தேடிப்பிடி.

அள்ளிக்க.. சூப்பரு.. சூப்பரு..

ஏய் அந்தப் பயலப் பிடி..

கால கிட்டி போடாத...

அடே அப்பா அப்பா அப்பா நொறுக்கு...

அள்ளிப்போடு...அள்ளிப்போடு

மாடா மாடுபிடி வீரனானான்னு பாத்திரலாம்...

அவனியாபுரம் ஜல்லிகட்டில் சீமை ஜெர்சி மாடுகளுக்கு அனுமதி இல்லை....

மாடு ரிட்டனு... மாடும் சூப்பரு.. மாடு பிடி வீரனும் சூப்பரு...

இதில் முக்கியமானது நேரில் இருந்து காட்சிப்படுத்துதல். ஒரு பண்பாடு தொடர்ந்து நிலைத்திருக்கிறதென்றால் இதுபோன்ற ஓர் உணர்வு தேவைப்படுகிறது. இத்தகைய வர்ணனைகளை ஒவ்வொரு ஆண்டு ஜல்லிக்கட்டு நிகழ்வுகளின்போது தொலைக்காட்சி ஊடகங்களில் நேரடியாக ஒளிபரப்பாகின்றன. இதை எப்போது வேண்டுமானாலும் ‘யூட்யூப்’ காணொலிகளிலும் காணலாம். இத்தகைய பதிவுகள் ஆவணமாகிப் பொதுவெளியில் கிடைப்பதைத் தகவல் தொழில்நுட்ப வசதிகள் சாத்தியமாக்கி உள்ளன.

ஏறக்குறைய 4500 ஆண்டுகளுக்கு முன்பு ஒரு நாள்

இப்போது மொகஞ்சதாரோ முத்திரையைக் (எண் 422) கூர்ந்து கவனிப்போம். ஏறக்குறைய 4500 ஆண்டுகளுக்கு முன்பு ஒரு நாள்,

சிந்துவெளியில் ஒரு பிற்பகலில் ஹரப்பா, மொகஞ்சதாரோ போன்ற பெருநகரத்தை ஒட்டிய “புறஞ்சேரி” எனப்பட்ட ஒரு குடியிருப்புப் பகுதியில் கால்நடைவளர்ப்பில் கைதேர்ந்த ஆயர்கள் கூடி இருக்கிறார்கள். கூர்மையான கொம்புகளைக் கொண்ட திமில் காளைகளுக்கும் அப்பகுதியில் வாழும் இளைஞர்களுக்குமான வீரவிளையாட்டு நடைபெறுகிறது. ஆண்களும் பெண்களும் நூற்றுக்கணக்கில் கூடியிருக்கிறார்கள். காளைகளுக்கும் காளைகளுக்கும் இடையிலான இந்த வீரவிளையாட்டு நெடுங்காலமாக அப்பகுதியில் நடைபெற்று வருகிறது என்று தோன்றுகிறது. ஊர்ப்பெரியவர்களின் மேற்பார்வையில் அந்த நிகழ்வு நடைபெறுகிறது. உற்சாகம் கரைபுரண்டு ஓடுகிறது. அப்போது மின்சாரம் இல்லை; ஒலிபெருக்கிக் கருவிகள் இல்லை; தொலைக்காட்சிகள் இல்லை. அதனால் நேரடி ஒளிபரப்பு எதுவும் இல்லை. இருந்தாலும் அந்த வீரவிளையாட்டின் மெய்சிலிர்க்கவைக்கும் காட்சிகளால் உணர்ச்சியின் உச்சத்திற்குச் சென்ற சிலர் காளை மாடுகள் கம்பீரமாகக் களத்தில் புகுந்து கலக்குவதையும் காளையரான இளைஞர்கள் உயிருக்கு அஞ்சாமல் “அணைவதையும்”, “மாஞ்சு மாஞ்சு” விளக்கித் தள்ளுகின்றனர். ஆனால் அவர்கள் என்ன மொழியில் பேசினார்கள் என்பது தெளிவாக நம் காதுகளில் விழவில்லை. அந்த நிகழ்ச்சியைப் பற்றிய அறிவிப்புப் பலகையில் எழுதியுள்ள எழுத்துக்களை இப்போது நம்மால் வாசிக்கமுடியவில்லை. ஆனால் அந்த ஊர் பார்ப்பதற்குத் கிட்டத்தட்ட “அலங்காநல்லூர்” போலவே இருக்கிறது. அவர்கள் பேசுவதைக் கூர்ந்து கவனித்தால் நாம் இப்போது பேசும் தமிழோடு நெருங்கிய தொடர்புடைய தொல்மொழி போலவே இருக்கிறது.

ஓவியச் சிற்பியும் அவரது செம்புக் கூர் உளியும்...

அந்த ஏறுதழுவுதல் விழாவை ஆண்டுதோறும் தவறாமல் பார்த்துவந்த ஓர் ஓவியச் சிற்பி கூர்மையான செப்பு உளியால் ஒரு மிருதுவான கல் பலகையில் அந்தக் காட்சியைக் கீறியும் வடிவம் கொடுத்துக் கிளர்ச்சி அடைகிறார். கூடி நின்று மக்கள் எல்லாம் வேடிக்கை பார்த்த ஏறுதழுவுதல் காட்சிகள் காண்போரின் நினைவில் மட்டும் தான் நிற்கும். அம்மக்கள் உணர்ச்சி மேலீட்டால் எழுப்பிய ‘கூக்கரைகள்’ ஆரவாரங்கள் காற்றோடு காற்றாகக் கலந்துவிட்டன. இனி அடுத்த ஆண்டு தான்.

இந்த மரபை இனிவரும் தலைமுறைகள் காப்பாற்றுமா? சுமேரியாவுக்கு “ஏற்றுமதி” செய்வதில் மட்டும் எல்லோரும் கவனமாகிவிட்டால் வேளாண்மையும், கால்நடைவளர்ப்பும் என்ன

ஆகும்? இந்த ஏறுதழுவுதல் ‘எப்படியாப் பட்டது’, ‘மொகஞ்சதோரோகாரய்ங்க எப்படியாப்பட்டவிய்ங்க’ என்பதை வருங்காலமும் கண்டு உணர்ந்து உள்வாங்க “கல்லும் உளியும்தான் பொருத்தம்” என்று நினைத்தார் அந்தச் சிற்பி. அப்போது சிந்துவெளிக்கு “குதிரைகள்” வந்திருக்கவில்லை. அதனால் “காளை”, “எருது”, “போத்து” என்ற வழங்குசொல் எதுவாயினும் வடிவம் காளையின் வடிவத்தை அச்சு அசலாகச் செதுக்குவதில் அவருக்குக் குழப்பமே இல்லை.

“நின்னுகுத்தி” மாடு

முதல் நாள் நடந்த ஏறுதழுவலில் ஒரு மாடு களத்தில் நின்று விளையாடி, மாடுபிடி வீரர்களை ‘அந்தலை சந்தலையாகப் பந்தாடிய கம்பீரம் சிற்பியின் மனத்திரையில் மீண்டும் காட்சிப் பிம்பங்களாக ஓடியது. அவரது உளி பேசியது. காகிதம் இல்லாத காலத்தில் எதில் வரைவது? துணியில் வரைந்தால் எத்தனை காலம் அது மக்காமல் இருக்கும்?

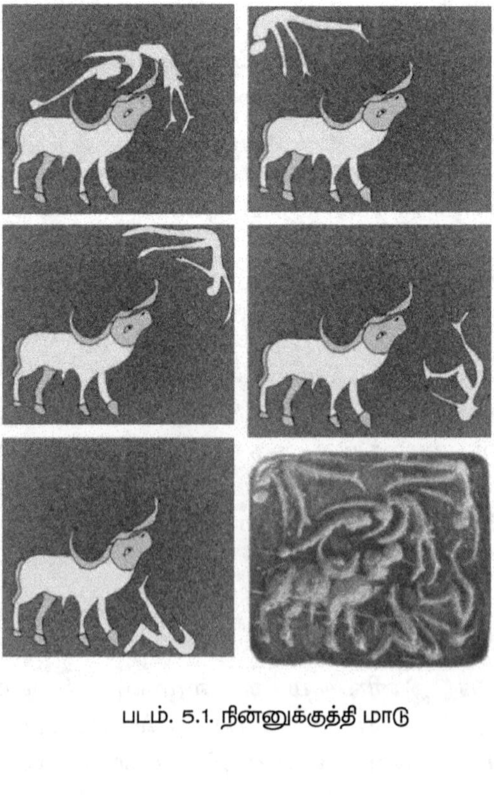

படம். 5.1. நின்னுக்குத்தி மாடு

இனிவரப்போகும் எத்தனையோ தலைமுறைகளுக்காக, தான் கண்ட ஒரு நிகழ்கால நிகழ்வை, அதன் வேகத்தை, விரைவை, அதை எல்லாம்விட இந்த விளையாட்டின் உள்ளீடான உணர்ச்சியை ஒரு "சட்டகத்தில்" சொற்களற்ற நேர்முக வர்ணனை போல நிகழ்த்துகிறார் அந்த ஓவியச் சிற்பி. அந்தக் காளையும், அது நிற்கும் தோரணையும்... அதன் கொம்புகளும் அவற்றின் கூர்மையும், அந்த மனிதர்களின் துணிச்சலும்... காளைகளுக்குமான காளைகளுக்குமான உடல்மொழி உரையாடல் அது.

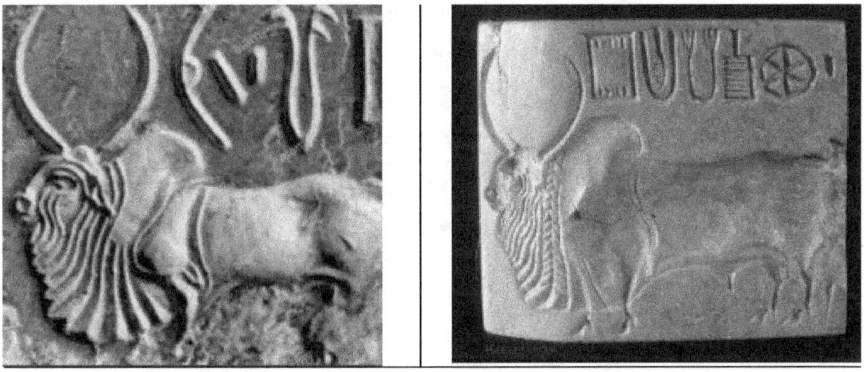

படம். 5.2. செம்புக்கால பண்டைய உலகின் ஆகச்சிறந்த கம்பீரக் காளை

சிந்துவெளி முத்திரைகளிலேயே ஆகச்சிறந்த கம்பீரம் திமில் காளை முத்திரை படம். 5.2.இல் காணப்படுவதாகும். மொகஞ்சதாரோ, ஹரப்பா போன்ற பெருநகரங்களில் கிடைத்த முத்திரைகளில்தான் திமில் காளை காணப்படுகிறது. சிந்துவெளி நகர்மய வாழ்வு எழுச்சிப் பெறுவதற்கு முன்பே சிந்துவெளி நிலப்பகுதிகளில் திமில் காளைகள் வழிபாட்டுச் சடங்குகளோடு தொடர்புடைய பானை ஓவியங்களில் இடம்பெற்றுள்ளது. எனவே சிந்துவெளி முத்திரைகளில் இந்தக் கம்பீரக்காளை அரிதாக இடம்பெறுவது வியப்பளிக்கிறது. திமில் காளை என்பது "தலைமை"யின் குறியீடாக இருந்திருக்கவேண்டும். கல்லில் முத்திரையாகச் செதுக்கப்பட்டபோது அது மிக வலுவான குடித்தலைமையின் பெருநகர வாழ்வின் பெருமிதத்தின் அடையாளமாக இருந்திருக்கக்கூடும் என்று ஜோனாதன் மார்க் கெனோயர் குறிப்பிடுகிறார்.

இந்தியப் பண்பாட்டில் ஏறுதழுவுதல் முக்கியமானதொரு செயல்பாடு. இதனைச் சிந்துவெளி வரைந்து வைத்துள்ளது. சங்க இலக்கியம் எழுதி வைத்துள்ளது. இன்றும் இது நேரடி வர்ணணையாகப் பேசப்படுகிறது. இம்மூன்றும் ஒரே நேர்கோட்டில் வராமல் இந்தியப் பண்பாடு, வரலாறு என்பது முழுமை பெறாது.

சிந்துவெளியின் அந்தக் காளை நமது சொந்தக் காளை! தமிழன் நடந்த தடங்கள் எல்லாம் தமிழ் நடந்தது. காளை என்பது கால்நடை தானே! ஒரு விளங்காப் புதிருக்கு விடைகூட அதுதானே! இதோ “கொற்கை வஞ்சி தொண்டி” வளாகத்தின் தொழுவில் இருந்த அதே காளையைத் தான் காங்கேயத்தில் நான் பார்த்தேன்!

சங்க இலக்கியத்தில் ‘காளை’ என்ற சொல் பெரும்பாலும் ஓர் இளைஞனைக் குறிக்கவே பயன்படுத்தப்பட்டுள்ளது. ‘உழுது ஊர் காளை’ என்ற ஓர் இடத்தில் மாட்டினைக் குறிக்கப் பயன்படுத்தப்பட்டுள்ளது. ஏறு என்ற சொல் காளை மாட்டைக் குறிக்கப் பயன்படுத்தப்பட்டுள்ளது.

இவ்வுரையில் சங்க இலக்கியத்தின் கலித்தொகையினை மட்டும்தான் பார்க்கப்போகிறோம். அதில் முல்லைக்கலியை எழுதிய சோழன் நல்லுருத்திரன் பாடல்களைக் குறித்துப் பார்ப்போம்.

படம். 5.3. ஏறு குறித்த சொற்கள்

கி.மு முதலாம் அல்லது இரண்டாம் நூற்றாண்டு. கொஞ்சம் முன்ன, பின்ன இருக்கலாம். கலித்தொகைக்குக் “கரிமச் சான்றிதழ்” இருக்கிறதா என்று யாரும் கேட்டுவிட வேண்டாம். ஆனால் கீழடிக்கு இருக்கிறது என்பதை நீங்கள் கவனத்தில் கொள்ள வேண்டும்.

அப்போது தமிழ்நாட்டின் சிலபகுதிகளில் ஏறுதழுவுதல் வேறுசில பகுதிகளைவிட அதிகமாக நடைபெற்றது. அதனால் என்ன?

சோழனாவது, பாண்டியனாவது, சேரனாவது? அது தமிழகம். ஏறுதழுவுதல் என்பது தமிழ்ச் சமூகத் தொன்மத்தின் தொடர்ச்சி. அனைவருக்குமான அடையாளம். அப்படிப்பார்த்தால் "சங்கப்பலகை" மதுரையின் பெருமையை, பாண்டியர் பெருமையை மட்டுமா பேசியது? அதனால்தான் 2200 ஆண்டுகளுக்குப் பின்னர், அலங்காநல்லூருக்காக ஆர்ப்பரித்தது மெரினா கடற்கரை! இதோ தென்னவராகிய பாண்டி நாட்டு ஏறுதழுவலை "நேர்முக வர்ணனை" செய்கிறான் சோழன் நல்லுருத்திரன். அது பின்வருமாறு,

கலித்தொகை 101:

தோழி தலைவிக்கு ஏறு தழுவுதலைச் சுட்டிக்காட்டுதல்,

மாறு எதிர்கொண்ட தம் மைந்துடன் நிறுமார்,
சீறு அரு முன்பினோன் கணிச்சி போல் கோடு சீஇ,
ஏறு தொழூஉப் புகுத்தனர், இயைபுடன் ஒருங்கு

மைந்தர்களை மாறுகொண்டு தாக்கித் தம் வலிமையை நிலைநாட்டக்கூடிய காளைகள் சிவபெருமானின் கணிச்சிப் படைபோல் கொம்புச் சீவப்பட்டு நிறுத்தப்பட்டிருந்தன. அந்த இடத்தில் முழக்கமா, இடியா என்னும்படி பறைகள் முழங்கின. அது வழக்கத்துக்கு மாறாக, போர்க்களம்போலக் காணப்பட்டது. காளைகளை வளர்த்த மகளிர் (நல்லவர்) மணக்கும் பொடித் துகள்களையும், மணக்கும் புகைகளையும் ஏந்திக்கொண்டு அணிவகுத்து நின்றனர்.

மேற் பாட்டு உலண்டின் நிறன் ஒக்கும் புன் குருக் கண்
நோக்கு அஞ்சான் பாய்ந்த பொதுவனைச் சாக் குத்தி,
கோட்டிடைக் கொண்டு, குலைப்பதன் தோற்றம் காண்

மேலே சுற்றும் நூல்கண்டு நிறத்தில் உடம்பும் சிறிய சிவந்த கண்ணும் கொண்ட காளை ஒன்றை நோக்கி அஞ்சாமல் பாய்ந்த பொதுவனைச் (இடையனைச்) சாகும் அளவுக்குக் குத்தித் தன் கொம்பில் வைத்துக்கொண்டு சுழற்றுவதைப் பாருங்கள்.

சுடர் விரிந்தன்ன சுரி நெற்றிக் காரி
விடரி அம் கண்ணிப் பொதுவனைச் சாடி,
குடர் சொரியக் குத்தி, குலைப்பதன் தோற்றம் காண்

கதிரவன் தோன்றுவது போன்ற நெற்றிச் சுழி கொண்ட காரிக் காளை விடரிப்பூ அணிந்துகொண்டு வந்த பொதுவனைச் சாய்த்து அவன் குடல் சரியும்படி அவனைக் குலைப்பதைப் பாருங்கள்.

செவி மறை நேர் மின்னும் நுண் பொறி வெள்ளைக்
கதன் அஞ்சான், பாய்ந்த பொதுவனைச் சாடி,
நுதி நுனைக் கோட்டால் குலைப்பதன் தோற்றம் காண்

காதோரம் வெள்ளை நிற மின்னலும், பொறி போன்ற வெள்ளை நிறமும் கொண்ட காளை தன் சினத்துக்கு அஞ்சாமல் தன் மீது பாய்ந்த பொதுவனைத் தாக்கிக் கூர்மையான தன் கொம்பால் அவனைச் சின்னாப்பின்னம் செய்வதைப் பாருங்கள்.

அது கண்டு தலைவி கொண்ட அச்சம் போக்க,
தோழி நல் நிமித்தம் கண்டு கூறுதல் என ஆங்கு
அணி மாலைக் கேள்வற் தரூஉமார், ஆயர்
மணி மாலை ஊதும் குழல்

தன் கழுத்தில் மாலை அணிவிக்கக் கூடிய கணவனை மகளிர் தேர்ந்தெடுப்பதற்காக இந்த ஏறுதழூவுதல் நடைபெற்றது. இதனை அறிவிக்க முதல் நாள் மாலையில் ஆயர் குழல் ஊதினர்.

கடாஅக் களிற்றினும் கண்ணஞ்சா ஏற்றை
விடாஅது நீ கொள்குவை, ஆயின்; படாஅகை
ஈன்றன, ஆய மகள் தோள்

ஆண்யானையைக் காட்டிலும் அஞ்சாக் கண் கொண்ட இந்தக் காளையை விடாமல் நீ பற்றிச் சென்றால், இந்த ஆயமகள் உனக்குத் தன் படுக்கையை விரிப்பாள் என ஒருத்தி சொல்கிறாள்.

பகலிடக் கண்ணியன், பைதற் குழலன்,
சுவல்மிசைக் கோல் அசைத்த கையன், அயலது;
கொல் ஏறு சாட இருந்தார்க்கு, எம் பல் இருங்
கூந்தல் அணை கொடுப்பேம், யாம்

பகல் போல் ஒளி வீசும் கண்ணியைத் தன் குழலில் சூடியும், கையில் கோல் வைத்துக்கொண்டும் கொல்லும் காளையைப் போராடி வென்றவனுக்கு என் கூந்தலை மெத்தையாக்கித் தருவேன் என ஒருத்தி சொல்கிறாள்.

கோளாளர் என் ஒப்பார் இல்' என நம் ஆனுள்,
தாளாண்மை கூறும் பொதுவன் நமக்கு, ஒரு நாள்,
கேளாளன் ஆகாமை இல்லை; அவற் கண்டு
வேளாண்மை செய்தன கண்

"காளையைப் பிடிப்பதில் எனக்கு ஒப்பானவர் யாரும் இல்லை" என்று சொல்லிக்கொண்டு நம் பசுக்கூட்டத்தில் புகுந்து தன் செயல்

திறத்தை வெளிப்படுத்தும் பொதுவனுக்கு நான் உறவுக்காரி ஆகாமல் போகமாட்டேன். அவனைக் காண்பதற்கு உதவியாகத்தான் என் காளையுடன் என் கண்ணையும் வளர்த்துக்கொண்டிருக்கிறேன் என ஒருத்தி சொல்கிறாள்.

ஆங்கு, ஏறும் வருந்தின; ஆயரும் புண் கூர்ந்தார்;
நாறு இருங் கூந்தற் பொதுமகளிர் எல்லாரும்
முல்லைஅம் தண் பொழில் புக்கார், பொதுவரோடு,
எல்லாம் புணர் குறிக் கொண்டு

இப்படி நடந்த காளைப் போரில் காளைகளும் வருந்தின. ஆயர்களும் புண்பட்டனர். மணக்கும் கூந்தலுடன் பொதுவர் மகளிர் எல்லாரும் முல்லை பூத்தக் காட்டுப் பூங்காவுக்கு வந்தனர். பொதுவர் குல ஆண்களோடு புணரக் குறி காட்டினர்.

மேற்கண்டவாறு ஏறுதழுவுதலைப் பற்றிக் கலித்தொகை குறிப்பிடுகிறது. இது ஒரு சமூக உளவியலாக வெளிப்படுகிறது. வேளாண் பெருக்கத்தில் மாடுகளின் பங்கு முக்கியமானது. மாட்டினை அடக்குபவனாக ஒருவன் இருந்தால், அவன் தனது பெண்பிள்ளையை நன்றாகக் காப்பாற்றுவான் என்ற பொருளினைக் கொண்டுள்ளது. இவ்விடத்தில் காளை என்பது திறன்மிக்க, விவேகமுள்ள இளைஞனுக்குச் சங்க இலக்கியம் சுட்டியிருப்பதையும் இணைத்து நோக்க வேண்டும்.

அடுத்து, கலித்தொகை 102ஆம் பாடலில் உள்ள சில வரிகளையும் அதன் உரையினைப் பார்ப்போம்.

கலித்தொகை 102

தலைவன்:

சொல்லுக……………………………………

சுற்றத்தார்:

…………………“பாணியேம்” என்றார்; “அறைக” என்றார்; பாரித்தார்
மாண் இழை ஆறு ஆகச் சாறு.
சாற்றுள் பெடை அன்னார் கண் பூத்து நோக்கும் வாய் எல்லாம்
மிடை பெறின், நேராத் தகைத்து,
தகை வகை மிசை மிசைப் பாயியர் ஆர்த்து, உடன்
எதிர் எதிர் சென்றார் பலர்.
கொலை மலி சிலை செறி செயிர் அயர் சினஞ் சிறந்து,
உருத்து எழுந்து ஓடின்று மேல்.

எழுந்தது துகள்,
ஏற்றனர் மார்பு,
கவிழ்ந்தன மருப்பு,
கலங்கினர் பலர்.
அவருள் மலர் மலி புகல் எழ, அலர் மலி மணிபுரை நிமிர்தோள் பிணைஇ
எருத்தோடு இமில் இடைத் தோன்றினன்; தோன்றி,
வருத்தினான் மன்ற அவ் ஏறு,
ஏறு எவ்வம் காணா எழுந்தார் எவன் கொலோ,
ஏறு உடை நல்லார் பகை?
மடவரே நல் ஆயர் மக்கள்; நெருநை

அடல் ஏற்று எருத்து இறுத்தார்க் கண்டும் மற்று இன்றும்
உடல் ஏறு கோள் சாற்றுவார்;
ஆங்கு, இனித்
தண்ணுமைப் பாணி தளராது எழூஉக,
பண் அமை இன் சீர் குரவையுள், தெள் கண்ணித்,

திண் தோள், திறல் ஒளி, மாயப் போர், மா மேனி,
அம் துவர் ஆடைப் பொதுவனோடு, ஆய்ந்த
முறுவலாள் மென்தோள் பாராட்டிச் சிறுகுடி
மன்றம் பரந்தது உரை!

இதற்கு புலியூர்க் கேசிகன் தெளிவுரை

தலைவன்:

ஏடா! இதோ களிப்புடன் விளையாடும் கன்னியரின் கூட்டத்தைப் பார். பிடவும், முல்லையும், தோன்றியும் கொன்றையும், பிறவுமான மலர்களைக் கொய்து, தழை, கோதை, இழை, என்பனவாகக் கட்டி அமைத்திருக்கின்றனர். களி துள்ள ஆடும் அக்கூட்டத்தினருள், இன்று, தன் உடலோடும் உன் உயிர் புகுமாறு கவர்ந்துகொண்டு அதோ நிற்கிறாளே, அவள் தான் யாரோ?

பாங்கன்:

ஓஒ! அவளோ? "கொடிய போரேற்றைத் தழுவி வெற்றி பெறுபவரல்லாத பிறர், இவள் அழகு தவழ்கின்ற மேனியைத் தீண்டத்தக்கவர் அல்லர்!" என்று பறையறைந்து சொல்லால் எங்கும் தரப்பட்டவள் அவள்.

தலைவன்:

அவள் பெற்றோர்பாற் சென்று சொல்லுக; யான் ஏறுதழுவுவதற்கு முன்வந்தேன். சுற்றத்தார் சென்று அவள் பெற்றோர்பால் செய்தியைச் சொல்லி, ‘யாங்கள் தாழ்த்திரோம்’ என்றனர். அது கேட்ட அவள் சுற்றத்தார். ‘மாணிழைக்காக நடைபெறும் ஏறுதழுவுதல் நிகழும்’ என்று பலரும் கேட்டு அறிய எங்கணும் பறையறைவித்தனர்.

இவ்விழாவிலே, பெண்களெல்லாம் கண்கள் பூக்குமாறு நோக்கும் இடம் எல்லாம் பரணிலே இருக்கப் பெறுவார்களாயின், அதுவும் ஓர் அழகாயிருக்கும்.

அழகினையுடைத்தாகிய வகுப்பையுடைய அவ்வேறுகளின் மேலே பாய்வதற்காக, ஆரவாரத்துடன் அவற்றின் எதிர்எதிராகச் சென்றனர் ஆயர்கள் பலர். அவர்களை வரக்கண்ட ஏறுகள், கொலைமிகுந்த வில்லானது செறிந்தபோரைச் செய்வதுபோன்று, சினங்கொண்டு எழுந்து அவரை நோக்கிப்பாய்ந்து ஓடின.

அப்பொழுது, எங்கணும் ஒரே புழுதிப்படலம் எழுந்தது. மார்பைக் காட்டி நின்றனர் ஆயர். ஏறுகளின் கொம்புகள் தரையை ஒட்டிக் கவிழ்ந்தன. ஐயோ! என்று கலங்கினர் பலர். அவருள், நீலமணி போன்ற நிறமுடைய நெடுந்தோள் ஏற்றின் கழுத்தை இறுகத் தழுவி, அதன் திமிலிடையிலே தோன்றினான் ஒருவன். தோன்றி, அந்த ஏறு பெரிதும் வருத்தமுறும்படி அதனை அலைத்தான் அவன்.

ஏறு படுகின்ற துன்பத்தைக் கண்டவர்கள் எழுந்தனர். ஏற்றின் உரிமையாளர்கள் அவன் செயலுக்குத் தாம் மகிழ்தல் அன்றி, ஏனோ பகைகொள்கின்றனர்? முன்னர்க் கொல்லேற்றின் கழுத்திலே தங்கினவர்களைக் கண்டிருந்தும், இன்றும் ‘வருத்துகின்ற ஏற்றைக் கொள்ளுங்கள்’ எனச் சொல்லுகின்றனரே! இந்த ஆயர் மக்கள் மிகவும் அறியாமையை உடையவர்கள் தாமோ!

ஆங்கு, ‘இனித் தண்ணுமையின் பாணி தளராது எழுக!’ என்றனர் சுற்றத்தார். ‘பண் அமைந்த இனியி தாளத்தையுடைய குரவையுள், திறலினது விளக்கத்தையும், மாயப் போரினையும், கரிய மேனியினையும், அழகிய துவரூட்டின் ஆடையையுமணிந்த பொதுவனோடு, அழகிய முறுவலாளின் மென்தோளையும் பாராட்டி, சிறுகுடி மன்றத்திலே குரவையாடி மகிழலாம் எழுக’ என்று கூற அனைவரும் எழுந்தனர்.

மேற்கண்ட பாடல் மூலம் ஏறுதழுவுதலில் தலைவன் ஈடுபடுவது தலைவியை அடைவதற்காகவும் அதேநேரத்தில் சிறந்த ஏறுதழுவலை

நிகழ்த்தும் தலைவனைத் தலைவி காதல் கொள்வதும் எடுத்துரைக்கிறது. தலைவன், தலைவி இருவரும் ஏதேனும் ஒருவகையில் ஏறுதழுவுதல் என்பதைத் தங்களுக்கு ஏற்றவரைத் தேர்ந்தெடுப்பதற்கான வழிமுறையாகக் கொண்டிருப்பது அறிய முடிகிறது.

கலித்தொகை 103

தோழி தலைவியிடம் சொன்னது:

கொடி நறை சூழ்ந்த தொஉழூஉ.
தொழுவினுள், புரிபு புரிபு புக்க பொதுவரைத்
தெரிபு தெரிபு குத்தின ஏறு.
ஏற்றின் அரி பரிபு அறுப்பன சுற்றி,
எரி திகழ் கணிச்சியோன் சூடிய பிறைக்கண்

உருவ மாலை போலக்
குருதிக் கோட்டொடு குடர் வலந்தன.
கோட்டொடு சுற்றிக் குடர் வலந்த ஏற்றின் முன்,
ஆடி நின்று, அக்குடர் வாங்குவான் பீடு காண்;
செந்நூல் கழி ஒருவன் கைப்பற்ற, அந்நூலை

முந்நூலாக் கொள்வானும் போன்ம்.
இகுளை! இஃது ஒன்று கண்டை!

அத்தொழுவினுள், அவ்வேறுகளைத் தழுவி வெற்றி கொள்ள விரும்பிக் குதித்த ஆயரிளைஞரை, அவைகள் தெரிந்து தம் கொம்புகளால் குத்தின. அவ்வாறு அவ்வேறுகள் குத்தின காட்சிகள் பயங்கரமானவை! இறைவனின் பிறையிலே சூடிய சிவந்த மாலையைப்போல, பகையான எருதுகளை விரும்பிச் சென்று போக்குவனவாகிய ஏற்றினங்கள், குருதி தோய்ந்த கொம்புகளிற் குடர்கள் சுற்றியிருக்க விளங்கின. அப்படி நின்ற ஏற்றின் முன்னர், அஞ்சாது சென்று நின்று அக்குடரை வாங்கித் தன் வயிற்றிலே இடுபவன்றன்னைப் பார்.

சிவந்த நூற்கழியை ஒருவன் இரண்டு கைகளிலும் பிடித்துக்கொள்ள, அந்நூல் மூன்று வடமாக நூற்கின்றவனைப் போலத் தோன்றுகின்றான்! அவன் பெருமை தான் என்னேடி! விரைந்து வந்து ஏறுதழுவுதலைக் காண விரும்பிய ஆயர்மகளிர் பலரும், பரண்களிலே வந்து அமர்ந்தனர். அந்த ஆயமகளிர், காதுகளிலே பொன்னாற் செய்த மகரக்குழைகளை அணிந்துகொண்டிருந்தனர். போர்க்குணம் உடைய ஏற்றின் கழுத்திலே

பாய்ந்து அதிலிட்ட மாலைபோலே தழுவிக்கிடப்பவனைப் பாரடீ! அவன் எருமைத்திரளுக்கு உரிய ஆயனல்லவோ! எனவே, இனி அவன் அதை விடமாட்டான்.

பார்த்துக்கொண்டிருப்பவளே! காற்றுப்போல வந்த விரைந்த காரிஏற்றைப் பலரும் வந்து பொருதுகின்ற களத்திலே முழுவதும் வலியடங்குமாறு வருத்தி அதன்மேல் தோன்றி நிற்கும் பொதுவனின் சிறப்பைக் காணடீ! புள்ளி செறிந்த வலிய வெள்ளை ஏற்றைத் திங்களிலே மறுப்போலத் தழுவி நிற்பதைக் காணடீ! இவன் ஒருவன்; ஆட்டினம் உடைய ஆயர்மகன் அல்லனோ? கட்டுக்கடங்காத வேகத்துடன் வெவ்வேறு விதமாகத் தன்மேற் சென்றசிவந்த ஏற்றினைச் செவியடியிற் பற்றிக்கொண்டு அதனைப் புரட்டி வென்று நிற்கும் காயாம் பூக்கண்ணி சூடியவனைப் பாரடீ! "கொல்லேற்றின் கொம்புக்கு அஞ்சுகின்றவனை மறுமையிலும் ஆயமகள் தழுவமாட்டாள்."

'காற்றுப்போலப் போய்விடும் உயிர்' என்றறியாமல், உயிரைக் காவல் காக்கும் அச்சங்கொண்டு ஏற்றின் மருப்பிற்கு அஞ்சியிருக்கும் நெஞ்சினார், தழுவுவதற்கு அத்துணை எளியவோ, ஆயமகள் தோள்கள்?' 'எம் இனத்து ஆயர் முலைவிலை வேண்டமாட்டார்கள். ஆனால், கொல்லேற்றுக் கொம்பினிடையினைத் தாம் காதலிக்கும் பெண்களின் முலையிடைபோலக் கருதி ஆர்வமுடன் வீழ்ந்து தழுவினால், அவனையே தம் மகட்கேற்றவனாகக் கருதுவார்கள்.' அங்கே குரவையை யோட்டியே யாம் எம் மரபுகளைச் சுட்டிப் பாடத், தேயாத புகழையுடைய தெய்வத்தைப் போற்றுவோமாக. மாசற்ற அழகிய கடலிடத்தே பரந்து கிடக்கின்ற பழைய நாட்டை ஆளும் உரிமையோடு வந்து ஆட்சிசெய்கின்ற எங்கோமான் பாண்டியன், இவ்வகன்ற உலகிலே என்று நிலைபெற்று வாழ்வானாக!

சுரங்கத்திலிருந்து அரங்கத்திற்கு: முல்லைக்கலி 104

தோழியும் தலைவியும் சொன்னது

தோழி:

மலி திரை ஊர்ந்து தன் மண் கடல் வௌவலின்,
மெலிவு இன்றி மேல் சென்று மேவார் நாடு இடம்படப்,
புலியொடு வில் நீக்கிப் புகழ் பொறித்த கிளர் கெண்டை,
வலியினான் வணக்கிய வாடாச் சீர் தென்னவன்
தொல் இசை நட்ட குடியொடு தோன்றிய
நல் இனத்து ஆயர் ஒருங்கு தொக்கு எல்லாரும்,

அவ்வழி முள் எயிற்று ஏஎர் இவளை பெறும் இது ஓர்
வெள் ஏற்று எருத்து அடங்குவான்,
ஒள்ளிழை வாருறு கூந்தல் துயில் பெறும் வை மருப்பின்
காரி கதன் அஞ்சான் கொள்பவன், ஈர் அரி
வெரூஉப் பிணை மான் நோக்கின் நல்லாள் பெறூஉம் இக்
குரூஉக் கண் கொலை ஏறு கொள்வான், வரிக் குழை
வேய் உறழ் மென்தோள் துயில் பெறும் வெந்துப்பின்
சேஎய் சினன் அஞ்சான் சார்பவன் என்று ஆங்கு,

அறைவனர், நல்லாரை, ஆயர் முறையினால்,
நாள்மீன் வாய் சூழ்ந்த மதி போல் மிடை மிசைப்
பேணி நிறுத்தார் அணி.
அவ்வழி பறை எழுந்து இசைப்பப், பல்லவர் ஆர்ப்பக்,
குறையா மைந்தர் கோள் எதிர் எடுத்த

நறை வலம் செய விடா இறுத்தன ஏறு.
அவ் ஏற்றின்
மேல் நிலை மிகல் இகலின், மிடை கழிபு இழிபு, மேல் சென்று,
வேல் நுதி புரை விறல் திறன் நுதி மருப்பின் மாறு அஞ்சான்,
பால் நிற வெள்ளை எருத்தத்து பாய்ந்தானை

நோனாது குத்தும் இளம் காரித் தோற்றம் காண்,
பால் மதி சேர்ந்த அரவினைக் கோள் விடுக்கும்
நீல் நிற வண்ணனும் போன்ம்.
இரிபு எழுபு அதிர்பு அதிர்பு இகந்து உடன் பலர் நீங்க
அரிபு அரிபு இறுபு இறுபு குடர் சோரக் குத்தித், தன்
கோடு அழியக் கொண்டானை ஆட்டித் திரிபு உழக்கும்
வாடில் வெகுளி எழில் ஏறு கண்டை, இஃது ஒன்று,
தாள் எழு துணி பிணி இசை தவிர்பு இன்றித் தலைச் சென்று,

தோள் வலி துணி பிணி துறந்து இறந்து எய்தி மெய் சாய்ந்து,
கோள் வழுக்கித் தன் முன்னர் வீழ்ந்தான் மேல் செல்லாது
மீளும் புகர் ஏற்றுத் தோற்றம் காண், மண்டு அமருள்,
வாள் அகப்பட்டானை ஒவ்வான் எனப் பெயரும்
மீளி மறவனும் போன்ம்.
பாடுகம் வம்மின்! பொதுவன் கொலை
ஏற்றுக் கோடு குறி செய்த மார்பு.

தலைவி:

நெற்றிச் சிவலை நிறை அழித்தான் நீள் மார்பில்,
செற்றார் கண் சாய யான் சாராது அமைகல்லேன்;
பெற்றத்தார் கவ்வை எடுப்ப, அது பெரிது
உற்றீயாள் ஆயர்மகள்

இவ்வரிகளுக்கான உரை

ஆயர் தென்னவனாகிய பாண்டியன் குலத்தோடு சேர்ந்து தோன்றியவர். அலை பொங்கிய கடல் பாய்ந்து வந்து தன் மண்ணைக் கொண்டது என்று சற்றும் இரக்கம் காட்டாமல் புலிச் சின்னம் கொண்ட சோழனையும், வில் சின்னம் கொண்ட சேரனையும் வென்று அவர்களின் நாட்டில் தன் கெண்டை மீன் சின்னத்தைப் பொறித்து நாட்டை விரிவாக்கிக்கொண்ட தென்னவன் குடி தோன்றியபோதே தோன்றிய தொன்மையான குடி ஆயர் குடி.

ஏழுதழுவதலின்போது அந்தக் காளைகளைப் பற்றிய செய்தியைப் பறையறைந்து தெரிவித்தனர், - வெள்ளைக் காளையை அடக்கியவன் முள் போல் பல்லழகு கொண்ட இவளைப் பெறலாம். காரிக்காளையின் சினத்துக்கு அஞ்சாமல் போரிட்டு வெல்பவன் இந்த ஒளி மிக்கவளின் வாரி முடித்த கூந்தலில் உறங்கலாம். இந்தச் செங்கண் காளையைக் கொள்பவன் மானைப்போல் மருண்டு நோக்கும் இவளைப் பெறலாம். மிகுந்த வலிமை கொண்ட இந்தச் சிவப்புக் காளையின் சினத்தை அடக்குபவன் மூங்கில் போன்ற தோள் கொண்ட இவளது தோளில் துயில் கொள்ளலாம். இப்படிப் பறையறைந்து சொல்லி மகளிரை ஆயர் முறை முறையாக நிறுத்தினர். மீன்களுக்கு இடையில் தோன்றும் நிலாவைப் போல அணி அணியாக நிறுத்தினர்.

அதன் பின்னர் பறை முழங்கியது. பலரும் ஆரவாரம் செய்தனர். மைந்தர் பிடிப்பதற்காகக் காளைகள் மணப்புகை முகத்தில் காட்டப்பட்டன. பின்னர் அவிழ்த்து விடப்பட்டன. அந்தக் காளைகளின் மேல் மைந்தர் மாறுபட்டுப் பாய்ந்தனர். வேல் போன்ற கொம்புகளால் அது குத்துவதைப் பொருட்படுத்தாமல் பாய்ந்தனர். ஒருவன் வெள்ளைக் காளையின் பிடரி மேல் பாய்ந்தான். அப்போது இளங்காரிக்காளை ஒன்று அவனைக் குத்தியது. இது பால்போன்ற நிலாவைக் கௌவச் செல்லும் பாம்பினை விடுவிக்கும் நீல நிறக் கண்ணன் செயல் போல அது இருந்தது.

பலர் விலகி ஒதுங்குகையில் ஒரு காளை ஒருவனைக் குத்தித் தன் கொம்பால் அவனது குடர் சரியும்படி இடறியது. இது மணப்புகை எழுப்பும்போது வெகுண்டு ஓடும் கொல்யானை போல் அந்தக் காளை காணப்பட்டது. காளையைப் பிடிக்கும்போது பிடி நழுவி விழுந்தவனை ஒரு காளை தாக்காமல் விட்டுவிட்டு ஒதுங்கிச் சென்றது. இது வாள் இல்லாமல் நிற்கும் ஒருவனை வீரம் மிக்க மீளி ஒருவன் "இவன் போரிடுவதற்குத் தக்கவன் அல்லன்" என விலக்கிவிட்டுச் செல்வது போல் இருந்தது.

தோழி, வருக, போராடிய காளைகளை எதிர்த்துத் தாங்கிக்கொண்ட பொதுவனின் மார்பினைப் பாராட்டிப் பாடிக்கொண்டு நாம் தழூ ஆடலாம். நெற்றிச் சுழி கொண்ட சிவலைக் காளையின் வலிமையை அழித்தவனின் மார்பை நான் அணைக்காமல் விடமாட்டேன். ஊரார் பழி தூற்றுவது பற்றி ஆயர் குடிப் பெண்ணுக்குக் கவலை இல்லை.

மேற்கண்ட பாடலின்மூலம் ஒரு காலத்திய பண்பாட்டுச் சூழல் நம் கண் முன்னர் விரிகிறது. அங்கிருந்த காளையர்களும் பெண்களும் ஏறுதழுவுதலைத் தங்கள் வாழ்வின் ஒரு முக்கிய செயல்பாடாகப் பார்க்கின்றனர்.

நவீன இலக்கியங்களில் ஏறுதழுவுதல்

புதினம் - வாடிவாசல்: சி.சு.செல்லப்பா, 1959

ஜல்லிக்கட்டு நடக்கும் இடத்தில் உள்ள ஒரு கிழவன் மற்றும் கிழக்கில் இருந்து வந்துள்ள பிச்சி, முருகு ஆகியவர்களின் நடுவே நடக்கும் உரையாடலில் துவங்குகிறது நாவல். கிழவன் ஜல்லிகட்டைப் பற்றி சற்று விவரிக்கிறான். கிழவனுக்கும் தெரியும் வகையில் பிச்சியும், முருகுவும் மனம் பாதி பேச்சிலும் பாதி நோட்டம் விடுவதுமாக இருந்தார்கள். அப்போது அம்புலி என்கிற ஒரு ஜல்லிக்கட்டு வீரரைப் பற்றி சிலாகிக்கும் வகையாகப் பேசுகிறார். அம்புலிக்கு காரி என்னும் காளையால் நேர்ந்த துயரத்தை வருத்தத்துடன் சொல்கிறார். அப்போது கிழவன் திகுதிகுக்கும் வகையில் இது அம்புலி புள்ள 'பிச்சி' என்று முருகு சொல்கிறான். தன் தந்தையிடம் அவரின் மரணப் படுக்கையில் கொடுத்த வாக்கிற்காகக் காரியை அடக்குவதற்க்காக வந்திருக்கிறான் பிச்சி. பிச்சி காளையை அடக்கினானா, காளையின் சொந்தக்காரரான ஜமீன்தாரின் கோபத்தினால் என்ன ஆனது என்பதே 'இறுதி முடிவு'.

ஒவ்வொரு பக்கத்தையும் நேர்த்தியாகவும், அதே சமயம் வேகமாகவும் இம்மிகூட சுவாரஸ்யம் குறையாமல் எழுதியிருப்பார் சி.சு செல்லப்பா.

இவர் வாடிவாசலுக்கே சென்று அக்காலத்தில் காமிராவில் படம் எடுத்திருக்கிறார் என்பது கூடுதல் தகவல். “எழுத்து” எனும் இதழையும் நடத்திவந்துள்ளார்.

ஒரு தவ்வு, இரண்டு தவ்வு; மூன்றாவது தவ்வுக்கும் அவன் நின்று விட்டான்; மூன்று தடவையும் காளை அவனை உருட்டி எறிந்து கிழித்திருக்க வேண்டும். ஒத்தைக்கு ஒத்தையாக கோதாவில் இறங்கும் மிருகத்துக்கும் மனிதனுக்கும் நடக்கிற விவகாரத்துக்கு இரண்டில் ஒரு முடிவு காணும் இடம் தான் அந்த வாடிவாசல்.

அப்பன் ஆசைக்கு மட்டுமின்றி உயிருக்கே உலை வைத்த காரி, அதன் கொம்பில் இன்னும் அப்பன் ரத்தம் வழிந்து கொண்டு இருப்பது போன்ற பிரமை ஏற்பட, அவனுக்கு நேர் எதிரில் வந்து நின்றபோது அந்த கிழக்கத்திய வாலிபன் பிச்சி. அந்த வாடிவாசலில் மனுச ரத்தம் சிந்தலாம்; காளை உடலில் ஒரு சொட்டு ரத்தம் காணக்கூடாது. எதன் கை ஓங்குதோ அதுதான் தூக்கும். மனுஷன் இதை விளையாட்டாக நினைத்தாலும் மிருகத்துக்கு அது விளையாட்டல்ல. அது தான் ஜல்லிக்கட்டு எனத் தன் உரையில் எழுதியிருப்பார் சி.சு.செல்லப்பா.

மனிதனுக்குள்ளே அடங்கிக் கிடக்கும் சுபாவமான மிருகவெறி அந்தப் பொழுதுக்கு மேலோங்கி, பொங்கி நின்ற நிலையில், மிருகச் சக்திக்கும் மனிதச் சக்திக்கும் இடையே நடக்கப்போகும் போராட்டத்தைக் காணத் தவிக்கும் பதைபதைப்பில் முதுகைச் சுடும் வெப்பம் அவர்களுக்குப் பெரிதாகப் படவில்லை மிருகத்தை ரோசப்படுத்தி அதன் எல்லையைக் கண்டுவிட்டு, அதை மனிதன் அடக்கி வசப்படுத்தி வெற்றி காட்டத் துணிவதை ஒரு கலையாகச் சாதகம் செய்து இருக்கிறார்கள் அவர்கள் அத்தனை பேர்களும்.

“மவராசா சமீன் மாட்டைப் பிடிக்க இந்த நாய் வல்லீங்க. மூச்சு போறதுக்கு முந்தி அப்பாரு சொன்னாரு, ‘பிச்சி, நீயாவது காரி கழுதையை.. அதை அவர் முடிக்கலீங்க. அதுக்கு தான்..” அவன் கண்களில் நீர் வந்துவிட்டது. மிருகத்துக்கு ராசா வந்தாலும் போச்சு, மனுசனுக்கு ரோசம் வந்தாலும் போச்சு! என்ன இருந்தாலும் அது மிருகம் தானே!

அடுத்து ஒரு முக்கியமான சிறுகதை, **கு.ப.ராஜகோபாலன்** மணிக்கொடியில் 30 ஏப்ரல் 1936இல் எழுதிய **“வீரம்மாளின் காளை”** என்னும் கதையாகும். இதில் வீரம்மாள் தன் மாமன்மீது ஆசைவைத்திருப்பாள், அவளது காளையினை அடக்கிவிட்டு அவனை மணப்பதாக அவளது மாமன் சொல்வான். ஆனால் ஏறுதழுவுதலின்போது

அந்தக் காளை அவனைக் குத்திச் சிதைத்துவிடுகிறது. அவன் இறக்கிறான். அந்தக் காளையின்மீது வீரம்மாள் கோபப்படுவதுபோல் கதையினை அமைத்திருப்பார் கு.ப.ரா..

இதைத்தவிர ஆங்கிலேயர் ஆட்சிகாலத்தில் அவர்களது ஆவணங்களிலும் இந்த ஏறுதழுவுதல் பற்றிய குறிப்புகள் சேர்க்கப்பட்டன. இதில் பின்வரும் இரண்டு நூல்கள் முக்கியமானது.

A Manual of the Pudukkottai State. Vol. 1. 2nd and rev. ed / edited by K. R. Venkatarama Ayyar. Pudukkottai : Printed at the Sri Brihadamba State Press, 1938

Madura : Madras district gazetteers by W. Francis. Madras : Government Press, 1906

ஜல்லிக்கட்டு

ஜல்லிக்கட்டு என்ற நிகழ்வோடு ஏதோ ஒரு வகையில் தமிழ்த் தொன்மங்களின் மீள்நினைவும், அத்தொன்மங்களின் தொடர்ச்சியும் மொத்தமாக முடிந்து வைக்கப்பட்டிருப்பதைப்போல ஒரு தோற்றமும், உணர்வும் உள்ளது. ஜல்லிக்கட்டு அப்படி எதைத்தான் கொண்டாடுகிறது.

ஜல்லிக்கட்டு என்ற விழாவின்மூலம் காளைகள் கொண்டாடப் படுகின்றனவா அல்லது காளைமாடுகளின் உரிமையாளர்களின் பெருமிதம் கொண்டாடப்படுகிறதா அல்லது காளைகளை அடக்கும் இளைஞர்களின் வீரம் முன்னிலைப் படுத்தப்படுகிறதா? ஜல்லிக்கட்டு நிகழ்வுகளை நுட்பமாகக் கவனித்தால் இந்த மூன்று தரப்பையும் கொண்டாடும் ஒரு பண்டிகையாகத் தோன்றுகிறது.

கூட்டு உணர்வின் குறியீடு

மிக நீண்ட தொன்ம மரபு ஒன்று அதன்பின் வந்த நூற்றுக்கணக்கான ஆண்டுகளில் பல்வேறு அரசியல் பண்பாட்டுச் சூழல்களில் வழக்கொழிந்து போகாமல் தொடர்ந்து இயங்கி நவீன யுகத்திலும் தமிழ் மக்களின் கூட்டு உணர்வின், எழுச்சியின் குறியீடாகத் திகழ முடியும் என்பதுதான் ஜல்லிக்கட்டின் மிக முக்கியமான சிறப்பும், பண்பும் ஆகும்.

ஜல்லிக்கட்டுக் களத்தில் காளையை அறிமுகம் செய்யும் போது அதன் ஊர்ப் பெயரும், உரிமையாளரின் பெயரும் அறிவிக்கப்படுகிறது. இதைப்போலவே, காளையை அணைந்து வெற்றி பெறும் இளைஞரின் பெயரும், அவரின் ஊர்ப்பெயரோடு சேர்த்தே சொல்லப்படுகிறது. இந்த வகையில் இரு தரப்பிலும் ஊர் பெருமை என்பது மையப் புள்ளியாகவே இருக்கிறது.

ஜல்லிக்கட்டின் தனித்துவம்

ஜல்லிக்கட்டின் தனித்துவமே அதன் சமூகம் சார்ந்த உணர்வும், கலவையான உள்ளடக்கமும்தான். இது, மட்டடார் (*Matador*) என்று அழைக்கப்படும் ஸ்பானிஷ் நாட்டு காளைச் சண்டையைப் போன்றதல்ல. அச்சண்டையில் கையில் ஒரு திரைத்துணியும், நீண்ட வாளும் கொண்டு விளையாடும் வீரனின் கையால் காளை மாடு குத்திக் கொல்லப்படும். ஜல்லிக்கட்டு அப்படிப்பட்டதல்ல.

இமாச்சலப் பிரதேசத்தில் சையர் என்ற பண்டிகையின்போது இரண்டு மாடுகள் முட்டிச் சண்டை போடும். ஜல்லிக்கட்டு அந்த வகையைச் சார்ந்ததும் அல்ல. வேளாண்மை, கால்நடை வளர்ப்பு, சமூக பொருளியல் காலகட்டத்தில் தோன்றிய ஓர் ஆழமான பண்பாட்டு அசைவின் தொடர்ச்சிதான் ஜல்லிக்கட்டு.

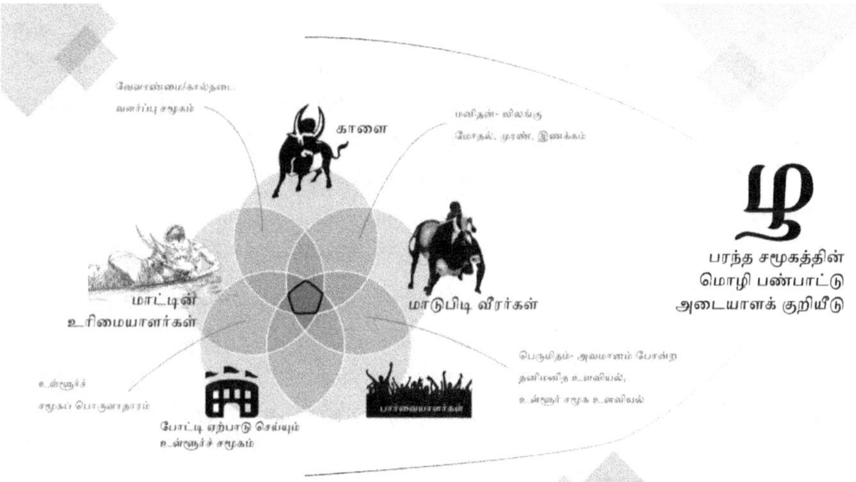

படம். 5.4. ஏறுதழுவுதலும் அதைச் சார்ந்தவைகளும்

ஜல்லிக்கட்டும் தமிழ்த் திரைப்படங்களும்

1956-இல் துவங்கி *2020* வரை பல தமிழ்த் திரைப்படங்களில் ஜல்லிக்கட்டு தொடர்பான காட்சிகள் வந்துள்ளன. அவற்றில் சில பின்வருமாறு,

1956 – தாய்க்குப்பின் தாரம்- எம்.ஏ.திருமுகம்

1959 – வீரபாண்டிய கட்டபொம்மன் – பி.ஆர். பந்துலு

1970 - விளையாட்டுப் பிள்ளை- சிவாஜிகணேசன் ஏ.பி. நாகராஜன்

1980 – முரட்டுக்காளை – எஸ்.பி முத்துராமன்

1983 – மண்வாசனை – பாரதிராஜா

1991 – சேரன் பாண்டியன் – கே.எஸ் ரவிகுமார்

1994 – ராஜகுமாரன் – ஆர்.வி உதயகுமார்

2004 – விருமாண்டி – கமலஹாசன்

2012 – அரவான் – வசந்தபாலன்

‘ஜல்லிக்கட்டு’ ஆவணப்படம்

ஜல்லிக்கட்டுக் குறித்துத் தொடர்ந்து சிந்தித்து வரும் நான், *1994 -1995* ஆகிய ஆண்டுகளில், நண்பர்களுடன் சேர்ந்து அது குறித்து ஆவணப்படம் எடுக்க வேண்டும் என்று தமிழகத்தின் பல்வேறு பகுதிகளுக்குச் சென்று தகவல்கள் திரட்டினேன். மாடு வளர்ப்பவர்கள், மாடுபிடி வீரர்கள், நிகழ்ச்சி ஒருங்கிணைப்பாளர்கள், பல்வேறு ஆய்வளார்கள் ஆகியோரிடம் நேர்காணல்கள் செய்தேன். சென்னையில் வைத்திருந்த அந்த ஆவணப்படச்சுருள் சேதமடைந்து விட்டது. அதை மீட்கமுடியவில்லை என்ற வருத்தம் எனக்குள் இப்போதும் உண்டு. ஆனால் அதன்மூலம் பல்வேறு அனுபவங்களைச் சேகரித்தேன் என்ற ஆறுதல் இருக்கிறது.

2017 ஆம் ஆண்டு சென்னையில் ஜல்லிக்கட்டுக்கு ஆதரவாக இளைஞர்கள் திரண்டு போராடியதன் நினைவாக *2018*ஆம் ஆண்டு ஜனவரியில் எனது முகநூலில் ஒரு கவிதை எழுதினேன். அது பின்வருமாறு,

தை

இதோ சென்றதை மீட்டுச் சிகரத்தில்
ஏற்றிய சென்ற “தை”
சும்மா இருந்த”தை”...
சூறாவளியாக்கிய வரலாற்றுக் கவிதை!
அலங்காநல்லூரிலும் பாலமேட்டிலும்
அவனியாபுரத்திலும் நடந்த ஜல்லிக்கட்டை
காலம் காலமாகச் சுற்றுவட்டாரம் மட்டுமே
நேரில் பார்த்தது.

தொலைக்காட்சி வந்ததும்
அது தூரத்து மனிதருக்கும்
காட்சி ஆனது...
“ஓ.பி.வேன்” வந்ததும்
நேரடி ஒளிபரப்புச் சாத்தியமானது...
“வா ராஜா வா.. வா ராஜா வா”...
மாட்டை வரவேற்கிறது
நேர்முக வர்ணனை...
“தொட்டுப் பாரு தொட்டுப் பாரு”...
மாடு பிடிக்கும் வீரனுக்கு
அண்டா குண்டா எவர்சில்வர் பாத்திரம்...
ஆனாலும் நின்று விளையாடி
திமிறி நிமிர்ந்து நடந்து
கடந்த சென்ற காளைகளுக்கே
பாராட்டு மகுடம்...
காளைகளும் காளையரும் களத்தில்...
குதிரையின் முதுகில் உட்கார்ந்து விளையாடும்
“போலோ” இதைவிட என்ன மதிப்பிற்குரியதா?
பாகன் பசி தீர்க்க கடைக்காரனிடம்
கையேந்தும் யானை இதை விடவா
கம்பீரமாக இருக்கிறதா?
இன்று
அலங்காநல்லூர் ஆடுகளம்..
தமிழகமே அதில் ஈடுபடும்...
அலங்காநல்லூர் ஜல்லிக்கட்டு அன்று
ஒரு நாள் கிரிக்கெட் கூட ஓய்வெடுக்கும்!
ஏறுதழுவுதல்
வெறும் விளையாட்டல்ல...
தொடர்ச்சியின் மைல் கல்...
காங்கேயம் காளையின் திமிலில்
சிந்துவெளி முத்திரை...
கீழடிக்கும் அலங்காநல்லூருக்கும்
அப்படி என்ன தூரம்...?
இடையே..
தமிழ் மதுரை... தமிழ் வைகை...
நினைத்தால் “கால்நடை”யாகவே

கடந்துவிடும் தூரம் தான்..
இதோ சென்றதை" மீட்டுச்
சிகரத்தில் ஏற்றிய
சென்ற 'தை' !
இதோ அலங்காநல்லூரில்
காளையை அணைந்த
காளையின் கையில் கார்ச் சாவி!

- ஆர். பாலகிருஷ்ணன்
17/01/2018

6

செய்தி கொன்றார்க்கு உய்தி இல்

‘செய்தி கொன்றோர்க்கு உய்தி இல்’ என்பது ஒரு நன்றிகெட்ட செயலினைச் செய்வோருக்குத் தப்பிப்பதற்கு வாய்ப்பே இல்லை என்பதைக் குறிக்கும்படி அமைந்துள்ளது. நன்றியைக் கொன்ற செயல்களைப் பற்றியும் அது எவ்வாறு நடைபெறுகிறது என்பதைப் பற்றியும் இவ்வுரையில் பேசப்போகிறோம்.

“செய்தியைக் கொல்லுதல்” *(to kill the story)* என்று இதழியல் துறையில் ஒரு சொல் உள்ளது. ஒரு செய்தியை ஒரு பத்திரிகை ஆசிரியர் வெளியிடாமல் விட்டுவிடுதல் ‘செய்தி கொல்லுதல்’ ஆகும். “செய்தி கொன்றோர்” என்பது யார்? இதழாசிரியரா? தொலைக்காட்சி உரிமையாளரா? அல்லது ஓயாமல் கத்தும் நெறியாளரா? என்ற பொருளில்தான் இன்றைக்குச் ‘செய்தி கொன்றார்க்கு’ என்ற சொல்லைப் புரிந்து கொள்வோம். ஆனால் சங்க இலக்கியம் சொல்லும் செய்தி கொன்றார்க்கும், இதழியல்துறையில் பயன்படுத்தும் செய்தி கொல்லுதலுக்கும் தொடர்பு இல்லை.

சங்க இலக்கியம் சொல்லும் ‘செய்தி கொன்றோர்’ என்பவர் செய்த உதவியை மறந்தவர்கள். அதுவும் உதவி செய்தவனுக்கு உபத்திரவம் செய்பவர்கள். உண்ட வீட்டுக்கு ரெண்டகம் செய்பவர்கள். வளர்த்த கடாவாக மார்பில் பாய்ந்தவர்கள். பெற்றோரைத் தவிக்க விட்டவர்கள். இவர்கள் வேறுயாருமல்ல, நாம்தான். நம்மில் பலர்தான். நாம் பார்த்துக் கொண்டிருப்பது நமது முகக்கண்ணாடியைத்தான். மன்னன் அந்தப்புரத்தில் உறங்கும்போது கோட்டைக் கதவை எதிரிகளுக்குத் திறந்துவிட்டவர்கள்தான் பல போர்க்களங்களின் போக்கைத் தீர்மானித்தவர்கள் என்பதை நாம் நினைவில் கொள்ள வேண்டும்.

இப்படிச் செய்பவர்கள் “உச்சத்திற்குச் சென்றாலும்” ஒருபோதும் நிம்மதியாகச் செத்தது இல்லை. ‘வாடகைப் புலவர்கள்’ சிலர் தற்காலிகமாகப் பல்லக்குத் தூக்குவது போலப் பாசாங்குச் செய்வார்கள். ஆனால், பொதுநினைவில் இவர்கள் இருக்குமிடம் குப்பைத்தொட்டிதான். ஏனெனில் “செய்தி கொன்றோர்க்கு உய்தி இல்” என்பதுதான் அறம் சொல்லும் செய்தி. நன்றியைக் கொன்றவர்களுக்கு என்ன ஆயிற்று, அவர்கள் எதிலிருந்து தப்பிக்க முடியவில்லை என்பதைப் பார்ப்போம்.

இன்றைய உரையாடலை இதிகாசங்களில் தொடங்குவோம். ஏனெனில் இதிகாசங்களைத்தான் நம்மில் பலர் வரலாறு என்று நம்பிக் கொண்டிருக்கிறோம். இந்தியத் துணைக்கண்டத்தில் பஞ்சபாண்டவர்கள் படுத்துத் தூங்கி எழுந்து சென்றதாகச் சொல்லப்படாத பாறைக்குன்றுகள், குகைகள் எதுவும் மிச்சம் இருக்கிறதா!

இருந்தாலும் மகாபாரதத்தில் எனக்குக் கர்ணனைத்தான் "மிகவும் பிடிக்கும்". பலருக்கும் அப்படித்தான். இராமாயணத்தில் விபீஷணனை "அறவே பிடிக்காது". அதற்குக் காரணம், கர்ணன் செஞ்சோற்றுக் கடன் தீர்த்தவன். செய்நன்றி மறவாதவன். விபீஷணன் அதற்கு நேர் மாறானவன். இலங்கையில் இராவணனுடைய தம்பியாகிய விபீஷணன், இராவணனிடம் புத்திச் சொல்லிப் பார்த்துவிட்டு அவன் கேட்கவில்லை என்றதும் இராமனின் பக்கத்தில் சேர்ந்துவிடுகிறான். விபீஷணனின் உதவி இல்லாமல் இந்திரஜித்தையும் இராவணனையும் தோற்கடித்திருக்க முடியாது. விபீஷணன் ஏதோ ஒரு வகையில் செஞ்சோற்றுக் கடனையும் தனது தாய்நாட்டிற்கான கடனையும் மறந்தவனாக இருக்கிறார். காப்பிய மாந்தர்கள் பற்றிய மதிப்பீடு பார்ப்பவரின் பார்வையைப் பொறுத்தது என்பது உண்மைதான். நான் எனது பார்வையில் விபீஷணனை மதிப்பிடுகிறேன். அவ்வளவு தான்.

படம். 6.1. கர்ணனும் விபீஷணனும்

நாம் இப்போது சங்க இலக்கியத்திற்கு வருவோம். 'செய்தி கொன்றோர்க்கு உய்தி இல்' என்பது புறநானூறு 34ஆம் பாடலில் வரும் ஒரு வரி. இப்பாடலின் பின்னணி:

புலவர் ஆலத்தூர் கிழார் கிள்ளிவளவனைச் சந்திக்கச் சென்றார். கிள்ளிவளவன் ஆலத்தூர் கிழாருக்குப் பெருமளவில் பரிசுகள் அளித்தான். அவற்றைப் பெற்றுக் கொண்டு ஆலத்தூர் கிழார் அவனிடமிருந்து விடைபெறும் தருணத்தில், கிள்ளிவளவன், "நீங்கள் என்னை நினைத்து மீண்டும் வருவீர்களா?" என்று அவரைப் பார்த்துக் கேட்டான். அதற்குப் பதில் சொல்வதுதான் இப்பாடல். "செய்நன்றி கொன்றார்க்கு உய்வில்லை; உன்னை நான் எந்நாளும் மறவேன்; உன்னை நான் புகழ்ந்து பாடாவிட்டால், கதிரவன் தோன்றமாட்டான்; நீ நீண்ட நாட்கள் வாழ்க" என்று ஆலத்தூர் கிழார் கிள்ளிவளவனை வாழ்த்துவதாக இப்பாடல் அமைந்துள்ளது.

புறநானூற்றில், கோவூர் கிழார். ஆலத்தூர் கிழார், வெள்ளைக்குடி நாகனார், மாறோக்கத்து நப்பசலையார், ஆவூர் மூலங்கிழார், இடைக்காடனார், ஆடுதுறை மாசாத்தனார், ஐயூர் முடவனார், நல்லிறையனார், எருக்காட்டூர்த் தாயங் கண்ணனார் ஆகியோர் கிள்ளிவளவனைப் புகழ்ந்து 19 பாடல்கள் இயற்றியுள்ளனர். அந்த அளவிற்கு முக்கியமானவன் கிள்ளிவளவன்.

கிள்ளிவளவன் வீரத்திலும் வெற்றியிலும் கொடையிலும் சிறந்து விளங்கியது மட்டுமல்லாமல், சிறந்த தமிழ்ப் புலமையுடையனாகவும் இருந்தான் என்பது இவன் இயற்றியதாகப் புறநானூற்றில் உள்ள ஒரு பாடலிலிருந்து (பாடல் 173) தெரிகிறது. முதலில், செய்தி கொன்றோர்க்கு உய்தி இல்' என்ற புறநானூறு 34ஆம் பாடலைப் பார்ப்போம்.

'ஆன் முலை அறுத்த அறனிலோர்க்கும்,
மாண் இழை மகளிர் கருச் சிதைத்தோர்க்கும்,
குரவர்த் தப்பிய கொடுமையோர்க்கும்,
வழுவாய் மருங்கின் கழுவாயும் உள' என,
'நிலம் புடை பெயர்வதாயினும், ஒருவன்

செய்தி கொன்றோர்க்கு உய்தி இல்' என,
அறம் பாடிற்றே, ஆயிழை கணவ!
'காலை அந்தியும், மாலை அந்தியும்,
புறவுக் கருவன்ன புன்புல வரகின்
பால் பெய் புன்கம் தேனொடு மயக்கிக்,

குறு முயல் கொழுஞ் சூடு கிழித்த ஒக்கலொடு,
இரத்தி நீடிய அகன்தலை மன்றத்துக்,
கரப்பு இல் உள்ளமொடு வேண்டு மொழி பயிற்றி,
அமலைக் கொழுஞ்சோறு ஆர்ந்த பாணர்க்கு
அகலாச் செல்வம் முழுவதும் செய்தோன்,

எங்கோன் வளவன் வாழ்க என்று, நின்
பீடுகெழு நோன் தாள் பாடேன் ஆயின்,
படுபு அறியலனே பல் கதிர்ச் செல்வன்
யானோ தஞ்சம் பெரும இவ்வுலகத்துச்
சான்றோர் செய்த நன்றுண்டாயின்,

இமயத்து ஈண்டி இன் குரல் பயிற்றிக்
கொண்டல் மா மழை பொழிந்த
நுண் பல் துளியினும் வாழிய, பலவே.

இதன் அருஞ்சொற்பொருள்: மாண் = மாட்சிமை; குரவர் = மூத்தோர் (பெற்றோர்); தப்பல் = தவறு புரிதல்; வழுவாய் = தவறுதல்; மருங்கு = இடம், பக்கம்; கழுவாய் = பரிகாரம்; புடை = இடம்; செய்தி = செய்கை (செய்த நன்றி); உய்தி = தப்பிப் பிழைத்தல்; ஆயிழை = தெரிந்தெடுத்த அணிகலன்களையுடையவள்; அந்தி = மாலைக்காலம், அதிகாலை; புறவு = புறா; புன்புலம் = புல்லிய இடம், தரிசு நிலம்; புன்கம் = உணவு, சோறு; சூடு = சுடப்பட்டது; ஒக்கல் = சுற்றம்; இரத்தி = இலந்தை மன்றம் = பலர் கூடும் வெளி (பொதுவிடம்); கரப்பு = வஞ்சகம் (மறைத்தல்); அமலை = திரளை, கட்டி; ஆர்ந்த = அருந்திய; பீடு = பெருமை; நோன்றாள் = நோன்+ தாள் = வலிய தாள்; படுதல் = தோன்றுதல்; தஞ்சம் = எளிமை; ஈண்டுதல் = திரளுதல்; கொண்டல் = கீழ்க்காற்று; நுண் பஃறுளி = நுண்+பல்+துளி.

இப்பாடலின் உரை:

பசுவின் முலையை அறுத்த தீவினையாளர்களுக்கும், (சிறந்த அணிகலன்களை அணிந்த) மகளிரின் கருவை அழித்தவர்களுக்கும், பெற்றோர்களுக்குத் தவறிழைத்தவர்களுக்கும் அவர் செய்த கொடிய செயல்களை ஆராயுமிடத்து, அவர் செய்த பாவச் செயல்களின் விளைவுகளிலிருந்து நீங்குவதற்குப் பரிகாரம் உண்டு. ஆனால், உலகமே தலைகீழாகப் பெயர்ந்தாலும் ஒருவன் செய்த நற்செயல்களை அழித்தவர்களுக்கு அவற்றின் விளைவுகளிலிருந்து விடுதலை இல்லை என்று அறநூல்கள் கூறுகின்றன.

இப்பாடலில் அறம் குறித்துப் பேசப்படுகிறது. அது என்ன என்பதைப் பற்றித்தான் இன்று பேசப்போகிறோம். அடுத்து, கிள்ளிவளவனின் பாடலையும் பார்த்துவிட்டுப் போவோம். கிள்ளிவளவன் புறநானூறு 173ஆம் பாடலைப் பாடியுள்ளான். பாடலின் பின்னணி:

சோழ வேந்தனாகிய குளமுற்றத்துத் துஞ்சிய கிள்ளி வளவன் சிறுகுடி கிழான் பண்ணனிடம் மிகுந்த அன்பு கொண்டவன். அவன் இயற்றிய இப்பாடல், பண்ணனிடம் பரிசில் பெறச் செல்லும் பாணனின் கூற்று போல் அமைந்துள்ளது. இப்பாடலில், பரிசில் பெறப்போகும் பாணர்கள், சிறுகுடியை அணுகிய பொழுது, பண்ணனிடம் பரிசில் பெற்று வரும் பாணர்கள் சிலரைக் காண்கின்றனர். அவர்கள் பண்ணனை வாழ்த்திக்கொண்டு வருகின்றனர்.

பரிசில் பெறச் சென்ற பாணர்களில் ஒருவன், "நான் வாழும் நாளையும் சேர்த்துப் பண்ணன் வாழ்க" என்று வாழ்த்தி, "பரிசில் பெற்ற பாணர்களே! என்னோடு உள்ள பாணனின் சுற்றம் வருந்துவதைப் பாருங்கள். பசிப்பிணி மருத்துவன் பண்ணனின் இல்லம் அருகில் உள்ளதா, தொலைவில் உள்ளதா?" என்று வினவுகிறான். அப்பாடல் பின்வருமாறு,

யான்வாழும் நாளும் பண்ணன் வாழிய;
பாணர் ! காண்கிவன் கடும்பினது இடும்பை;
யாணர்ப் பழுமரம் புள்இமிழ்ந் தன்ன
ஊணொலி அரவந் தானும் கேட்கும்;
பொய்யா எழிலி பெய்விடம் நோக்கி
முட்டை கொண்டு வற்புலம் சேரும்
சிறுநுண் எறும்பின் சில்லொழுக்கு ஏய்ப்பச்
சோறுடைக் கையர் வீறுவீறு இயங்கும்
இருங்கிளைச் சிறாஅர்க் காண்டும் கண்டும்
மற்றும் மற்றும் வினவுதும் தெற்றெனப்
பசிப்பிணி மருத்துவன் இல்லம்
அணித்தோ? சேய்த்தோ? கூறுமின் எமக்கே!

இது கிள்ளிவளவன் எழுதிய பாடல். இதிலுள்ள பொருள் நயம் முக்கியமானது. இவன் ஒரு சிறுகுடியைப் பற்றிப் பாடுகிறான். இத்தகைய கிள்ளிவளவனைத்தான் ஆலத்தூர் கிழார் பாடுகிறார். செய்நன்றி - நன்றி - உதவுதல் என்பன ஒரு அறவலைப் பின்னல், இதை எப்படி ஒரு சமூகம் பார்க்கிறது என்பது முக்கியமானது.

செய்தியும் உய்தியும்

'செய்தி, உய்தி' என்பவற்றைக் குறித்துத் தமிழ்ப்பேரகராதி சுட்டுவனப் பின்வருமாறு,

செய்தி - செய்கை,

1. குடிப்பொருளன்று நுஞ்செய்தி (புறநானாறு. 45, 7).
2. தொழில். (இறையாணர் அகப்பொருள், 1, 18.)
3. ஒழுக்கம். (சூடாமணி.)
4. செய்ந்நன்றி. (புறநானூறு. 34, 6.)
5. சமாசாரம். பாத்திர தானமும் பைந்தொடி செய்தியும் (மணிமேகலை.19,49).
6. நிலைமை.

செய்திகொல்(லு)-தல் ceyti-kol- , v. intr. < செய்தி +. See செய்ந்நன்றிகொல்-. செய்தி கொன்றோர்க் குய்தி யில்லென (புறநா. 34, 6).

செய்தி, செய்கை ஆகிய அனைத்தும் செயலே. செயலின் வேர் 'செய்' என்ற ஏவல் வினையே. திராவிட மொழிகளுடைய எல்லா வினைச் சொற்களின் வேர்வடிவங்கள் கட்டளை இடுவதாகவே இருக்கும். எடுத்துக்காட்டிற்கு 'நடத்தல்' என்பதன் வேர்வடிவம் நட, பேசுதல் - பேசு. அத்தகைய தன்மையில் செயல் என்பது செய்.

செய்- எனில் வயல், நிலம் (நன்செய், புன்செய்). செய் – எனில் செயல், தொழில், செயல்பாடு. நன்செய் என்பது நல்நிலம், பண்பட்ட நிலம். நற்செயல் என்பது நல்ல செயல். செயலின் தொடக்கம் செய்தலில் தான். செய்தலின் தொடக்கம் செய்(வயலில்)யில் தான்.

நடுவுநிற்றலின் தொடக்கம் 'நுகத்துப் பகலாணி' என்றால், உழைப்பின் தொடக்கம் 'உழவு' என்றால், தொழிலின் தொடக்கம் 'தொழூ' வென்றால், செய்தலின் தொடக்கம் 'செய்' தான், அதனால் நன்றியின் தொடக்கமும் 'செய்' தான். செய்யில் தான் மனிதன் செய் தான் செயல். நன்றி என்பது நற்செயல்.

உய்த்தல்

1. செலுத்துதல். நன்றின்பா லுய்ப்ப தறிவு (குறள், 422).
2. ஆயுதம் பிரயோகித்தல்.

3. அனுப்புதல்.
4. நடத்துதல்.
5. கொண்டுபோதல்.
6. அனுபவித்தல். காதல காத லறியாமை யுய்க்கிற்பின் (குறள், 440).
7. கொடுத்தல்.
8. அறிவித்தல்.
9. ஆணைசெலுத்துதல்.

உய்கை

1. ஈடேறுகை.
2. துன்பநீங்குகை. உய்கை பொருளா வொருவர்க்கு மோருதவி செய்கையிலனேல் (கந்தபு. காம. 47).

உய்விடம். < உய்வு + இடம். பிழைக்குமிடம்.

உய்வு - உயிர்தப்புகை. எரியாற் சுடப்படினு முய் வுண்டாம் (குறள், 896).

சுரங்கத்திலிருந்து அரங்கத்திற்கு: குடிப்பொருள் அன்று நும் செய்தி

இப்பாடல் நமது சமகாலத்திற்கான படிப்பினையும் கூட. இரண்டு நபர்கள் சண்டையிட்டுக் கொள்கின்றனர். இருவருமே சோழர்கள். ஒருவன் நலங்கிள்ளி, மற்றொருவர் நெடுங்கிள்ளி. இது புறநானூறு 45ஆம் பாடல், பாடியவர்: கோவூர் கிழார், பாடப்பட்டோர்: சோழன் நலங்கிள்ளியும், நெடுங்கிள்ளியும், திணை: வஞ்சி, துறை: துணை வஞ்சி

இரும்பனை வெண்தோடு மலைந்தோன் அல்லன்,
கருஞ்சினை வேம்பின் தெரியலோன் அல்லன்,
நின்ன கண்ணியும் ஆர் மிடைந்தன்றே, நின்னொடு
பொருவோன் கண்ணியும் ஆர் மிடைந்தன்றே,
ஒருவீர் தோற்பினும் தோற்ப நும் குடியே,

இருவீர் வேறல் இயற்கையும் அன்றே, அதனால்,
குடிப் பொருள் அன்று நும் செய்தி, கொடித் தேர்
நும்மோர் அன்ன வேந்தர்க்கு
மெய்ம்மலி உவகை செய்யும், இவ் இகலே.

உன்னை எதிர்ப்பவன் பனம்பூ மாலை சூடிய சேரனும் அல்ல, வேப்பம்பூ மாலை சூடிய பாண்டியனும் அல்ல. நீங்கள் இருவரும்

ஒரே பூவினைச் சூடியிருப்பவர்கள், ஒரே குலத்தினைச் சேர்ந்தவர்கள், ஒரே குடியினைச் சேர்ந்தவர்கள். நீங்கள் இருவரும் சண்டையிட்டுக் கொண்டு அதில் ஒருவர் தோற்றால்கூட தோற்கப்போவது உங்களுடைய குடிதானே. நீங்கள் செய்துகொண்டிருக்கும் செய்கை உங்களது குலத்திற்கு உகந்தது கிடையாது என்று அறிவுறுத்தும்படி அமைந்த பாடல்.

இப்பாடலில் 'குடிப்பொருள் அன்று நும் செய்தி' என்பது உங்களுடைய சண்டை என்பது உங்களுடைய குடிக்கானது அல்ல என்பதை எடுத்துரைக்கின்றது. இதைத் தவிர, சங்க இலக்கியத்தில் செய்தியைச் சார்ந்து பல வரிகள் உள்ளன. அவற்றில் சில,

பண்பு இல் செய்தி நினைப்பு ஆகின்றே. (நற்றிணை 25)
ஒளித்த செய்தி வெளிப்படக் கிளந்த பின், (குறுந்தொகை 374)
இனிய செய்தி, நின் ஆர்வலர் முகத்தே? (புறநானூறு 12)
ஓவச் செய்தியின் ஒன்று நினைந்து ஒற்றி (அகநானூறு 5)
சிறந்த செய்தியின் மறந்தனர் கொல்லோ?(அகநானூறு 235)

அடுத்து, சிறுபாணாற்றுப்படையில் நல்லியக்கோடனைச் சான்றோர் புகழ்தல் குறித்து எடுத்துரைக்கப்படும் வரிகளைப் பார்ப்போம்.

செய்ந்நன்றி அறிதலும், சிற்றினம் இன்மையும்,
இன்முகம் உடைமையும் இனியன் ஆதலும்,
செறிந்து விளங்கு சிறப்பின் அறிந்தோர் ஏத்த, (207-209)

பிறர் தனக்குச் செய்த நன்மையை மறக்காமல் அவர்க்கு நன்மை செய்தல், அறிவும் ஒழுக்கமும் இல்லாதவர்களின் கூட்டம் தனக்கு இல்லாமையும், இனிய முகத்தை உடையவனும் ஆன நல்லியக்கோடன் அவனுடன் இருக்கும் நிறைந்து விளங்குகின்ற சிறப்பையுடைய பலவற்றையும் அறிந்த 'சான்றோர் புகழ' என்று இவ்வரிகள் குறிப்பிடுகின்றன. அடுத்து, ஐங்குறுநூறு 288ஆம் பாடல்வரிகள் பின்வருமாறு,

நன்றே செய்த உதவி நன்று தெரிந்து
யாம் எவன் செய்குவம் நெஞ்சே காமர்
மெல் இயல் கொடிச்சி காப்ப
பல் குரல் ஏனல் பாத்தரும் கிளியே

நன்றாகச் செய்த உதவியை, நன்றாக உணர்ந்து, நாம் என்ன கைம்மாறு செய்யலாம் நெஞ்சே! அழகிய மென்மையான இயல்பினைக்

கொண்ட இந்தக் குறிஞ்சிப்பெண் காவல்காக்க, பல கதிர்களைக் கொண்ட தினைப்புனத்தின் மேல் பரவித்திரியும் இக்கிளிகள் - அதனால்தானே கொடிச்சியை - தலைவியை - தினைப்புனம் காக்க அனுப்பி வைத்துள்ளனர் என்று இப்பாடல் குறிப்பிடுகிறது.

செய்நன்றி அறிதல்

இந்தச் செய்நன்றி அறிதலைத் தனியொரு அதிகாரம் போட்டு திருக்குறள் பேசியதுபோன்று வேறு எந்த அறநூலும் பேசியது இல்லை. திருக்குறள் சொல்லும செய்நன்றி என்பது பிராயச்சித்தமா? அதாவது கைமாறா? ஈடேற்றமா? நன்னிலை அடைதலா? பிராயச்சித்தம் என்பதில் திருவள்ளுவருக்கு நம்பிக்கை இருக்கிறதா? என்பவை முக்கியமான கேள்விகள். செய்நன்றி குறித்துத் தேடுகையில் இரண்டு முக்கியமான நூல்கள் கண்ணில் பட்டன. அவை பின்வருமாறு,

தமிழ் இலக்கியங்களில் அறம் – நீதி – முறைமை

- பேராசிரியர் டாக்டர் ந. சுப்பு ரெட்டியார்

திருக்குறள் ஆய்வு (செய்ந்நன்றி அறிதல், ஒப்புரவு, ஊழ்)

- ஆ. ரத்தினம்.

ந. சுப்பு ரெட்டியார் விளக்கம்

இவர் திருக்குறளின் 101ஆம் குறளை எடுத்து விளக்குகிறார். அவர் குறிப்பிடுவது பின்வருமாறு,

செய்யாமல் செய்த உதவிக்கு வையகமும்
வானகமும் ஆற்றல் அரிது. (குறள் 101)

இதற்கு மு.வரதராசன் விளக்கம்: தான் ஓர் உதவியும் முன் செய்யாதிருக்கப் பிறன் தனக்குச் செய்த உதவிக்கு மண்ணுலகத்தையும் விண்ணுலகத்தையும் கைமாறாகக் கொடுத்தாலும் ஈடு ஆக முடியாது. இதனை விளக்கிவிட்டு பிறகு ந. சுப்பு ரெட்டியார் மேலும் ஒரு விளக்கத்தினைக் கொடுக்கிறார். அது பின்வருமாறு,

கைலைநாதன் பாற்கடலானுக்கு முன்னர் எதுவும் செய்திருக்கவில்லை. இந்நிலையில் கைலைநாதனின் பசியைத் தீர்க்க நான்கு வெண்பொற்காசுகள் பெறும் உணவளிக்கின்றார். பிறிதொரு சமயம் கைலைநாதன் பாற்கடலானுக்கு 100000 வெண்பொற்காசுகளை அளிக்கிறார். ஆனாலும் அந்த நூறாயிரம் வெண்பொற்காசுகள் பாற்கடலான் உதவிசெய்த நான்கு பொற்காசுகளுக்கு நிகராகாது. இதைக்

கணித வாய்ப்பாட்டால் கூறுவேன் என்று ந. சுப்பு ரெட்டியார் குறிப்பிடுகிறார். அந்தக் கணித வாய்ப்பாடு பின்வருமாறு,

கைலைநாதன் உதவி- 0

பாற்கடலான் உதவி- 4

அதாவது 0:4

பாற்கடலான் உதவி- 4

கைலைநாதன் உதவி – 100000

அதாவது 4: 100000

0: 4 = எண்ணிலி (Infinity)

4: 100000 = 25000

செய்யாமல் செய்த உதவியினை இப்படிச் சொல்வதால் இன்னும் தெளிவாகப் புரியும் அதன் மதிப்பு.

ஆ. ரத்தினத்தின் விளக்கம்

செய்நன்றி அறிதலை அடிப்படை அறமாகப் போற்றியது யார்? செய்நன்றி போற்றுதலையே எல்லா அறங்களிலும் உயர்ந்த அடிப்படை அறமாக வள்ளுவர் கருதினார். திருக்குறளை மற்ற உலக இலக்கியங்களோடு ஒப்பிட்டு வெளிவந்தவை.

திருக்குறள் நீதி இலக்கியம்: க.த. திருநாவுக்கரசு

திருக்குறளும் விவிலியமும் – காமாட்சி சீனிவாசன்

திருவள்ளுவர் திருவுள்ளம் – மு. அப்துல் கறீம்

செய்நன்றி அறிதல் பற்றி திருக்குறள்போலத் தீவிரமாக யாரும் பேசவில்லை. சம்யுக்த நிகாயத்தில் நன்றியுடையவர்களாக இருக்கவேண்டியதன் தேவை பற்றிப் புத்தரின் போதனை உள்ளது. ஆனால் இவ்வளவு தீவிரம் இல்லை என்கிறார்.

பார்ப்பானைக் கொன்றவனுக்கும் கள்ளுண்டவனுக்கும், களவு செய்தவனுக்கும், விரதம் முறிந்தவனுக்கும் சான்றோரால் கழுவாய் விதிக்கப்பட்டுள்ளது. செய்நன்றி கொன்றவனுக்கு கழுவாய் இல்லை. (கிட்கிந்தா. 34: 12) என்பதைச் சுட்டிக்காட்டி வள்ளுவர் குறளுக்கு வான்மீகி ராமாயணம் அடிப்படை என்கிறார் ரா. கேசவ ஐயங்கார். ‘‘இது உண்மையா?’’ என்ற கேள்வியினைக் கேட்டு இல்லை என்று சொல்கிறார் ஆ. ரத்தினம்.

இராமாயணம் கூறுவது: பிராயச்சித்தம் - பரிகாரம். வள்ளுவர் கூறுவது – கடைத்தேற்றம், ஈடேற்றம் - நன்னிலை அடைதல் என்கிறார். ‘செய்நன்றி கொன்ற’ என்பதற்கு உரையாசிரியர்கள் கூறும் விளக்கங்கள் பின்வருமாறு,

“ஒருவன் செய்த நன்றியைச் சிதைத்த” – பரிமேலழகர்

“ஒருவன் செய்த நன்றியைச் சாவாக்கின” – மணக்குடவர்

நன்றியை மறத்தலா? நன்றி செய்தவர்க்குத் தீங்கு செய்தலா?

“நன்றி கொல்லுதலாவது உபகாரம் செய்தவருக்கு அபகாரம் செய்தல்”

– நாமக்கல் கவிஞர்

பின்வரும் மூன்று குறள்களே திருவள்ளுவரின் கருத்தினைத் தெளிவுற எடுத்துரைப்பவை.

நன்றி மறப்பது நன்றன்று நன்றல்லது
அன்றே மறப்பது நன்று. (குறள் 108)

கொன்றன்ன இன்னா செயினும் அவர்செய்த
ஒன்றுநன்று உள்ளக் கெடும். (குறள் 109)

எந்நன்றி கொன்றார்க்கும் உய்வுண்டாம் உய்வில்லை
செய்நன்றி கொன்ற மகற்கு. (குறள் 110)

வால்மீகி இராமாயணத்தில் சுட்டப்பட்டுள்ளவற்றையும் நோக்குவோம். அதில் வாலியினை வதம் செய்தபின்பு சுக்ரீவன் அடுத்தகட்ட வேலைகளைச் செய்யாமல் இருக்கிறான். அவனிடம் இலட்சுமணன் பேசுகிறான். அது பின்வருமாறு,

அத்தியாயம் 34 (305) சுக்ரீவ தர்ஜனம் (சுக்ரீவனை மிரட்டுதல்)

வெளிப் பார்வைக்குத் தைரியமாக இருப்பதுபோல தோற்றம் அளித்தாலும், புருஷ ரிஷபனான லக்ஷ்மணன் கோபத்துடன் இறுகிய முகத்துடன் இருப்பதைப் பார்த்து சுக்ரீவன் உள்ளூர நடுங்கினான். தசராத்மஜன், தன் சகோதரனின் வேதனையைப் பொறுக்க மாட்டாமல் துடிப்பதும் தெரிந்தது. தன் சுவர்ண மயமான ஆஸனத்தை விட்டு குதித்து எழுந்தான். மகேந்திரனது அலங்கார த்வஜம் விழுந்தது போல இருந்தது. ருமா, முதலிய மற்ற ஸ்த்ரீகளும் அதேபோல ஆஸனத்தை விட்டு எழுந்து வந்து அருகில் நின்றனர். ஆகாயத்தில் பூரண சந்திரனை, தாரா கணங்கள் தொடருவது போல தொடர்ந்தனர். கை கூப்பியவாறு அவர்களுடன் செய்வதறியாது மரமாக நின்றான். ருமை, மற்றும் ஸ்த்ரீ

கணங்களுடன் நின்ற சுக்ரீவனை லக்ஷ்மணன் ஏறிட்டான். கோபம் அகலாத குரலிலேயே பேசலானான்.

''உலகில் அரசனாக இருப்பவன் சத்வ குணங்கள் நிறைந்த பெரியார்களுடன் இருக்க வேண்டும். இந்திரியங்களை வென்றவனாக, தயவும் பெருந்தன்மையும் உடையவனாக, செய்நன்றி மறவாதவனாக, சொன்ன சொல்லை மீறாதவனாக, இப்படிப்பட்ட குணங்கள் உடைய அரசன் தான் நிலைத்து நிற்பான், மதிக்கப் படுவான். எந்த அரசன், தன் நண்பனை, முன் அவன் செய்த உதவிகளையும் மறந்து, தர்ம வழியில் நிற்பவன், சொன்ன சொல்லைப் பெரிதாக மதிப்பவன் என்று தெரிந்தும், அவனுக்குக் கொடுத்த வாக்குறுதியை மீறுகிறானோ, அவனைவிட கொடியவன் வேறு யார் இருக்க முடியும்? காரணமின்றி நூறு அஸ்வங்களைக் கொல்வதும், ஆயிரம் பசுக்களைக் கொல்வதையும் விட, மனிதன் தான் கொடுத்த வாக்கை மீறும் பொழுது, தன் பந்து, உற்றார், உறவினரையே கொன்றவன் ஆகிறான்.

உதவியைப் பெற்றுக் கொண்டு, பிரதி உபகாரம் செய்வதை அறவே மறந்து போகும், நண்பர்களுக்கு, வதம்தான் தண்டனை. இது ப்ரும்மா சொன்ன ஸ்லோகம். உலகமே வணங்கும் ப்ரும்மா ஒரு முறை, செய்நன்றி மறந்தவர்களைப் பார்த்து கோபத்துடன் சொன்னார். வானர ராஜனே, தெரிந்து கொள். பிராம்மணனைக் கொன்றவனைவிட, மது பழக்கத்திற்கு அடிமையானவர்கள் கொடியவர்கள். பசுவைக் கொல்வது, விரதத்தைத் தடுத்தல் இது போன்ற பாபங்களுக்குக்கூட விடிவு உண்டு. பரிகாரம் சொல்லப்பட்டுள்ளது ஆனால் செய்நன்றி மறந்தவனுக்கு விமோசனமே கிடையாது.

அனார்யன் நீ (பண்பற்றவன்) வானரா, இதுபோல செய்நன்றி மறந்து சொன்ன சொல்லையும் காப்பாற்ற முடியாதவன் என்பது நிச்சயம்.

ராமரிடம் உன் காரியத்தைச் சாதித்துக் கொண்டாய், மறந்து விட்டாய். பதில் உதவி செய்வதாகச் சொன்னாய். மறந்து விட்டாய். சீதையைத் தேட யத்தனம் செய்வதாகச் சொன்னாய். நீ செய்ய விரும்பினால் தானே. க்ராம்யமான கேளிக்கைகளில் தன்னை மறந்து அனுபவித்துக் கொண்டிருக்கிறாய். ராமர் உன்னை நம்பினார். தவளை வேடம் கொண்ட சர்ப்பம் இது என்று தெரிந்து கொள்ளவில்லை. தவளைபோல் குரல் கொடுத்தாய். உன்னையும் பொருட்டாக எண்ணி வானர ராஜ்யத்தையும் உனக்கு அளித்தார். ராமரின் அரிய செயலை நீ அறியாய். வாலியை ஒரே பாணத்தால் அடித்து வீழ்த்தியதைப் பார்த்தாய். அந்த வழி இன்னமும் திறந்தே இருக்கிறது. வாலி

அடிபட்டு இறந்துபட்ட வழி இன்னமும் மூடப்படவில்லை. சுக்ரீவா, காலம் அறிந்து நடந்துகொள். வாலியைப் போல மரணத்தை எதிர் கொள்ளாதே. நிச்சயம். இக்ஷ்வாகு குல வரிஷ்டனான ராமனது வில்லிலிருந்து புறப்படும் அம்புகளைத்தான் காண்பாய். வஜ்ரம் போன்றவை. அதன்பின் உனக்கு சுகம் ஏது? மனதாலும் ராம காரியத்தை அலட்சியம் செய்தவனுக்கு நன்மை என்பது ஏது?

இதில் பேசப்படுவது முழுக்க கொடுக்கல் - வாங்கல். இது வணிகம் போன்றது. அச்சுறுத்தல்களால் நிரம்பியது. ஆனால் திருவள்ளுவர் பேசுவது வேறு. திருக்குறள் ஆய்வு நூலில் இரத்தினம் பின்வருமாறு சுருக்கமாகக் கேட்கிறார்.'நன்றி செய்தவருக்குப் பதில் உதவி செய்தே ஆகவேண்டும் என்று கட்டாயப்படுத்த முடியுமா? அப்படி எதிர்பார்த்தால் அது நன்றி ஆகுமா? பதிலுதவி செய்யாதவன் கொல்லப்பட வேண்டும் என்பது என்ன வகையான அறம்?' என்று கேட்கிறார். வால்மீகி இராமாயணம் சொல்வது வேறு, திருவள்ளுவர் சொல்வது வேறு. இவை இரண்டும் வெவ்வேறு கருத்தியல்கள். இவ்விடத்தில் கம்பராமாயணத்தில் ராமன் குற்றம் சாட்டுவதையும் வாலி கேட்ட கேள்விகளையும் பார்ப்போம்.

கம்பராமன் குற்றம் சாட்டுகிறான்!

பெறல் அருந் திருப் பெற்று, உதவிப் பெருந்
திறம் நினைந்திலன்; சீர்மையின் தீர்ந்தனன்;
அறம் மறந்தனன்; அன்பு கிடக்க, நம்
மறம் அறிந்திலன்; வாழ்வின் மயங்கினான்.

'நன்றி கொன்று, அரு நட்பினை நார் அறுத்து,
ஒன்றும் மெய்ம்மை சிதைத்து, உரை பொய்த்துளார்க்
கொன்று நீக்குதல் குற்றத்தில் தங்குமோ?
சென்று, மற்று அவன் சிந்தையைத் தேர்குவாய்.

"வெம்பு கண்டகர் விண் புக வேர் அறுத்து,
இம்பர் நல் அறம் செய்ய எடுத்த விற்
கொம்பும் உண்டு; அருங் கூற்றமும் உண்டு; உங்கள்
அம்பும் உண்டு" என்று சொல்லு, நம் ஆணையே.

'நஞ்சம் அன்னவரை நலிந்தால், அது
வஞ்சம் அன்று; மனு வழக்கு ஆதலால்:
அஞ்சில், ஐம்பதில், ஒன்று அறியாதவன்
நெஞ்சில் நின்று நிலாவ, நிறுத்துவாய்.

வாலி கேட்டிருந்தான் நாலு கேள்வி!

'கோ இயல் தருமம், உங்கள் குலத்து உதித்தோர்கட்கு எல்லாம்
ஓவியத்து எழுத ஒண்ணா உருவத்தாய்! – உடைமை அன்றோ?
ஆவியை, சனகன் பெற்ற அன்னத்தை, அமிழ்தின் வந்த
தேவியை, பிரிந்த பின்னை, திகைத்தனை போலும், செய்கை!

'அரக்கர் ஓர் அழிவு செய்து கழிவரேல், அதற்கு வேறு ஓர்
குரக்கு இனத்து அரசைக் கொல்ல, மனு நெறி கூறிற்று உண்டோ?
இரக்கம் எங்கு உகுத்தாய்? என்பால் எப் பிழை கண்டாய்? அப்பா!
பரக்கழி இது நீ பூண்டால், புகழை யார் பரிக்கற்பாலார்? 87

'ஒலி கடல் உலகம் தன்னில் ஊர் தரு குரங்கின் மாடே,
கலியது காலம் வந்து கலந்ததோ? – கருணை வள்ளால்!–
மெலியவர் பாலதேயோ, ஒழுக்கமும் விழுப்பம் தானும்?
வலியவர் மெலிவு செய்தால், புகழ் அன்றி, வசையும் உண்டோ ?

கூட்டு ஒருவரையும் வேண்டாக் கொற்றவ! பெற்ற தாதை
பூட்டிய செல்வம் ஆங்கே தம்பிக்குக் கொடுத்துப் போந்து,
நாட்டு ஒரு கருமம் செய்தாய்; எம்பிக்கு, இவ் அரசை நல்கி,
காட்டு ஒரு கருமம் செய்தாய்; கருமம் தான் இதன்மேல் உண்டோ

இவ்வரிகளில் ராமனின் கூற்றாக இலக்குவனிடம் சொல்லும்போதும் வாலியின் கூற்றாக இராமனிடம் சொல்லும்போதும் கம்பராமாயணம் மனு (மநு) தர்மத்தைத் தான் மேற்கோள்காட்டுகிறது என்பது இவ்விடத்தில் முக்கியமானது.

மநுதர்ம சாஸ்திரம்: 11 வது அத்தியாயம் குற்றங்களின் கழுவாய் பிராயச்சித்த விதிகள்

45. அறியாமற் செய்த பாவத்திற்கே கழுவாய் உண்டென்று சிலரும், தெரிந்து வேண்டுமென்றே பிழைசெய்தவர்க்கும் உண்டென்று வேறு சிலர் வேதச் சான்றுகளைக் கொண்டும் கூறுகின்றனர். இந்திரன் அறிந்து செய்த பாவங்களுக்குக்கழுவாய் இயற்றிக்கொண்டான் என்று வேதத்தில் கூறப்பட்டிருக்கிறது.

46. பாவத்தின் கொடுமை அறியாமல் செய்த பிழை வேதம் ஓதுவதால் போகும். அறிந்தியற்றிய பாவம் போகத் தானம், தவ முயற்சி போன்ற பற்பல கழுவாய்கள் உண்டு.

73. சத்திரியன் அந்தணனைக் கொன்றுவிட்டால் வில்லாளி ஒருவனால் எய்யப்பட்டு உயிரை விடவும். அம்பால் எய்யப்பட்டு உயிரிழந்தாலும், பிழைத்தாலும் பிழை நீங்கும். அல்லது ஏரியில் தலைகீழாக மும்முறை வீழ்க!

சிறு பிழைகளின் கழுவாய்

108-123: பசுவதை புரிந்தவன், அதன் தோலைப் போர்த்தவாறு நொய்யரிசி உண்டு, ஒரு மாதம் பசுத்தொழுவில் குடியிருக்கவும்.

*189.*கழுவாய் செய்து கொள்ளாத பாவிகளுடன் கொடுக்கல், வாங்கல் முதலான எதுவும் கூடாது. கழுவாய் செய்து கொண்டவரை முன்செய்த பாவத்திற்காகப் பழிக்கவும் கூடாது.

ஆனால், குழந்தை, பெண் இவற்றைக் கொன்றவன், நன்றி கொன்றவன், அண்டியவனை அழித்தவன், இவர்கள் கழுவாய் செய்துகொண்டாலும், அவர்களோடு உறவாடக்கூடாது. (மநுதர்ம சாஸ்திரம் - தமிழில் திரிலோக சீதாராம். ஏ.கே. கோபாலன் பப்ளிஷர், சென்னை.)

இதிலிருந்து என்ன தெரிகிறது? மனுநீதியின்படி நன்றி கொன்றாலும் கழுவாய் உண்டு. ஆனால், உய்வில்லை என்பது வள்ளுவன் தீர்ப்பு. இது கழுவாய் அல்ல. கடைத்தேற்றம். நாம் சங்க இலக்கியத்தில் தொடங்கினோம். அதில் புறநானூறு 34ஆம் பாடலில், செய்தி கொன்றார்க்கு உய்தி இல்லென அறம்பாடிற்றே... என்று உள்ளது. அது எந்த அறம்? திருக்குறளா? வேறு நூலா? என்பதுதான் முக்கியமானது.

"நன்றி மறக்கக்கூடாது" என்று புத்தர் போதிக்கிறார். ஆனால் உய்வில்லை என்று செய்நன்றி மறவாமையை அடிப்படை அறமாக முன்வைப்பது திருக்குறள். ஆனாலும் புறநானூறு 34ஐ எப்படி விளக்குவது? புறநானூறு 34 சுட்டும் அறம் திருக்குறளே என்று ரா.பி. சேதுப்பிள்ளை, தி.வை. சதாசிவப்பண்டாரத்தார், கா. அப்பாத்துரை, ஞா. தேவநேயப்பாவாணர், சி.எம். இராமச்சந்திரன் முதலியோர் குறிப்பிடுகின்றனர்.

புறநானூறு 34ஆம் பாடல் சுட்டும் அறம் குறள் அல்ல, அது வேறு என்று டாக்டர் தெ.பொ.மீ, மீ.ஆர். நரசிம்மன், ப. அருணாசலம், கொ. இலக்குமணசாமி, கு. மோகனராசு முதலியோர் குறிப்பிடுகின்றனர்.

''இது முதலா? அது முதலா?'' என்பதுகுறித்து எனது கேள்வி கிடையாது. நான் தோற்றத்தையும் நீண்ட தொடர்ச்சியையும் ஒருசேரப் பேசுபவன். எனது கேள்வி 'உய்வில்லை? ஏன்?' என்பதாகும். சங்க

இலக்கியமும் சரி, திருக்குறளும் சரி; மற்றதற்கெல்லாம் உய்வு உண்டு, இதற்கு மட்டும் உய்வு இல்லை என்று சொல்கிறது, ஏன்?

மனச்சான்றே எல்லா அறங்களுக்கும் வித்து. நன்றியுணர்வே மனச்சான்றின் ஆக்கப்பூர்வமான அழகிய, செவ்விய வெளிப்பாடு. வாய்மையை மறந்தவன் வழிமாறித் திருந்தலாம். இன்னா செய்தவன் இனியவனாகலாம். உயிர்களைக் கொன்றவன் அகிம்சாவாதி ஆகலாம். அசோகர் ஆகவில்லையா? ஆனால், செய்த நன்றியை அழித்தது அழித்தது தான்! உதவி செய்தவனுக்கு இழைத்த தீங்கை ஒருபோதும் ஈடுகட்ட முடியாது. துயரம் மறக்கப்படும். ஆனால் துரோகம் மறக்கப்படுவதில்லை. செய்நன்றி கொன்றவன் மீண்டும் காலில் விழுந்து உருண்டாலும் அந்தக்கால்கள் அவனைச் சந்தேகக் கண்ணோடுதான் பார்க்கும். அவனது அழுகையை அவனது கண்களே நம்பாது. அதனால் உய்வில்லை. மனச்சான்று தான் அறம்!

தன்னெஞ்சு அறிவது பொய்யற்க பொய்த்தபின்
தன்னெஞ்சே தன்னைச் சுடும் (குறள் 293)

செய்நன்றி அறிதல்: செய்நன்றி கொல்லுதல்: மனச்சான்று

செய்யப்பட்ட உதவி யாருக்குத் தெரியுமோ இல்லையோ உதவி பெற்றவனுக்குத் தெரியும். செய்த நன்றியைச் சிதைத்து அழித்தது யாருக்குத் தெரியுமோ இல்லையோ சிதைத்தவனுக்கே தெரியும். இரண்டுக்கும் முதல் சாட்சி – பெற்றவனின் மனசாட்சி. அதனால்தான் உய்வு இல்லை.

செய்நன்றியினைக் குறித்து ஒரு முப்பரிமாணப் பார்வையினைத் திருக்குறள் தவிர வேறு எந்த அறநூலும் கொடுக்கவில்லை என்றே தோன்றுகிறது.

நன்றியும் உதவியும்:

நன்றி, உதவி என்பவற்றைப் புரிந்து கொள்ளப் பின்வரும் இரு குறளைப் புரிந்து கொண்டால் போதும்.

தந்தை மகற்குஆற்றும் நன்றி அவையத்து
முந்தி யிருப்பச் செயல் (குறள் எண்:67)

மகன் தந்தைக்கு ஆற்றும்உதவி இவன்தந்தை
என்னோற்றான் கொல்எனும் சொல் (குறள் எண்:70)

இதில் நன்றி என்ற சொல்லை திருவள்ளுவர் ஏன் தந்தைக்கு பயன்படுத்தியுள்ளார்? காரணம் இல்லாமல் இல்லை. பெற்றவர் தானே நன்றியுடன் இருக்கவேண்டும். அதாவது பெற்றோர் என்பவர்கள் பெறுபவர்களாக உள்ளனர். அதனால்தான் அது மகப்பேறு. பேறு பெறும் காலம் தானே பேறுகாலம்! அதனால்தான் "தந்தை மகற்குஆற்றும் நன்றி" என்றும் "மகன் தந்தைக்கு ஆற்றும் உதவி" என்றும் கூறப்படுகிறது.

படம். 6.2. செய்நன்றியறிதல்

"நன்றி அறிதல்" என்ற கருத்தியல்

நன்றி என்பது இயல்பானது. அது அன்பு என்ற ஆக்கபூர்வமான உணர்வின் ஊற்றுக்கண். பிறர் நலத்தை நாடுவது என்பது நன்றி உணர்வில்தான் வருகிறது. மேலும், அது சமூக அறக்கடமைகளை உணர்த்துகிறது.

ராவணனின் டயரி

இணையத்தில் 'ராவணனின் டைரி' என்று ஒரு எழுத்துரை காணப்படுகிறது. (https://sites.google.com/site/theravanadiaries/home) ராவணனின் தனது இருபது கண்களுக்கு மட்டும் தெரியும்படி ஒரு டைரி எழுதியுள்ளதாக வைத்து ஒரு எழுத்துரை கற்பனையாக எழுதப்பட்டுள்ளது. இதில் ராவணன் எங்கு தவறு செய்தார், என்ன நிகழ்ந்தது என்பதைப் பற்றியெல்லாம் எழுதப்பட்டுள்ளது.

இராவணன் இறக்கும் தறுவாயில், ராமன் லட்சுமணனிடம், "பெரிய வீரனான இராவணன் இறக்கப்போகிறான் அவனிடம் சென்று உபதேசம் வாங்கி வா" என்று சொல்கிறான். லட்சுமணன் தயங்கியபடி செல்கிறான். அப்போது, "எவ்வளவு பெரிய வீரன் நீ, எப்படி நீ

தோற்றுப் போனாய்?'' என்று இலட்சுமணன் கேட்கிறான். அதற்கு இராவணன் பதிலுரைக்கிறான்.

''உன் எந்தவொரு ரகசியத்தையும் எப்போதும் யாரிடமும் கூறாதே. என் மரண ரகசியத்தைத் என் சகோதரன் விபீஷணனிடம் பகிர்ந்து கொண்டதே என் வீழ்ச்சிக்குக் காரணம். எனவே ஒருபோதும் உங்கள் ரகசியங்களை மற்றவர்களிடம் கூறாதீர்கள்'' என்று கூறி இலட்சுமணை ஆசிர்வதித்துவிட்டு உயிர்விட்டார் இராவணன்.

'செய்நன்றி அறிதல்' என்பது ஒழுக்கமா? உணர்ச்சியா? என்று பெரும் ஆய்வுகளைத் தற்போது நிகழ்த்துகின்றனர். ஆனால் என்னைப் பொறுத்தவரையில் செய்நன்றி அறிதல் என்பது மனச்சான்றின் மொழி! அதனால் அது ஓர் அடிப்படை அறம்.

தற்போது, ஒரு முகம் தெரியாதவர் நமக்கு உதவினாலே எதனால் இவர் உதவுகிறார்? எதுவும் காரணம் இருக்குமோ என்று சந்தேகப்படும் அளவிற்கு நம்பிக்கை வறட்சி நம்மிடைய வளர்ந்து விட்டது. நன்மையை நன்மை என்று ஏற்றுக் கொள்கின்ற அளவிற்குக்கூட நாம் தயாராக இல்லை. இது ஒரு பெரிய சோகம்.

தலைப்புச் செய்தி!

அறம் ஒரு வலைப்பின்னல்

ஓர் அறத்தை
தாங்கி நிறுத்துகிறது
இன்னொரு அறம்.
அந்த வலைப்பின்னலின்
வலுவில் தான்
இன்னும் குடைசாயமல்
இருக்கிறது உலகம்!
"செய்தி கொன்றோர்க்கு உய்தி இல்"
என்பது
தலைமுறை
தலைமுறையாகப்
பட்டறிந்த பண்பாட்டின்
ஓர் உன்னதப் புரிதல்.
உலகிற்குச்
சங்கத் தமிழும்
வள்ளுவன் குறளும்

வாசித்தளிக்கும்
“தலைப்புச் செய்தி”.

செய்நன்றி அறிதல்

அனைவருக்கும் தெரியும், ஜனவரி 30 அன்று பிர்லா மந்திர் என்ற இடத்தில் காந்தி, கோட்சேவால் சுடப்பட்டார். அப்போது கோட்சேவை அதே இடத்தில் பிடித்து காவலருக்கு உதவியது ரகு நாய்க் என்ற தோட்டக்காரர். இவர் ஒடிசாவைச் சேர்ந்தவர். அவரது மனைவி பெயர் மண்டோதரி நாய்க். ரகு நாயக் காந்தியடிகள் கொலைவழக்கில் அரசுத் தரப்பு சாட்சிகளில் ஒருவர்.

நான், 2014க்குப் பிறகு ஒடிசாவில் கூடுதல் தலைமைச் செயலராக நிதித்துறைக்குப் பொறுப்பேற்றேன். அப்போது திங்கட்கிழமை குறைகேட்கும் நாளில், இந்த மண்டோதரி நாயக் என்பவர் தியாகிகள் ஓய்வூதியம் கேட்டு தான் அலைவதாகக் கூறி ஒரு விண்ணப்பத்தை அளித்தார். நான் அலுவலர்களிடம் கொடுத்து விசாரிக்கச் சொன்னேன். இது 20 ஆண்டுகளாகத் தொங்கலில் இருக்கும் விஷயம் என்று தெரிந்தது. கோப்புப் பெருத்திருந்தது.

அதில் உள்ள சிக்கல் என்னவென்றால், அந்த அம்மா தியாகி பென்சன் என்று கேட்கிறார். ஆனால் தியாகி பென்சன் என்பது விடுதலைப் போராட்டத்தில் சிறை சென்றிருக்க வேண்டும், அல்லது

“...இன்னமெய்ஞ் ஞானத் துணிவினை
மற்றாங்கு
இழிபடு போர், கொலை, தண்டம்
பின்னியே கிடக்கும் அரசிய லதனில்
பிணைத்திடத் துணிந்தனை பெருமான்,
பெருங்கொலை வழியாம் போர்வழி
இகழ்ந்தாய்
அதனி லுந் திறன்பெரி துடைத்தாம்
அருங்கலை வாணர் மெய்த்தொண்டர்
தங்கள்
அறவழி யென்று நீ அறிந்தாய்...”
• மகாகவி பாரதியார்

ஜனவரி, 30
வாராது வந்த மாமணியை
நாம் தோற்ற நாள்

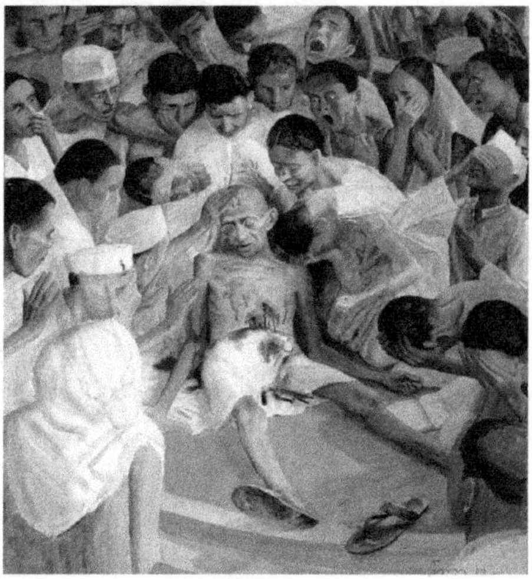

படம். 6.3. செய்தி கொன்றார்க்கு உய்தி இல்

விடுதலைப் போராட்டத்தில் கலந்திருக்க வேண்டும். இவ்விரண்டிலும் ரகு நாய்க்கின் செயல்பாடு வரவில்லை என்பது சட்டச்சிக்கல். மண்டோதரி நாய்க்கின் உடல்நிலையும் மோசமாக இருந்தது. 20 ஆண்டுகள் இதற்காகத் தொடர்ந்து முயற்சி செய்கிறார். சட்டவிதிகளில் இடமில்லை என்பதால். இதனை முதல்வரின் கவனத்திற்குக் கொண்டு சென்று, முதலமைச்சர் நிவாரண நிதியிலிருந்து 5 இலட்சம் ரூபாய் அவருக்குக் கொடுக்கலாம் என்று முடிவு செய்தோம். அரசு வாகனத்தில் அவரை அழைத்து வந்து, முதல்வரின் கையால் அவருக்கு அந்தத் தொகை கொடுக்கப்பட்டது.

படம். 6.4. செய்தி கொன்றார்க்கு உய்தி இல்

“செய்நன்றி அறிதல்” என்று சொல்லும்போது இதுவெல்லாம் நினைவுக்கு வந்தது. நன்றி உணர்வு என்பது ஒழுக்கங்களில் எல்லாவற்றையும்விட ஆகச் சிறந்தது மட்டுமல்ல, எல்லா அறங்களுக்கும் எல்லா நடத்தைகளுக்கும் எல்லா ஒழுக்கங்களுக்கும் அதுதான் தந்தை என்று ரோமானிய தத்துவ அறிஞர் சிசிரோ சொல்கிறார்.

“நீங்கள் செய்கின்ற சேவைக்கரங்கள் என்பன மானுடத்திற்கான மதிப்பாகவும் அதற்குச் செலுத்துகின்ற நன்றியாகவும் இருக்கட்டும்” என்று அண்ணல் காந்தி சொல்கிறார்.

7

பெரும் கை யானை

'சங்கச் சுரங்கம்' உரைத்தொடரில் ஒரு குறிப்பிட்ட தலைப்பினைத் தேர்வு செய்வதற்கு எனக்குள் ஏதேனும் ஒரு சமகால நிகழ்வும் தூண்டுதலாக அமையும். அந்தவகையில் இந்தப் 'பெரும் கை யானை' என்ற தலைப்பினைத் தேர்வு செய்வதற்குக் காரணம் சமீபத்தில் ஊடகங்களில் வெளியான 'யானை' குறித்த செய்திகள் ஆகும். அவற்றில் சில பின்வருமாறு,

- கர்ப்பமாக இருந்த யானை, அன்னாசிப் பழத்தில் வைக்கப்பட்டிருந்த இருந்த வெடி மருந்தைச் சாப்பிட்டு நீரில் இறங்கி நின்றபடி இறந்தது.

- காட்டில் இருந்த விடுதியில் நுழைந்த யானையின்மீது தீ வைக்கப்பட்டது.

- காதில் இரத்தம் வந்துகொண்டிருந்த யானை மருத்துவமனைக்குச் செல்லும் வழியில் இறந்தது.

- திடீரென யானைக்கு மதம் பிடித்துக் கூட்டத்திற்குள் நுழைந்தது.

- ஒரு சிறுவன், யானைப் பாகனைப் போன்று செயல்படுகிறான்., அவனது கட்டளைகளை யானை பணிகிறது.

மேற்கண்ட இச்செய்திகள்மூலம் யானை குறித்து ஒரு புதிரான தோற்றம் கிடைக்கிறது. யானை என்பது என்ன? யானையை நாம் எப்படி புரிந்து வைத்திருக்கிறோம், யானை நம்மை எப்படிப் புரிந்து வைத்திருக்கிறது? யானைக்கும் மனிதருக்குமான தொடர்பு எப்போதிருந்து காணப்படுகிறது? இந்தியத் துணைக்கண்டத்தில் யானையின் முக்கியத்துவம் என்ன? சங்க இலக்கியம் யானையினை எப்படிப் பார்த்தது, நாம் இப்போது அதனை எப்படிப் பார்க்கிறோம்? யானையின் ஊடாகக் கடந்த காலத்தினையும் நிகழ்காலத்தினையும் எப்படி பார்க்கப் போகிறோம்?

யானைகள்

தற்போது பூமியில் மூன்று வகையான யானை இனங்கள் உள்ளன. ஆப்பிரிக்க சவானா சமவெளி யானைகள் (*Loxodonta africana*), ஆப்பிரிக்க காட்டு யானைகள் (*Loxodonta cyclotis*), ஆசிய யானைகள்

(Elephas maximus). இந்திய யானைகள் என்பவை *(Elephas maximus indicus)* ஆசிய யானைகளின் ஓர் உட்பிரிவாகும். ஆப்பிரிக்க யானைகளும் ஆசிய யானைகளும் சுமார் 76 லட்சம் ஆண்டுகளுக்கு முன்னால் தனித்தனியாகப் பிரிந்தன. ஆப்பிரிக்காவிலிருக்கும் இருவகை யானைகளும் 40 லட்சம் ஆண்டுகளுக்கு முன்பு பிரிந்தவை.

அனைத்து வகை யானைகளும் சமூக விலங்குகளே. கிட்டத்தட்ட மனிதக்குரங்குகள் போலவே. யானைகளின் நிரைகளுக்குள் படிநிலைக் கட்டமைப்பு (Hierarchical Organization) உள்ளது. யானைகள் மனிதர்களுக்கு மிக நெருக்கமான விலங்காகும். இருந்தாலும் யானைகளின் அறிவுத்திறன், பயிலும் திறன், நினைவாற்றல், விசுவாசம், யானை உளவியல் முதலியவை பற்றி மனிதர்கள் அறிந்ததை விட அறியாததே அதிகம் என்று தோன்றுகிறது.

தாய், சிற்றன்னைகள், அத்தைகள், அக்கா, தங்கைகள் என்ற தாய்வழிக் கட்டமைப்பினை யானை இனம் கொண்டுள்ளது. வாலிப ஆண் யானைகள் நிரையிலிந்து வெளியேறுகின்றன. பெண் யானைகள் நிரையில் நிற்கின்றன. பூமியில் வாழும் விலங்குகளிலேயே அளவில் பெரிய மூளை யானை உடையதுதான் (5000 கிராம்). யானையின் பல்வேறு நுண்திறன்கள் பற்றிய அறிவியல்பூர்வமான ஆய்வுகள் தற்போது நடைபெறுகின்றன.

ஒருவகையில் “நாம் எல்லாம் யானையை இன்னும் முழுவதும் பார்க்காதவர்களே”. காலம் தோறும் ‘களிறு எறிந்த காளைகளும்’, யானைகளை வைத்துப் போர் புரிந்து கோட்டைகளைப் பிடித்த வேந்தர்களும், பட்டத்தரசர்களும், பாகன்களும், பூமியின் கணக்கில், யானையின் காலண்டரில் நேற்று முளைத்த காளான்கள்தான். எனக்கென்னவோ யானைகளைப் பார்த்தாலும் பாவமாக இருக்கிறது; பாகன்களைப் பார்த்தாலும் பாவமாக இருக்கிறது.

ஆசிய யானைகள்

ஆசிய யானைகள் சுமார் 40000 முதல் 50000 வரை உள்ளன. ஆசிய யானைகளில் பாதி இந்தியாவில் உள்ளன. கடைசியாகக் கிடைத்த புள்ளிவிவரம் 27000 ஆகும். பிடிக்கப்பட்டு மனிதர்களுடன் வாழும் யானைகள் 3000 ஆகும். ஒரு காலத்தில் யானைகள் வசித்த சிரியா, இராக், சீனா போன்ற நாடுகளில் தற்போது யானைகள் இல்லை. மனிதர்களுக்கும் யானைகளுக்குமான உறவு பழமையானது. சிந்துவெளிப் பண்பாட்டுக் காலத்திலேயே(கி.மு 2500) யானைகளைப்

பிடித்துப் பழக்கிப் பல்வேறு வேலைகளுக்குப் பயன்படுத்தி உள்ளனர். 2000ஆம் ஆண்டுக் கணக்கின்படி ஆசியாவில் சுமார் 15000 "பணிபுரியும் யானைகள்" (*Working Elephants*) இருந்தன.

சிந்துவெளியில் யானை

சிந்துவெளியில் கிடைக்கப்பெற்ற முத்திரைகளின் அடிப்படையில் பல்வேறு விலங்குகளைப் பற்றிய குறிப்புகள் வெளிகொணரப்பட்டுள்ளன. அதன் அட்டவணை பின்வருமாறு,

மிருகத்தைப் பற்றிய குறிப்பு	முத்திரைகளின் எண்ணிக்கை
எருமை, பொதுவாக அதன் முன் ஒரு தொட்டியுடன்	14
யானை, சில நேரங்களில் அதன் முன் ஒரு தொட்டியுடன்	55
கொம்புடைய யானை	1
புலி, பொதுவாக அதன் முன் ஒரு தொட்டியுடன்	16

இதில் யானை குறித்து அதிக முத்திரைகள் காணப்படுவதைக் கவனத்தில் கொள்ள வேண்டும். இதற்கான ஆதாரம் *Iravatham Mahadevan's 'The Indus Script: Text, Concordance and Table'*, 1977 என்ற நூலில் காணப்படுகிறது.

படம்.7.1. சிந்துவெளி யானை

சங்க இலக்கியம்

காட்டு யானை, பழகிய யானை ஆகிய இரண்டையும் குறித்து அறிந்து வைத்துள்ளது சங்க இலக்கியம். மராஅ யானை, கான யானை என்பன காட்டில் வாழும் பழகாத யானைகள். இத்துடன் யானை நிரையில் காணப்படும் முதன்மையான பெரிய ஆண் யானையை 'அண்ணல்', 'வயக்களிறு', 'பெருங்களிறு' எனக் குறிப்பிடுகிறது. சங்க இலக்கியங்களில் 'யானை' என்ற சொல் மட்டுமே பயன்படுத்தப்படுகிறது. ஆனை என்ற சொல்வழக்கு இல்லை. யாறு› ஆறு போல யானை › ஆனை என்று உண்டாகி இருக்கலாம். ஆண் யானை 'களிறு' என்றும் பெண் யானை 'பிடி' என்றும் சங்க இலக்கியத்தில் குறிக்கப்படுகிறது.

தமிழும் யானையும்

வாழும் இடங்களில் எல்லாம் இலக்கியத்தில் சிறப்பிடம் பெற்ற விலங்கு யானை. இது தமிழ், வடமொழி உள்ளிட்ட பல மொழிகளுக்குப் பொருந்தும். எனினும் உலகச் செவ்வியல் இலக்கியங்களிலேயே யானைகளை மிக உன்னிப்பாக 360 டிகிரி கோணத்தில் கவனித்த ஒரே செவ்வியல் இலக்கியம் சங்க இலக்கியம் என்பது எனது கருத்து. இதை, யானை பற்றிய சொல்லாக்க வரலாறு, சொல்லாட்சிப் பெருக்கம்,

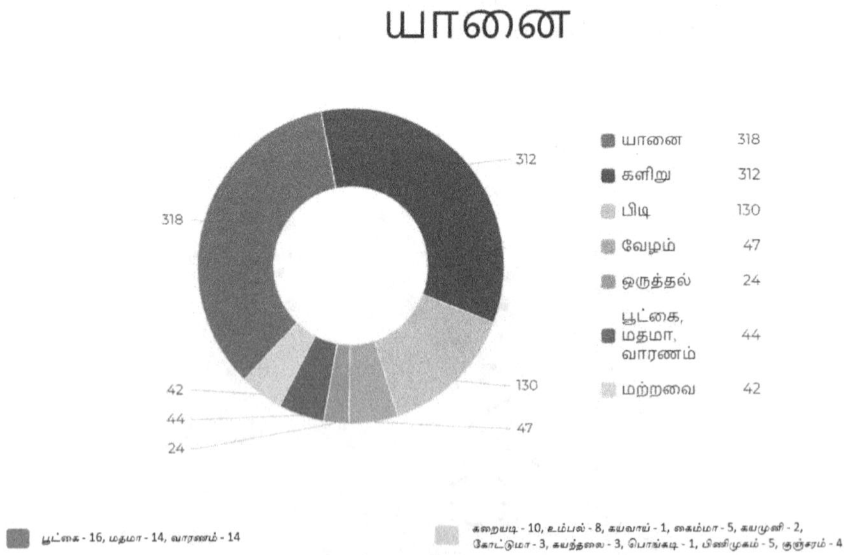

படம். 7.2. சங்க இலக்கியத்தில் யானை குறித்த சொற்கள்

யானை உடலியல், பழக்க வழக்கம், செயல்பாடு, மனிதர்களுக்கும் யானைகளுக்கும் இடையிலான உறவின் தன்மை, பயன்பாடு மற்றும் அதன் சமூகப் பண்பாட்டுப் பின்னணிகளின் ஊடாகப் புரிந்துகொள்ளலாம். சங்கத் தமிழ் யானை, கோயில் யானை அல்ல என்பது முக்கியமானது. ஆனாலும் அது தமிழுக்குள் குடியிருந்த யானை!

சங்க அண்ணல் யானை

'அணி நடை எருமை' என்னும் உரையில் அண்ணல் என்னும் சொல் எருமைக்குப் பயன்படுத்தி இருப்பதை எடுத்துக் காட்டினேன். குறிப்பாக அண்ணல் அம்பேத்கர், அண்ணல் காந்தியடிகள் என்று சொல்லி நாம் பழகியிருக்கிறோம். அதனைச் சங்க இலக்கியம் யாருக்குப் பயன்படுத்தி இருக்கிறது என்பது முக்கியமானது என்று எடுத்துரைத்தேன். 'அண்ணல் யானை' என்று 18 முறை சங்க இலக்கியத்தில் பயன்படுத்தப்பட்டுள்ளது. கம்பீரமான பெரிய யானையைப் போர்ப் பின்னணியில் 'அண்ணல் யானை' என்று பயன்படுத்தப் பட்டுள்ளது.

பெரும்பாணாற்றுப்படையில் தோப்புக் குடிகளைக் குறித்துப் பேசும் இடத்தில் உவமையாக யானை பயன்படுத்தப்பட்டுள்ளது. அவ்வரிகள் பின்வருமாறு,

…………கறை அடிக்
குன்று உறழ் யானை மருங்குல் ஏய்க்கும்,
வண்தோட்டுத் தெங்கின் வாடு மடல் வேய்ந்த
மஞ்சள் முன்றில் மணம் நாறு படப்பைத்
தண்டலை உழவர் தனி மனைச் சேப்பின்
தாழ்கோட் பலவின் சூழ் சுளைப் பெரும்பழம்,
வீழ் இல் தாழைக் குழவித் தீம் நீர்க்
கவை முலை இரும்பிடிக் கவுள் மருப்பு ஏய்க்கும்
குலை முதிர் வாழைக் கூனி வெண்பழம்,
திரள் அரைப் பெண்ணை நுங்கொடு பிறவும்,
தீம்பல் தாரம் முனையின், சேம்பின்

முளைப்புற முதிர் கிழங்கு ஆர்குவிர்; (பெரும்பாணாற்றுப்படை 351-362)

தோப்புக் குடியிருப்பில் போடப்பட்டுள்ள தென்னங் கீற்றுக் கூரையானது குன்றுபோன்ற யானையின் தோலினைப் போன்று சொரசொரப்பாக உள்ளது. யானையின் கால் இடிப்பதற்குப்

பயன்படுத்துகிற கல்லினைப் போன்று உள்ளது. பெண் யானையின் முலையானது கவை போன்றும் அக்குடியிருப்பு பகுதியில் கொடுக்கப்படும் வாழைப்பழமானது பெண் யானையின் தந்தத்தினைப் போன்று காணப்படும் என்றும் சொல்லப்பட்டுள்ளது. இத்தகைய உவமைகள்மூலம் சங்க இலக்கியம் எவ்வளவு நெருக்கமாக யானையினைப் பார்த்துள்ளது என்பது புலனாகிறது.

கை

மனிதனுடைய பெரிய ஆச்சரியம் யானையுடைய தும்பிக்கை தான். சங்க இலக்கியம் தும்பிக்கை என்ற சொல்லை எங்கேயும் பயன்படுத்த வில்லை. சங்க இலக்கியம் யானையின் கையினைப் பார்த்துப் பிரமித்துப் போயிருக்கிறது. கை குறித்துப் பேசும் எல்லா இடங்களிலும் பெரும் கை யானை என்றே பயன்படுத்தி உள்ளது. பெரும் கை யானை என்று பயன்படுத்தப்பட்டுள்ள சில வரிகள் பின்வருமாறு,

பெரும் கை யானை கொடும் தொடி படுக்கும் (பெரும்பாணாற்றுப்படை 436)
பெரும் கை யானை பிடி புக்கு ஆங்கு (பட்டினப்பாலை 224)
பெரும் கை யானை பிடி எதிர் ஓடும் (நற்றிணை 186/3)
இரும் புலி தொலைத்த பெரும் கை யானை (நற்றிணை 353/9)
பெரும் கை யானை இரும் சினம் உறைக்கும் (ஐங்குறுநூறு 352/3)
பெரும் கை யானை நிவப்பின் தூங்கும் (அகநானூறு 57/8)
பெரும் கை யானை கோள் பிழைத்து இரீஇய (அகநானூறு 118/8)
பெரும் கை யானை இரும் பிடர் தலை இருந்து (புறநானூறு 3/11)
இரும் புலி தொலைத்த பெரும் கை யானை (அகநானூறு 88/9)

பெருங்கை யானை பிடிப் புக்காங்கு

பட்டினப்பாலையில் திருமாவளவனின் பெருமைகள் குறித்தும், அவர் அரசுரிமை பெறல் குறித்தும் பேசும் இடத்தில் பின்வருமாறு குறிப்பிடப்படுகிறது.

……………………கூர் உகிர்க்
கொடுவரிக் குருளைக் கூட்டுள் வளர்ந்தாங்குப்,
பிறர் பிணியகத்து இருந்து பீடு காழ் முற்றி,
அருங்கரை கவியக் குத்திக் குழி கொன்று,
பெருங்கை யானை பிடிப் புக்காங்கு,
நுண்ணிதின் உணர நாடி நண்ணார்,

செறிவுடைத் திண் காப்பு ஏறி வாள் கழித்து,
உருகெழு தாயம் ஊழின் எய்திப், (220-227)

இவ்வரிகளில் திருமாவளவன் வந்ததைச் சொல்லும் இடத்தில், ஏறுதற்கு அரிய கரையினை இடித்துத் தந்தத்தினால் குத்திக் குழியைப் பாழ்படுத்தி, பெரிய தும்பிக்கையையுடைய களிற்று யானையானது தன்னுடைய பெண் யானையிடம் சென்றாற்போல் என்று கூறப்பட்டுள்ளது. இங்கு யானையின் வீரத்தினைக் குறித்துப் பேசப்பட்டுள்ளது. இதற்கு நேர்மாறாகப் பலவீனமான யானையைக் குறித்தும் சங்க இலக்கியம் பேசுகிறது. இது குறுந்தொகை 388ஆம் பாடலில், ஔவையார்,

முளி சினை பிளக்கும் முன்பு இன்மையின்
யானை கை மடித்து உயவும்

எனக் கிளையினைக்கூட உடைக்க முடியாமல் பலவீனமான யானை குறித்துக் குறிப்பிடுகிறார். மற்றொரு பாடல் பறையினைக் குறித்துப் பேசும் இடத்தில் அது யானையின் அடியினைப் போன்று உள்ளதாகக் குறிப்பிடப்படுகிறது.

பெருங்களிற்று அடியின் தோன்றும் ஒரு கண்
இரும் பறை இரவல! (புறநானூறு 263)

கொன்ற யானைச் செங்கோடு கழாஅ

சங்க இலக்கியத்தில் யானைக்கும் புலிக்கும் இடையிலான சண்டை என்பது தொடர்ந்து பல இடங்களில் வந்துகொண்டிருக்கிறது. நற்றிணை 247ஆம் பாடலில்,

தொன்றுபடு துப்பொடு முரண் மிகச் சினைஇக்
கொன்ற யானைச் செங்கோடு கழாஅ
அழி துளி பொழிந்த இன் குரல் எழிலி,

என்றும் நற்றிணை 294ஆம் பாடலில்,

தொன்று உறை துப்பொடு முரண் மிகச் சினைஇக்
கொன்ற யானைக் கோடு கண்டன்ன,
செம்புடைக் கொழு முகை அவிழ்ந்த காந்தள்

என்றும் வரிகள் காணப்படுகின்றன. இந்த இரண்டு பாடல்களிலும் ஒரே வரி பயன்படுத்தப்பட்டுள்ளது. யானை தன் பழமையான வலிமையுடன் சினம் கொண்டு தன்னை எதிர்த்த புலியைக் கொன்றதாக இவ்வரி குறிப்பிடுகிறது.

தொடர்ந்து புலிக்கும் யானைக்குமான போர் நடந்துகொண்டே இருக்கிறது. அதனைத் தெளிவுறுத்தும் வகையில்தான் 'தொன்று உறை துப்போடு' என்று வார்த்தையினைச் சங்க இலக்கியம் பயன்படுத்துகிறது. யானையின் தந்தத்தினை மூங்கில் நெல் குத்துவதற்குப் பயன்படுத்தி உள்ளதைக் கலித்தொகை 41ஆம் பாடல் எடுத்துரைக்கிறது,

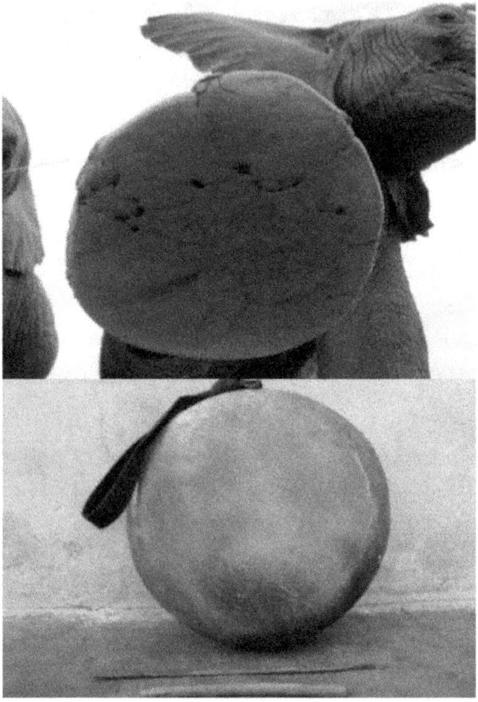

படம்.7.3. பறையினைப் போன்ற யானையின் பாதம்

"பாடுகம், வா! வாழி தோழி! வயக் களிற்றுக்
கோடு உலக்கை ஆக நல் சேம்பின் இலை சுளகா,
ஆடு கழை நெல்லை அறை உரலுள் பெய்து, இருவாம்
பாடுகம், வா, வாழி தோழி! நல் தோழி! பாடுற்று;

இது மூங்கில் நெல்லைக் குத்துவதற்குச் சேம்பு இலையினை முறமாகவும் யானையின் தந்ததை உலக்கையாகவும் பயன்படுத்தப்பட்டதை எடுத்துரைக்கிறது. ஆப்பிரிக்காவில் புகையிலையினை இடிப்பதற்கு யானைத் தந்தத்தினைப் பயன்படுத்தியுள்ளனர், இதனை இவ்விடத்தில் இணைத்து நோக்க வேண்டும். லண்டனில் உள்ள அருங்காட்சியகத்தில் அதன் படம் காணப்படுகிறது (படம்.7.4.).

தந்தத்தைக் குறிப்பதற்கு மருப்பு, கோடு என்ற இரண்டு சொற்களைச் சங்க இலக்கியம் பயன்படுத்தி உள்ளது. புறநானூறு 238ஆம் பாடலில்,

ஆள் இல் வரை போல் யானையும் மருப்பு இழந்தனவே

எனப் பட்டத்து யானை தன் கொம்பு ஒடிந்து ஆள் நடமாட்டம் இல்லாத மலை போல பொலிவிழந்து நிற்கிறது எனக் குறிப்பிடப்பட்டுள்ளது. மற்றொரு இடத்தில் யானையின் கால் நகம் உடைந்து தொங்குவதையும் குறிப்பிட்டுள்ளது சங்க இலக்கியம். மதுரை மருதன் இளநாகனார் பாடிய அகநானூறு 365ஆம் பாடல் பின்வருமாறு,

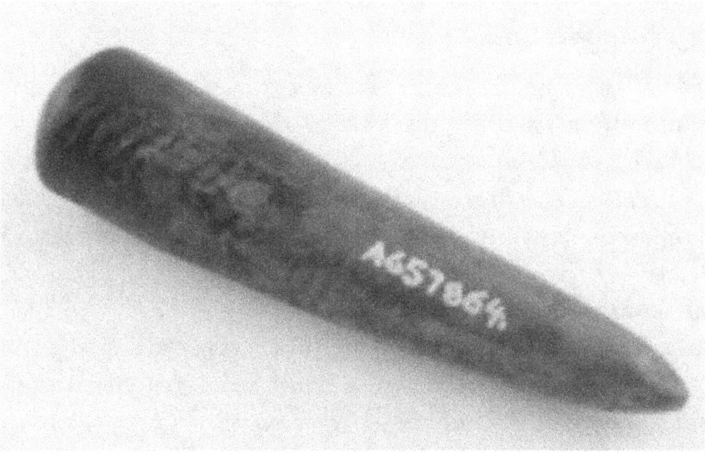

படம். 7.4. உலக்கையாகப் பயன்படுத்தப்பட்ட யானையின் தந்தம்

அகல்வாய் வானம் ஆல் இருள் பரப்ப,
பகல் ஆற்றுப்படுத்த பையென் தோற்றமொடு
சினவல் போகிய புன்கண் மாலை,
அத்தம் நடுகல் ஆள் என உதைத்த
கான யானைக் கதுவாய் வள் உகிர்,
இரும் பனை இதக்கையின் ஒடியும் ஆங்கண்,

'காட்டில் நடப்பட்ட நடுகல் உருவத்தை ஆள் என்று கருதிய யானை, தனது காலால் உதைத்தது. பெரும் கல்லைக் காலால் உதைத்ததால், காலின் நகம் பனைமர மடலின் காம்பு ஒடிந்து தொங்குவது போல முறிந்து தொங்கியது' என்று இவ்வரிகள் குறிப்பிடுகின்றன.

யானை ஒரு சமூக விலங்கு. அது தனியாக இருக்கின்ற விலங்கு அல்ல. அதனைத் தனியாக விட்டால், அதற்குப் பைத்தியம் பிடித்து விடும். கூட்டமாக இருக்கும் யானைகளைக் குறிப்பதற்கு 'நிரை' என்ற சொல்லைச் சங்க இலக்கியம் பயன்படுத்தி உள்ளது. நிரை, பெரு நிரை, இன நிரை என்ற மூன்று சொற்களைக் குறிக்கிறது. இதில் 'இனநிரை' என்பதுதான் அதிகம் பயன்படுத்தப்பட்ட சொல். இவ்வாறு கூட்டமாக இல்லாமல் கட்டிப்போட்டு வைத்திருந்த யானையின் செயல்பாட்டினையும் சங்க இலக்கியம் குறிப்பிடுகிறது. நற்றிணை 62ஆம் பாடல்,

வேர் பிணி வெதிரத்துக் கால் பொரு நரல் இசை
கந்து பிணி யானை அயர் உயிர்த்தன்ன
என்றூழ் நீடிய வேய் பயில் அழுவத்து,

வேர்கள் ஒன்றொடொன்று பிணைந்துள்ள மூங்கில்களில் காற்று மோதினால் உண்டாகும் ஒலியினைப் போன்று கட்டிப் போடப்பட்டிருக்கும் யானை விடும் மூச்சு காற்றின் ஒலி உள்ளதெனக் குறிப்பிடப்பட்டுள்ளது. கட்டிப் போட்டிருப்பதை யானை விரும்பவில்லை. அதனைச் சங்க இலக்கியப் புலவன் கவனித்திருக்கிறான். அதேபோல் நற்றிணை 89ஆம் பாடல், ஒரு பட்டத்து யானையின்மீது அம்பாரி வைத்துள்ளனர், அலங்காரம் செய்துள்ளனர். ஆனால், அது வருத்தத்தில் மூச்சு விட்டுக் கொண்டிருக்கிறது என்று குறிப்பிடப்பட்டுள்ளது. பட்டத்து யானை என்பதில் யானைக்கு என்ன பெருமை? இதில் முக்கியமானது, அரசவையில் இருந்தாலும் யானை கவலைப்படும் என்பதைக் கவனித்துப் பதிவு செய்திருக்கிறான் சங்க இலக்கியப் புலவன். இதுதான் இவ்விடத்தில் முக்கியமானது.

பட்டத்து யானை என்ற
பட்டம்
யாருக்கு வேண்டும் அரசே!

கட்டிக் கிடக்கும்
யானையின் மனசில்
கொட்டிக் கிடக்கிறது
கவளம் கவளமாய்ச் சோகம்!

யானை சொன்ன காதல் தத்துவம்!

`குறுந்தொகை 136, மிளைப் பெருங்கந்தனார், குறிஞ்சித் திணை - தலைவன் தோழனிடம் சொன்னது

"காமம் காமம்" என்ப, காமம்
அணங்கும் பிணியும் அன்றே, நுணங்கிக்
கடுத்தலும் தணிதலும் இன்றே, யானை
குளகு மென்று ஆள் மதம் போலப்
பாணியும் உடைத்து, அது காணுநர்ப் பெறினே.

காமம் காமம் என்று சொல்கின்றனர். அது என்ன? அச்சம் கொடுக்கும் அணங்கோ, பிணியோ அல்ல. அது சுருங்குவதும் இல்லை, விரிவதும் இல்லை. யானை! தழை உணவை மென்று தின்று அதனாற் கொண்ட மதத்தைப் போலக் கண்டு மகிழ்வாரைப் பெற்றால் அக்காமம் வெளிப்படும் செவ்வியையும் உடையது. யானை குளகுத் தழையை மென்றால் மதம் கொள்ளும். அதுபோலக் காமம் ஒரு மதமதப்புப் பாணி என்று இப்பாடல் குறிப்பிடுகிறது.

காதல் குறித்துச் சொல்லும் அதற்கு உவமையாக யானையைக் குறித்திருப்பது முக்கியமானது. மற்றொரு பாடலில்,

பிடி ஊட்டி பின் உண்ணும் களிறு எனவும் உரைத்தனரே (கலித்தொகை 11/9)

பெண் யானை சாப்பிட்ட பிறகுதான் ஆண் யானை சாப்பிடும் என்று முன்னோர்கள் உரைத்துள்ளனர் எனக் கலித்தொகை குறிப்பிடுகிறது. சங்க இலக்கியத்தில் மலை, காடுகள் சார்ந்த இடங்களில் பரிசில் கேட்டு வந்தவர்களுக்கு யானை பரிசாக வழங்கப்பட்டிருக்கிறது, பரிசில் பெற வருபவர்களும் யானை வேண்டும் என்று கேட்டு வாங்கிச் சென்றுள்ளனர். வறுமையில் வரும் புலவர்கள் யானையினைப் பரிசாகப் பெற்று என்ன செய்யப்போகிறார்கள் என்ற கேள்வி எழுகிறது. அக்காலத்தில் யானைக்கான வணிகம் மிகப் பெரிய அளவில் இருந்துள்ளது. அதனால் யானை பெற்றவர் அதனை விற்றுத் தனது வறுமையினைப் போக்கி இருக்கலாம்.

தினை மேய் யானையும் கவண் உமிழ் கடும் கல்லும்

மனிதனுக்கும் யானைக்கும் இடையிலான உறவாடல் முக்கியமானது. மனிதன் யானையைப் பழக்கப்படுத்தித் தனது செயல்பாடுகளுக்குப் பயன்படுத்தி உள்ளான். பொதுவாக விலங்குகளில் காட்டு விலங்கு, வீட்டு விலங்கு என்ற பிரிவுகள் காணப்படும். வீட்டு விலங்குகளாக மனிதன் பழக்கப்படுத்திய பின்னர் வீட்டு விலங்குகளின் இனப்பெருக்கம், செயல்பாடுகள் என அது காட்டு விலங்கிலிருந்து வேறுபட்ட வகையாக

காணப்படும். எடுத்துக்காட்டாக, காட்டு நாய் - வீட்டு நாய், காட்டு ஆடு - வீட்டு ஆடு என்பதைப் பார்க்கலாம். இவற்றின் இனப்பெருக்கத்தினால் ஒரு தனியான வீட்டு விலங்குகள்சார் உயிரினங்கள் வளரும். ஆனால் யானையினைப் பொறுத்தவரையில் மற்ற வீட்டு விலங்குகள் போன்று வீட்டு விலங்கு என்ற இனப்பெருக்கம் சார்ந்த தன்மைகள் நடைபெறுவது கிடையாது.

யானையினைப் பிடித்தல், அதனைப் பழக்குதல் முதலியவற்றை மனிதன் செய்கிறான். யானையும் விரைவில் பழகி விடுகிறது. மனிதனுக்குக் கட்டுப்படுகிறது. ஆனால் திடீரெனக் கட்டுப்பாட்டை இழந்து, வேறொரு நிலையினை அடைந்து விடுகிறது. யானை ஒரு புதிராகவே உள்ளது.

மனிதனும் யானையும் அருகருகே வாழ்வதால் ஒருவரை ஒருவர் பாதித்துக் கொள்கின்றனர். இந்தத் தாக்கம் ஓர் இருவழிப்பாதை. மனிதன் உண்டாக்கும் வயல்கள், சோலைகள் எனப் பலவற்றினுள் யானை புகுந்துவிடுகிறது மனிதன் யானைகளைப் பல்வேறு வகைகளில் விரட்டுவதையும் அடிப்பதையும் சங்க இலக்கியங்கள் பதிவு செய்கின்றன. மற்றொரு புறத்தில் யானையின்மூலம் மக்களுக்கு விறகு கிடைப்பதையும் சங்க இலக்கியம் பதிவு செய்துள்ளது. அது சில வரிகள் பின்வருமாறு,

யானை தந்த முளி மர விறகின் (புறநானூறு 247/1)
கான யானை தந்த விறகின் (புறநானூறு 251/5)
களிறு தரு விறகின் வேட்கும் (பெரும்பாணாற்றுப்படை 499)

யானை பல நேரங்களில் மரத்தின் பட்டைகளை உரித்துக் கொண்டிருக்கும். சிறிய மரங்களை உடைத்துத் தள்ளும். கிளைகளை உடைத்து இலைகளைத் தின்றுவிடுகிறது. இவற்றின்மூலம் விறகு கிடைக்கிறது. ஒரு வகையில் மனிதனுக்கும் யானைக்கும் இடையிலான கொடுக்கல்-வாங்கல் நடைபெறுகிறது.

போர்

யானையின் அடுத்த முக்கியமான பயன்பாடு, அதனைப் போருக்குப் பயன்படுத்துதல். அரசுகள் தோன்றிய பின்னர், நிலம் சார்ந்த அரசியல் முக்கியத்துவம் பெற்றதன்பின்பு போரில் யானைகள் மிக அதிகமாகப் பயன்படுத்தப்பட்டுள்ளன. சங்க இலக்கியத்தில் 'குதிரை மறம்' பேசப்பட்டுள்ளது, ஆனால் 'யானை மறம்' பேசப்பட்ட அளவிற்குக் 'குதிரை மறம்' பேசப்படவில்லை. குதிரை என்பது பின்னால் வந்தது

என்பது மட்டும் இதற்குக் காரணம் அல்ல, யானை என்பது இம்மண்ணோடு சேர்ந்தது என்பதும் முக்கியமான காரணம். ஔவையார், அதியமான் நெடுமான் அஞ்சி நோக்கி பாடிய புறநானூறு 97ஆம் பாடல் பின்வருமாறு,

களிறே எழூஉத் தாங்கிய கதவம் மலைத்து அவர்
குழூஉக் களிற்றுக் குறும்பு உடைத்தலின்,
பரூஉப் பிணிய தொடி கழிந்தனவே,

இவ்வரிகளில், யானைகள் பகைவர் கோட்டைக் கதவின் தாழ்ப்பாள் மரமான எழுமரம் உடையும்படியும், பகைவர் களிறுகளின் குறும்பு அடங்கவும் தாக்கியதால் தந்தங்களில் போடப்பட்டிருந்த பூண்-வளையத்தை இழந்தன என்று குறிப்பிடப்பட்டுள்ளது.

இவ்வரிகள் ஒருவகையில் போரில் எத்தகைய தன்மையில் யானைகள் பயன்படுத்தப்பட்டன என்பதை எடுத்துரைப்பதாக உள்ளன. போரில் யானைப் படையினை வைத்துப் போர் புரிதல் என்றால் அக்காலச் சமூகத்தில் யானையின் எண்ணிக்கை எவ்வளவு இருந்திருக்கும் என்ற சிந்தனையினைத் தூண்டுகிறது. குறுந்தொகை 292ஆம் பாடலில் ஒரு குறிப்புக் காணப்படுகிறது. ஒரு பெண் அரசுக்கு சொந்தமான மரத்தின் பழத்தினைச் சாப்பிட்டதால் அவளைக் கொன்று விடும்படி நன்னன் எனும் அரசன் கூறுகிறான். அதற்குப் பதிலாக 81 யானைகள், அப்பெண்ணின் எடைக்கு நிகராக தங்கம் தருவதாக அப்பெண்ணின் உறவினர்கள் கூறுகின்றனர். ஆனால் நன்னன் ஒப்புக் கொள்ளாமல் அந்தப் பெண்ணைக் கொன்று விடுகிறான். அப்பாடலில், "ஒன்பதிற்று ஒன்பது களிற்றொடு அவள் நிறை (குறுந்தொகை 292/3)" என்று 81 ஆண் யானைகள் கொடுப்பதாகக் கூறுகின்றனர். இவ்விடத்தில் சிக்கல் என்னவென்றால், 81 யானைகள் ஒருவர் கொடுப்பதாகச் சொன்னால், யானையினுடைய பெருக்கம் எத்தகைய தன்மையில் இருக்கும். பழக்கப்படுத்திய யானைகளைத்தானே கொடுக்க முடியும்.

யானையினைப் பழக்கப்படுத்தி, தான் நினைக்கும்படி செய்ய வைப்பது முக்கியமானது. சிறுபாணாற்றுப்படையில் யானையினைச் செலுத்துவதால் காலில் ஏற்படும் தழும்பு குறித்துப் பேசப்படுகிறது.

களிற்றுத் தழும்பு இருந்த கழல் தயங்கு திருந்து அடிப்,
பிடிக்கணம் சிதறும் பெயல் மழைத் தடக்கைப்,

இதில், களிற்றைச் செலுத்தியதால் ஏற்பட்ட தழும்பு உடைய அசையும் வீரக் கழல்களை அணிந்த திருத்தமான அடிகளையும், பெண்

யானைகளை வாரி வழங்கும் மழையைப் போன்ற வள்ளண்மையுடைய பெரிய கைகளையும் உடையவன் என்று குறிப்பிடப்பட்டுள்ளது. இதன்வழி யானையினைப் பழக்குதல், அதனைச் செலுத்துதல் மூலம் காலில் தழும்புகள் ஏற்படும் என்பதை எடுத்துரைத்துள்ளது.

அடுத்து, யானையின் தந்தத்தின் முக்கியத்துவத்தைப் பார்ப்போம். தற்போது கீழடியில் நடைபெற்ற அகழாய்வில் யானையின் தந்தத்தில் செய்த பகடை, தந்தத்தில் செய்த சீப்பு முதலியவை கிடைத்துள்ளன. பண்டைய காலத்தில் நிறைய தந்தத்தினை ஏற்றுமதி செய்துள்ளனர். ஐரோப்பியர்களுக்கு யானை குறித்துத் தெரிய வந்ததே தந்தத்தினுடைய ஏற்றுமதியின் காரணமாகத்தான். யானையிடம் இருந்து தந்தத்தினை எடுத்ததைச் சங்க இலக்கியம் ஒரு பாடலில் காட்சிப் படுத்தி உள்ளது. நற்றிணை 65, கபிலர், குறிஞ்சித் திணை – தோழி தலைவியிடம் சொன்னது

அமுதம் உண்க நம் அயல் இலாட்டி!
கிடங்கில் அன்ன இட்டுக் கரைக் கான்யாற்றுக்
கலங்கும் பாசி நீர் அலைக் கலாவ,
ஒளிறு வெள் அருவி ஒண் துறை மடுத்து,
புலியொடு பொருத புண் கூர் யானை
நற்கோடு நயந்த அன்பு இல் கானவர்
வில் சுழிப்பட்ட நாமப் பூசல்
உருமிடைக் கடி இடி கரையும்
பெருமலை நாடனை 'வரூஉம்' என்றோளே.

கிடங்கில் போல் கரையை உண்டாக்கிக்கொண்டு காட்டாறு ஓடிவருகிறது. அதில் பாசி படிந்து கலங்கிய நீர், அலை போட்டுக்கொண்டு ஓடிவருகிறது. பின் அருவியாகக் கொட்டுகிறது. அந்த வெள்ளைநிற அருவி கொட்டும் நீர்த்துறையில் ஆண்யானை ஒன்று நீராடியது. புலி ஒன்று யானையைத் தாக்கியது. யானை அந்தப் புலியைக் குத்தித் துரத்திவிட்டது. என்றாலும் புலி தாக்கிய புண் அதன்மீது இருந்தது. அந்த யானைமீது மலைவாழ் மக்களாகிய கானவர் நாற்புறமும் அம்பு எய்து தாக்கினர். அந்த வில்லின் சுழியிலிருந்து அதனால் மீள முடியவில்லை. கானவர் அதன் தந்தங்களை வெட்டி எடுத்தனர். யானை வலி தாங்க முடியாமல் இடிபோல் முழங்கி ஓலமிட்டது.

புலியோடு சண்டையிட்டுக் காயம் பட்ட யானையின்மீது அம்பு தொடுத்து, தந்தத்திற்காக அந்த யானையினைக் கொன்றவர்களை,

‘அன்பு இல் கானவர்’ என்று சங்க இலக்கியம் குறிப்பிடுகிறது. இவ்விடத்தில் “அன்பு இல்லாத” என்ற சொல் பயன்படுத்தியது முக்கியமானது. யானையினை எப்படிப் பிடிப்பர் என அகநானூறு 276ஆம் பாடலில் ஒரு வரி காணப்படுகிறது.

.....ஆரியர்

பிடி பயின்று தரூஉம் பெருங்களிறு போலத்

அதாவது ஆரியர் தாம் பழக்கிய பெண்யானையைக் கொண்டு ஆண்யானையைப் பிடிப்பர் எனக் குறிப்பிடுகிறது இவ்வரி. காட்டில் உள்ள ஆண்யானையினைப் பிடிப்பதற்குப் பெண்யானையைப் பயன்படுத்தி உள்ளனர். யானையைக் கொண்டு யானையைப் பிடித்தல் என்பது திருக்குறளிலும் சொல்லப்பட்டிருக்கிறது.

வினையால் வினையாக்கிக் கோடல் நனைகவுள்

யானையால் யானையாத் தற்று (குறள்:678)

மு. வரதராசன் உரை:

ஒரு செயலைச் செய்யும்போது அச்செயலால் மற்றொரு செயலையும் செய்து முடித்துக்கொள்ளல், ஒரு யானையால் மற்றொரு யானையைப் பிடித்தலைப் போன்றது.

தமிழண்ணல் உரை:

ஒரு காரியத்தைச் செய்து முடித்துக் கொள்கிற போதே, அதனோடு சேர்ந்து பிறிதொரு வினையையும் முடித்துக் கொள்ளுதல் ஓர் அரிய செயல் திறமையாகும். அது மதம் பொழியும் கன்னத்தையுடைய யானை ஒன்றைக்காட்டி அதைப்போன்ற பிறிதொரு யானையைப் பிடித்துக் கொள்வது போன்றதாகும். பார்வை யானையைக் காட்டினால், காட்டு யானை பின்தொடரும். அதைப் பிடிக்க இது ஒரு வழி. ‘கம்புக்குக் களையெடுத்தாற் போலவும் இருக்கும்; தம்பிக்குப் பெண்பார்த்தாற் போலவும் இருக்கும்’ என்ற பழமொழி போன்றது இது.

சுரங்கத்திலிருந்து அரங்கத்திற்கு: பிச்சை சூழ் பெருங்களிறு

இந்தியாவில் பல்வேறு இடங்களில் யானையைப் பயன்படுத்தி கடைகளில், வருவோர் போவோரிடம் காசு வாங்குவது நிகழ்ந்து வருகிறது. ஒருவகையில் இது பிச்சை எடுப்பது தான். இவ்வளவு பெரிய யானையை வைத்து இப்படிச் செய்கிறார்களே என்று பல நேரங்களில் தோன்றும். யானை தனது பசிக்காக வேண்டி நிற்பதைக்

குறித்து சங்க இலக்கியம் பின்வரும் பாடலில் பதிவு செய்கிறது. *நற்றிணை 300, பரணர், மருதத் திணை – தோழி பாணனிடம் சொன்னது*

சுடர்த் தொடிக் கோமகள் சினந்தென, அதன் எதிர்
மடத் தகை ஆயம் கைதொழுதாஅங்கு,
உறு கால் ஒற்ற ஒல்கி ஆம்பல்
தாமரைக்கு இறைஞ்சும் தண் துறை ஊரன்,
சிறுவளை விலை எனப் பெருந்தேர் பண்ணி, எம்
முன்கடை நிறீஇச் சென்றிசினோனே!
நீயும், தேரொடு வந்து பேர்தல் செல்லாது,
நெய் வார்ந்தன்ன துய் அடங்கு நரம்பின்
இரும் பாண் ஒக்கல் தலைவன்! பெரும் புண்
ஏஎர் தழும்பன் ஊணூர் ஆங்கண்,
பிச்சை சூழ் பெருங்களிறு போல, எம்
அட்டில் ஓலை தொட்டனை நின்மே.

இப்பாடலில் தழும்பனின் ஊணூரில் பிச்சை எடுக்கும் ஆண் களிறு எவ்வாறு கையைத் தூக்கிக் கொண்டு நிற்குமோ அதேபோல் இந்த வீட்டின் கூரையின்மீது கையை வைத்துக்கொண்டு நிற்கிறாய் பாணனே என்று உவமையாக யானை பிச்சை எடுக்கும் தன்மையினைச் சுட்டியுள்ளது.

கையைத் தூக்கிக் கொண்டு நிற்பவன், யானை பிச்சையெடுப்பது போல நிற்கிறான் என்று இப்பாடல். சங்க இலக்கியத்தில் போர் புரிதல், தினை புலம் காத்தல், புலியுடன் சண்டை, கவண் கொண்டு அடித்தல், மதம் பிடித்தல், தந்தத்திற்காக அடித்தல், கட்டி வைத்தல் என எல்லாவற்றோடு இந்தப் பிச்சை சூழ் பெருங்களிறு என்பதையும் பதிவு செய்கிறது. அடுத்து, அகநானூறு 111ஆம் பாடலில், மலைப்பகுதியில் யானை எத்தகைய தன்மையில் காணப்படுகிறது என்பதை எடுத்துரைக்கப்பட்டுள்ளது.

சுரங்கத்திலிருந்து அரங்கத்திற்கு: ஓய் களிறு எடுத்த நோயுடை நெடுங்கை

அகநானூறு 111, சேரமான் பாலை பாடிய பெருங்கடுங்கோ, பாலைத் திணை – தோழி தலைவியிடம் சொன்னது

உள் ஆங்கு உவத்தல் செல்லார், கறுத்தோர்
எள்ளல் நெஞ்சத்து ஏஎச் சொல் நாணி
வருவர், வாழி தோழி, அரச

யானை கொண்ட துகிற்கொடி போல,
அலந்தலை ஞெமையத்து வலந்த சிலம்பி

ஓடைக் குன்றத்துக் கோடையொடு துயல்வர,
மழை என மருண்ட மம்மர் பல உடன்
ஓய் களிறு எடுத்த நோயுடை நெடுங்கை
தொகு சொல் கோடியர் தூம்பின் உயிர்க்கும்
அத்தக் கேழல் அட்ட நற்கோள்

செந்நாய் ஏற்றைக் கம்மென ஈர்ப்பக்,
குருதி ஆரும் எருவைச் செஞ்செவி
மண்டு அமர் அழுவத்து எல்லிக் கொண்ட
புண் தேர் விளக்கின் தோன்றும்
விண் தோய் பிறங்கல் மலை இறந்தோரே.

தோழி தலைவியைத் தேற்றுவதாக அமைந்த இப்பாடல், தலைவன் சென்ற மலைநிலத்தை விவரிக்கும்படி அமைந்துள்ளது. உள்ள விருப்பம்போல் அவர் மகிழ்ந்திருக்கமாட்டார். சினம் கொண்ட பிறர் ஏசும் சொல்லுக்காக நாணி விரைவில் வந்துவிடுவார். தோழி, அஞ்ச வேண்டாம். அரச யானைகள் செல்லும்போது துணிக்கொடி பறக்கும். அந்தக் கொடி போல உலர்ந்த தலையை உடைய ஞெமை மரத்தில் (கருவேல மரம்) சிலந்திப் பூச்சிகள் கூடு கட்டியிருக்கும். அந்தக் குன்றத்து ஓடை (சிற்றாறு) வழியில் கோடைக்காலத்தில் அவர் சென்றுள்ளார். யானை தொங்கும் கையை உடையது. மழைமேகம் என மருளக்கூடிய கருநிறம் கொண்டது. ஓய்ந்திருக்கும் காலத்தில் துன்பம் வரும்போது தன் கையை உயர்த்தி, கோடியர் (பாணர்) கொம்பு ஊதுவது போல முழங்கும். செந்நாய் காட்டுப்பன்றியைக் கொன்று வழியெல்லாம் புலவு நாற்றம் வீசும்படி இழுத்துச் செல்லும். குருதியைக் குடிக்கும் செம்பருந்து, போர்க்களத்தில் புண்பட்டுக் கிடப்போரை இரவு வேளையில் தேடுவோரின் விளக்கைப் போல் தோன்றும். இப்படிப்பட்ட வானளாவிய மலைப்பகுதியில் அவர் சென்றிருக்கிறார்.

இதில் ஞெமை மரத்தில் சிலந்திவலை பட்டத்து யானையின் கொடியைப்போல காணப்படுகிறது என்றும், ஆனால் அந்த சிலந்திவலையை மேகம் என்று நினைத்து தும்பிக்கையைத் தூக்க முடியாமல் தூக்குகிறது வறட்சியால் மெலிந்த காட்டு யானை என்றும்

இவ்வரிகள் குறிப்பிடுகின்றன. இதனை ஒரு பெரிய முரணாகப் பார்க்கிறேன். ஒருபுறத்தில் யானை பசியால், துன்பத்தால் வாடுகிறது, மற்றொரு புறத்தில் சிலந்தி வலையைப் பார்த்தால் பட்டத்துயானையின் கொடி போல உள்ளதென உவமை சொல்கிறார் புலவர். இதுபோன்ற முறையில்தான் 5000 ஆண்டுகளாக யானையுடன் நாம் உறவு கொண்டு வருகிறோம். இத்துடன் இந்த உறவில் முரண்பாடும் புரிதலும் புரிதலின்மையும் தொடர்ந்துகொண்டே இருக்கிறது.

இந்தியாவில் சராசரியாக ஒவ்வொரு ஆண்டும் 400 மனிதர்கள் யானைகளிடம் அடிபட்டு இறக்கின்றனர். சராசரியாக ஒவ்வொரு ஆண்டும் 80 யானைகள் மனித-யானை முரண்பாட்டினால் கொல்லப்படுகின்றன. இந்த 5000 ஆண்டுகால உரையாடலில் யானை நம்மிடம் சொல்வது நமக்குப் புரிவதில்லை, நாம் யானைகளிடம் ஏதோ சொல்கிறோம் அதற்குப் புரியவில்லை. யானைகளுடன் நாம் ஒருவகையான பயமும் பாசமும் கலந்த கலவையான உணர்வில் இருக்கிறோம். சுகுமாரன் கவிதையுடன் இவ்வுரையை முடிப்போம்.

களிறு எறிந்து பெயர்தல் - சுகுமாரன் கவிதைகள்

நகங்கள் தந்தங்களை விலக்கி வைத்தால்
சுருக்கம்விழாமல்
ஒரு அங்குலம் கூட இல்லாத
கெட்டிச் சருமம்.
இறக்கையாக விலாவில் முளைப்பதற்குப்பதில்
இடம்மாறி முகச்சரிவில் படர்ந்த
செவித்தோல்கள்.
திருஷ்டிப்பரிகாரமாக ஒட்டவைத்த
மேனிக்குப் பொருந்தாத
இரண்டு கண்ணாடிக் குழிகள்
பள்ளிக்கூடப் புவியியல் புத்தகத்திலிருக்கும்
தற்காலத் தமிழக நிலப்படம் போன்ற வதனவெளி
கபாடபுரத்தில் கடல்கொண்டுபோன
நிலத்துண்டை நினைவுறுத்தும் நீண்ட முன்கை
வாஸ்து சரியில்லை என்று கைவிடப்பட்ட மண்டபத்தின்
முழுமையடையாத நான்கு தசைத்தூண்கள்
பன்றி பேருருக் கொள்வதற்கும் இடையில் நேர்ந்த
பரிணாமக்குழப்பத்தில் மயிர்சிலிர்த்த அவசர பிருஷ்ட குஞ்சம்

மேற்கண்டவாறு நாமறிந்த
அரைகுறைத் தகவல்களைப்
பொருத்திச் சேர்த்து விளங்கிக்கொள்வதன்றி
யானையை நாம் சரியாகப் பார்த்ததில்லை.
நாம் பொருத்திப் பார்க்கும் யானைமைத் தகவல்களை
ஐந்தாம் கையால் வளைத்துத் துவம்சம் செய்தபடி
வேதாந்திகளின் கைக்குச் சிக்காத கடவுளைப்போல
எத்தனைக் கொடும்மழையில் நனைந்தாலும்
காலம் எழுதிய கிறுக்கல்கள் கலையாத உடலுடன்
வார்த்தைகளின் கானகத்தில் உலாவிக்கொண்டிருக்கிறது
சரியான யானை.

மொழி தெரிந்தால் யானையை நெருங்கலாம்.
யாரிடம் கற்பது யானை மொழியை!

8

ஓங்குபுகழ் கானமர் செல்வி

‘ஓங்குபுகழ் கானமர் செல்வி’ என்னும் தலைப்பு தாய்த் தெய்வ வழிபாடு பற்றியது. தமிழ்ச் சமூகம், இந்தியச் சமூகம் மட்டுமல்லாது உலகத்தில் உள்ள எந்தச் சமூகத்தின் பண்பாட்டு வரலாற்றையும் தாய்த் தெய்வ வழிபாட்டைப் புரிந்து கொள்ளாமல் கட்டமைக்கவே முடியாது. நமது சமூகத்தில் உள்ள தாய்த் தெய்வ வழிபாட்டினைப் புரிந்து கொள்ளுதல் என்பது நாம் கடந்து வந்த பாதையைத் தாண்டி ஓர் அடிஆழத்தினைத் தொடுகின்ற விசயமாகும். தாய்த் தெய்வத்தின் கதை என்பது ஒருவகையில் நாம் எல்லோருடைய கதையும் கூட. தாய்த் தெய்வத்தின் கதையில்லாமல் நமது கதையினை நாம் பேசமுடியாது.

படம். 8.1. சிந்துவெளியில் கிடைத்த தாய்த் தெய்வச் சிற்பங்கள்

தெற்காசியாவில் தொன்மையான தாய்த்தெய்வ வழிபாட்டு எச்சங்கள் சிந்துவெளிப் பண்பாட்டில் கிடைக்கின்றன. சிந்துவெளியில் கிடைக்கப் பெறுகின்ற தாய்த்தெய்வச் சிற்பங்கள் தாய்மையின் அடையாளமாகக் காணப்படுகின்றன. தாய்த் தெய்வம் முதன்முதலில் எங்கே தோன்றினாள் என்பது யாருக்கும் தெரியாது. மண்ணிருக்கும் இடமெல்லாம் அவள் முளைத்தாள்.

தொல்பழங்கால குகை ஓவியங்கள், உருவப் பொறிப்புகள்

பிரான்ஸ், ஸ்பெயின், இத்தாலி, ஜெர்மனி, ஆஸ்திரியா, உக்ரைன், சைபீரியா உள்ளிட்ட ஐரோப்பா முழுவதும், வடக்கு ஆசியப்பகுதிகளில் நூற்றுக்கணக்கான தொல் பழங்கற்காலத்தைச் (Upper Paleolithic) சேர்ந்த குகைகளில் பெண்ணுருவ ஓவியங்கள், உருவப் பொறிப்புகள் தந்தங்கள், எலும்புகளில் பெண் உருவம் - ஆண் உருவம் பொறிக்கப்பட்டவை கிடைத்துள்ளன. இவ்வாறு கிடைக்கப்பெறும் உருவங்களில் பத்தில் ஒன்றுதான் ஆண் உருவம். மற்ற 9 உருவங்கள் பெண் உருவங்கள்தான். அதேபோல் சிந்துவெளியில் கிடைக்கப்பெற்ற சுடுமண் சிற்பங்களில் அதிக அளவில் காணப்படுவது பெண் உருவங்கள். இதன்மூலம் பழங்கற்காலப் பண்பாடுகளில் காணப்பட்ட தாய்த்தெய்வ வழிபாடுகளின் முக்கியத்துவத்தை அறியலாம்.

தாய்த்தெய்வ வழிபாட்டைப் புதிய கற்காலத்தின் புதிய கண்டுபிடிப்பு என்றும் வேளாண்மைப் பண்பாட்டின் நேர்விளைவு என்றும் அவ்வளவு எளிதாகச் சொல்லிவிட முடியாது. தாய்த்தெய்வத்தின் வேர்கள் வேளாண்மையைவிட ஆழமானவை.

உலகம் முழுவதும் பெரும் பண்பாடுகளின் தோற்றத்திலும் வளர்ச்சியிலும் தாய்த்தெய்வ வழிபாடு பெரும்பங்காற்றியுள்ளது. பண்டைய இந்தியா, அண்மை கிழக்கு, ரோம், சீனா, ஜப்பான் ஆகிய இடங்களில் சிறுசிறு சமூகக்குழுக்கள் பெரும் பண்பாடுகளாக உருப்பெற்றதில் தாய்த்தெய்வ வழிபாடு மையப்பங்கினை ஆற்றியுள்ளது. வேளாண்மைச் சமூகங்களின் சிக்கலான கட்டமைப்பில் தாய்த்தெய்வங்கள் வளமை - செழிப்பு, தலைவன் - வேந்தனின் இறையாண்மை, நகரங்களின் சடங்கு வழிபாட்டுச் சதுக்கங்கள், மன்றங்கள், எதிரிகளுக்கு எதிரான போர்கள் ஆகியவற்றோடு தொடர்புபடுத்தப்பட்டன.

தாய்த்தெய்வ வழிபாடு குறித்த ஆய்வுகள்

தாய்த் தெய்வம் குறித்து பல்வேறு ஆய்வுகள் தொடர்ந்து நடந்து கொண்டிருக்கின்றன. தாய்த்தெய்வ வழிபாடு மனிதகுலத்தின் மாறாத தொடர்நிகழ்வு. சமயம், மானுடவியல், சமூகவியல், ஒப்பீட்டுத் தொன்மவியல், உளவியல் எனப் பல்துறை சார்ந்த ஆய்வுகளாகத் தாய்த்தெய்வ வழிபாடுகள் வலுவடைந்துள்ளன. அண்மைக் காலங்களில் பெண்ணியம் சார்ந்த புதிய அணுகுமுறைகளும் தாய்த் தெய்வ வழிபாடுகளில் காணப்படுகின்றது. மேற்கத்திய சமூகங்களில் ஆண் தெய்வங்களுக்கு இருக்கும் முக்கியத்துவம் பெண் தெய்வங்களுக்கு

இருப்பதில்லை. ஆனால் இந்தியா போன்ற நாடுகளில் வேறுமாதிரியான தன்மைகள் உள்ளன. மேற்கத்திய சமூகங்கள் மீண்டும் தாய்த்தெய்வங்களை மீட்டுக்கொண்டு வருதல் என்று தற்காலத்தில் இறங்கியுள்ளன. இந்தியாவில் வேதங்களிலும் சரி, சைன - பௌத்தச் சமயங்களிலும் சரி, துணைக் கடவுள்களாகப் பெண் தெய்வங்கள் இருந்துவந்துள்ளன. அதேநேரத்தில் பெண்கள் பெருந்தெய்வங்களாக இருந்ததில்லை.

‘அடிப்படையில், ஆண் என்ற உள்ளுணர்வு என்பது சமூக மந்தைகளை உருவாக்கியது. பெண் என்ற உள்ளுணர்வு குடும்பத்தை உருவாக்கியது’ என்று பல்வேறு மதங்களை ஆராய்ந்த பிரிஃபால்ட என்ற ஆய்வாளர் குறிப்பிடுகிறார். இக்கருத்து ஒரு முக்கியமான விசயத்தினை உணர்த்துகிறது. அதாவது ஆண் உள்ளுணர்விற்கும் பெண் உள்ளுணர்விற்குமான வேறுபாட்டினை எடுத்துரைக்கிறது. குடும்பம் என்பதுதான் சமூக அமைப்பினுடைய தொடக்கமாக உள்ளது. அது பெண் என்ற உள்ளுணர்வின் மூலம் கட்டமைக்கப்பட்டுள்ளது.

பல தொல்பழங்குடிச் சமுதாயங்களில் திங்கள் வழிபாடு என்பது முதன்மை பெறுவதை பிரிஃபால்ட் சுட்டிக்காட்டினார். சிலப்பதிகார மங்கலவாழ்த்தில் நிரல்முறை காணப்படுகிறது. திங்கள், ஞாயிறு, மாமழை, பூம்புகார் என்ற அடிப்படையில் அது அமைந்துள்ளது. திங்கள் என்பதை முதன்மையாக வைத்தால் அது திங்கள் வழிபாடு முதன்மை பெறும் சமூகமாகக் கொள்ளப்படும். இவ்விடத்தில் மற்றொன்றையும் நோக்க வேண்டும். இந்தத் திங்கள், ஞாயிறு, மாமழை ஆகிய மூன்றும் விண் சார்ந்தது. ஆனாலும் அப்போதே மண்ணிலிருந்து விண்ணிற்குப் போய் நகரத்தில் குதித்துவிட்டது நாகரிகம்!

தாய்த் தெய்வ வழிபாடுகள் குறித்து பல கருத்தோட்டங்கள் உள்ளன. நீயூமன் என்பவர், ‘ஆண் மையம், பெண் மையம் என்பதை அகழ்வாய்வு செய்தோ, வரலாற்றுரீதியாகவோ அறிந்துகொள்ள முடியாது. இவை ஓர் உளவியல் சார்ந்த எதார்த்தம். இது தொல்நிலையில் உருவான உளவியல். தற்போதைய நவீன காலத்திலும் உள்ளது’ என்று கூறுகிறார். எப்போழுதெல்லாம் பெண்களுடைய உரிமை நிலைநாட்டப்படுகிறதோ அவர்கள் பொருளாதாரச் சுதந்திரத்தினைப் பெறுகிறார்களோ அங்கெல்லாம் ஆண் ஒரு வகையான பாதுகாப்பின்மையை உணருவதைப் பார்க்க முடியும். சங்க இலக்கியத்தை உற்று நோக்கினால் ஆண் எந்த அளவிற்கு இயங்குகிறனோ அந்த அளவிற்குப் பெண்ணும் இயங்கியதைப் பார்க்கலாம்.

பெண்

இந்திய நிலப்பரப்பில் தொன்மையான தமிழ் மொழியினையும் பிற திராவிட மொழிகளையும் பற்றிப் பேசாமல் இந்தியப் பண்பாட்டு வரலாற்றைப் பேச முடியாது. தமிழ் மட்டுமல்ல, மற்ற திராவிட மொழிகளிலும் உள்ள 'பெண்' என்ற சொல்லே 'பெண்' என்ற பாலினத்தினைக் குறிப்பதற்குப் பயன்படுத்தப்படுகிறது. ஆனால் தமிழில் பெண் என்ற சொல்லிலிருந்து 'பேண்', 'பேணுதல்' என்ற சொற்கள் உருவாகியுள்ளன. பெண் என்பவள் பேணுதலைச் செய்கிறாள் என்பதற்காக இச்சொல் உருவாகியுள்ளது. தமிழ் போன்ற நன்கு வளர்ந்த சில மொழிகளில் மட்டுமே இத்தகைய வளர்ச்சி காணப்படுகின்றது. கோண்டு, நாய்க் போன்ற மொழிகளில் இது காணப்படவில்லை.

அதேபோல் 'தள்ளை' என்ற சொல் தமிழ், மலையாளம், தெலுங்கு, கோண்டு, கொண்டா, குய், குயி போன்ற மொழிகளில் 'தாய்' என்ற பொருளைக் குறிக்கும்படி அமைந்துள்ளது. இத்துடன் திராவிட மொழிகள் அனைத்திலும் 'அம்மா' என்ற சொல் அன்னையினைக் குறிப்பதற்குப் பயன்படுத்தப்படுகிறது. இச்சொல் சமஸ்கிருதத்தில் அம்பா, அம்பாள், அம்பாலிகா என்ற தன்மையில் மாறுகிறது. இதுவே வேதத்திற்குள்ளும் சமயத்திற்குள்ளும் செல்கிறது.

'ஆய்' என்றொரு திராவிடச் சொல்லிலிருந்துதான் 'தாய்' என்பது வருகிறது. அது திராடவிட மொழிகள் அனைத்திலும் காணப்படுகிறது. ஆய், அம்மா, தள்ளை போன்ற சொற்கள்தான் அடிப்படையான சொற்கள். இந்த 'ஆய்' என்ற சொல் திராவிட மொழிகளையும் கடந்து இந்தோ-ஆரிய மொழிகள் பேசுகின்ற மக்கள் இருக்கின்ற இடத்திலும் பரவி இருக்கிறது. இத்துடன் 'ஆய்' என்ற சொல் காணப்படும் இடங்கள் எல்லாம் கருப்பு-சிவப்பு மட்பாண்டங்களும் காணப்படுகின்றன. 'ஆய்' என்பது ஒரு குடியினையும் குறிக்கும் சொல்லும் கூட.

இதன் தலைப்பில் உள்ள 'செல்வி' என்பது செல்வம் என்பதாகும். செல்வம் என்பது வளமையினைக் குறிப்பதாகும். செல்வம் - செல்வன்› செல்வி என்று உருவாகி உள்ளது.

சுரங்கத்திலிருந்து அரங்கத்திற்கு – ஓங்குபுகழ்க் கான் அமர் செல்வி

அகநானூறு 345, குடவாயில் கீரத்தனார், பாலைத் திணை – தலைவி தோழியிடம் சொன்னது

"விசும்பு தளி பொழிந்து வெம்மை நீங்கித்,
தண் பதம் படுதல் செல்க" எனப் பன்மாண்
நாம் செல விழைந்தனமாக, ஓங்கு புகழ்க்
கான் அமர் செல்வி அருளலின், வெண்கால்
பல் படைப் புரவி எய்திய தொல்லிசை
நுணங்கு நுண் பனுவற் புலவன் பாடிய
இன மழை தவழும் ஏழில் குன்றத்துக்,
கருங்கால் வேங்கைச் செம்பூம் பிணையல்
ஐது ஏந்து அல்குல் யாம் அணிந்து உவக்கும்
"சின்னாள் கழிக" என்று முன்னாள்

நம்மொடு பொய்த்தனர் ஆயினும், தம்மொடு
திருந்து வேல் இளையர் சுரும்பு உண மலைமார்
மா முறி ஈன்று மரக் கொம்பு அகைப்ப,
உறை கழிந்து உலந்த பின்றைப் பொறைய
சிறு வெள் அருவித் துவலையின் மலர்ந்த
கருங்கால் நுணவின் பெருஞ்சினை வான் பூச்
செம்மணற் சிறு நெறி கம்மென வரிப்பக்,
காடு கவின் பெறுக தோழி, ஆடு வளிக்கு
ஒல்கு நிலை இற்றி ஒரு தனி நெடுவீழ்
கல் கண் சீக்கும் அத்தம்,
அல்கு வெயில் நீழல் அசைந்தனர் செலவே

தலைமகன் ஒருவனும் தலைவி ஒருத்தியும் மகிழ்ச்சியாக வாழ்ந்து வருகின்றனர். அப்போது பொருள் ஈட்டுவதற்காக அவன் வேற்றுநாட்டுக்குச் செல்லவேண்டிய தேவை ஏற்படுகிறது. இதைக் குறிப்பால் உணர்ந்த தலைவி, தானும் வருவதாகப் பிடிவாதம் செய்கிறாள். அவளுடைய மனநிலையை உணர்ந்த அவனும் "சில நாட்கள் கழியட்டும்; இருவரும் சேர்ந்தே போகலாம்" என்று சொல்கிறான். ஆனாலும் அது பொய்சொல்லிப் போக்குக்காட்டியது என்று தலைவி உணர்கிறாள். அவன் ஏற்கனவே திட்டமிட்டபடி தனியாகச் சென்றுவிட்டான். அப்போது தலைவனின் இந்தச் செயல்பற்றித் தலைவி தனது தோழியிடம் சொல்வதாக அமைந்துள்ளது இந்தப்பாடல்.

தலைவி பேசுகிறாள்:

தோழி! வானம் நல்லமழை பெய்து காட்டின் வெம்மை நீங்கி குளிர்ச்சியாக இருக்கிறது. 'நீங்கள் போகும் போது நானும் சேர்ந்து

வருகிறேன்' என்ற போது அவன் சொன்னான், 'உயர்ந்த புகழ்வாய்ந்தவள் கானமர் செல்வி! (உரையாசிரியர்கள் கொற்றவை என்கிறார்கள்) அவளது அருள்பெற்றதால் தொல்புகழ் பெற்ற அந்தப்புலவன். வெண்மையான கால்களை உடைய பலகுதிரைகளைப் பெற்றவன். அந்தப் புலவனால் பாடப்பெற்ற சிறப்பினை உடையது ஏழிற்குன்றம். மேகக்கூட்டங்கள் படிகின்ற அந்த ஏழிற்குன்றத்தில் உள்ள கரிய அடியைக் கொண்ட வேங்கை மரத்தின் சிவந்த பூக்களால் தொடுத்த மாலையை உனது இடையில் சூட்டி ஆராதிப்பேன். மகிழ்ந்திருப்போம் நாம். இன்னும் சில நாட்கள் போகட்டும்' என்று சொன்னான். ஆனால் அது பொய்யுரை என்று பிறகுதான் புரிந்தது. அவன் மட்டும் போயவிட்டான்.

போகட்டும். என்ன செய்வது? அசையும் காற்றுக்குத் தக்கபடி தளர்கின்ற தன்மையுடைய இற்றிமரத்தின் தனித்த நெடிய விழுதானது பாறையிடத்தைத் துடைத்திருக்கும் காட்டு வழியில் என் காதலர் வெயிலுக்கு ஒதுங்க வசதியாகவும்; தம்முடனே வருகின்ற வேலேந்திய வீரரும், வண்டுகள் உண்ணுமாறு அணிந்துகொள்ளத்தக்கதாகவும்; சிறந்த தளிர்கள் துளிர்க்க, மரக்கொம்புகள் தழைக்கும்படி மழையும் பெய்து நீங்கி, வானமும் வறண்ட பின்பு, குன்றிலிருந்து கொட்டும் வெள்ளிய அருவிகளின் நீர்த்துவலையினால் மலர்ச்சி பெற்ற நுணா மரத்தின் பெருத்த கிளைகளிற் பூத்த வெண்மையான பூக்கள், சிவப்பான மண்ணை உடைய குறுகிய வழிகளில் எல்லாம் "கம்"மென மணம் நிறைத்து அழகு செய்ய, காடும் அழகுபெற்று விளங்குமாகுக!

இப்பாடலில் 'ஏழிற்குன்றம்' என்ற இடம் குறித்துப் பேசப்படுகிறது, அந்த ஏழிற்குன்றத்தில்தான் 'ஓங்குபுகழ் கானமர் செல்வி' என்ற தாய்த் தெய்வம் அறிமுகப்படுத்தப் படுகிறது. அந்த ஏழிற்குன்றம் என்பது எது? அந்தக் கானமர் செல்வி யார்? என்பது குறித்துத்தான் இன்று பேசப்போகிறோம்.

இந்த ஏழிற்குன்றத்திற்குச் சொந்தக்காரன் நன்னன். தமிழ்ச் சமூகத்தில் பல நன்னன்கள் உள்ளனர். சங்க இலக்கியம் இரண்டு நன்னன்களை குறிப்பிடுகிறது. ஒருவர் நல்லவர் அல்லர். மற்றொருவர் நல்ல நன்னன். பாலி, கொங்காணம், ஏழிற்குன்றம் என்று மூன்று இடங்களும் நன்னனுடன் தொடர்புடையது. இந்த ஏழிற்குன்றம் என்பதுடன் கானமர் செல்வி என்ற சொல் இணைந்து காணப்படுவதை நோக்க வேண்டும். சங்க இலக்கியம் ஓர் இடத்தில் 'கான் அமர் நன்னன் போல' என்ற வரியினைப் பயன்படுத்துகிறது.

அந்தப் பாடலைப் பார்ப்போம். (அகநானூறு 392,) மோசிகீரனார், குறிஞ்சித் திணை – தோழி தலைவியிடம் சொன்னது,

தாழ் பெருந்தடக்கை தலைஇய கானத்து
வீழ் பிடி கெடுத்த வெண்கோட்டு யானை
உண் குளகு மறுத்த உயக்கத்தன்ன,
பண்புடை யாக்கைச் சிதைவு நன்கு அறீஇப்
பின்னிலை முனியான் ஆகி, நன்றும்
தாது செய் பாவை அன்ன தையல்
மாதர் மெல்லியல் மட நல்லோள் வயின்
தீது இன்றாக நீ புணை புகுக என
என்னும் தண்டும் ஆயின், மற்று அவன்
அழிதகப் பெயர்தல் நனி இன்னாதே
ஒல் இனி, வாழி தோழி! கல்லெனக்
கண மழை பொழிந்த கான் மடி இரவில்,
தினை மேய் யானை இனன் இரிந்து ஓடக்,

கல் உயர் கழுதில் சேணோன் எறிந்த
வல்வாய்க் கவணின் கடு வெடி ஒல்லென
மறப் புலி உரற வாரணம் கதற
நனவுறு கட்சியின் நன் மயில் ஆல,
மலையுடன் வெரூஉம் மாக் கல் வெற்பன்
பிரியுநன் ஆகலே அரிதே, அதாஅன்று,
உரிதல் பண்பின் பிரியுநன் ஆயின்
வினை தவப் பெயர்ந்த வென்வேல் வேந்தன்
முனை கொல் தானையொடு முன் வந்து இறுப்பத்,
தன் வரம்பு ஆகிய மன்னெயில் இருக்கை
ஆற்றாமையின் பிடித்த வேல் வலித்
தோற்றம் பிழையாத் தொல் புகழ் பெற்ற,
விழைதக ஓங்கிய கழை துஞ்சு மருங்கிற்
கான் அமர் நன்னன் போல,
யான் ஆகுவல் நின் நலம் தருவேனே.

ஏழிற்குன்றத்தில் இருக்கும்போது எதிரிகள் திடீரெனப் படையெடுத்து வந்ததால் நன்னன் பின்வாங்கி காட்டிற்குள் சென்று விடுகிறான். இது ஒரு போர் உத்தி பின்வாங்கலாக இருந்தது. காடு முழுவதும் நன்கு அறிந்தவன் நன்னன். அந்தக் காட்டிற்குள் எதிரிகள் வந்தவுடன் அவர்களை அழித்து வென்று விடுகிறான். அப்போது நன்னனுக்குப்

பயன்படுத்துகிற வார்த்தை 'கான் அமர் நன்னன்'. கான்அமர் நன்னன், கான்அமர் செல்வி இரண்டிற்கும் தொடர்பு உண்டு.

அடுத்து, தாய்த் தெய்வங்கள் உறைந்திருக்கின்ற மற்ற இடங்களைப் பற்றிப் பார்ப்போம். பதிற்றுப்பத்து பதிகம் பின்வருமாறு,

இமையவரம்பன் தம்பி அமைவர
உம்பர் காட்டைத் தன் கோல் நிறீஇ,
அகப்பா எறிந்து பகல் தீ வேட்டு,
மதி உறழ் மரபின் முதியரைத் தழீஇக்,
கண்ணகன் வைப்பின் மண் வகுத்து ஈத்துக்,

கருங்களிற்று யானைப் புணர் நிரை நீட்டி,
இரு கடல் நீணரும் ஒரு பகல் ஆடி,
அயிரை பரைஇ ஆற்றல் சால் முன்போடு
ஒடுங்கா நல் இசை உயர்ந்த கேள்வி
நெடும்பார தாயனார் முந்து உறக் காடு போந்த

பல்யானைச் செல்கெழு குட்டுவனைப்
பாலைக் கௌதமனார் பாடினார் பத்துப்பாட்டு.

இமையவரம்பனின் தம்பி உம்பர் காட்டினைத் தனது கட்டுப்பாட்டின்கீழ் கொண்டு வந்து அகப்பா என்னும் கோட்டையினை அடித்து நொறுக்கினான். ஒரேநாளில் தீ வைத்துக் கொளுத்துகிறான். அப்பகுதியினையே தனித்தனியாகப் பிரித்து, பெயர் வைத்து அதிகாரிகளை நியமித்தான். யானைக்கூட்டத்தினை அதிகரிக்கச் செய்தான், அயிரை மலையின் தெய்வத்தினை வழிப்பட்டான்.

இப்பதிகத்தில் கவனத்தில் கொள்ள வேண்டியது 'அயிரை மலை' என்ற இடம். இந்த 'அயிரை மலை' என்பது தாய்த் தெய்வ வழிபாட்டோடு தொடர்புடையது. அடுத்து ஒரு மருத நிலப்பாடலைக் காண்போம். கலித்தொகை 89ஆம் பாடல், மருதன் இளநாகனார், மருதம், தலைவியும் தலைவனும் சொன்னது,

தலைவி:

யார் இவன் எம் கூந்தல் கொள்வான்? இதுவும் ஓர்
ஊராண்மைக்கு ஒத்த படிறு உடைத்து எம் மனை
வாரல் நீ வந்தாங்கே மாறு.

தலைவன்:

என் இவை ஓர் உயிர்ப் புள்ளின் இரு தலையுள் ஒன்று
போர் எதிர்ந்தற்றாப் புலவல்? நீ கூறின் என்
ஆர் உயிர் நிற்கும் ஆறு யாது?

தலைவி:

ஏஎ! தெளிந்தேம் யாம்; காயாதி; எல்லாம் வல் எல்லா
பெருங் காட்டுக் கொற்றிக்குப் பேய் நொடித்தாங்கு,
வருந்தல் நின் வஞ்சம் உரைத்து.

தலைவன்:

மருந்து இன்று மன்னவன் சீறின், தவறு உண்டோ நீ நயந்த
இன்னகை? தீதோ இலேன்.

தலைவி:

மாண மறந்து உள்ளா நாண் இலிக்கு இப் போர்
புறம் சாய்ந்து காண்டைப்பாய் நெஞ்சே! உறழ்ந்து இவனைப்
பொய்ப்ப விடேஎம் என நெருங்கின், தப்பினேன்
என்று அடி சேர்தலும் உண்டு.

இவ்வரிகளில் பெருங்காட்டுக் கொற்றிக்குப் பேய் விடுகதை போட்டதுபோன்று என்னிடம் இல்லாததை எல்லாம் சொல்லாதே என்று தலைவி குறிப்பிடுகிறாள். அடுத்து, நற்றிணை 185ஆம் பாடல், பாடியவர் பெயர் கிடைக்கவில்லை, குறிஞ்சித் திணை - தலைவன் தோழனிடம் சொன்னது, அல்லது, தலைவன் தோழியிடம் சொன்னது

ஆனா நோயோடு அழி படர்க் கலங்கிக்,
காமம் கைம்மிக கையறு துயரம்
காணவும், நல்காய் ஆயின், பாணர்
பரிசில் பெற்ற விரி உளை நல் மான்
கவி குளம்பு பொருத கல் மிசைச் சிறு நெறி,

இரவலர் மெலியாது ஏறும், பொறையன்
உரை சால் உயர்வரைக் கொல்லிக் குடவயின்,
அகல் இலைக் காந்தள் அலங்கு குலைப் பாய்ந்து,
பறவை இழைத்த பல் கண் இறாஅல்
தேனுடை நெடு வரை, தெய்வம் எழுதிய
வினை மாண் பாவை அன்னோள்
கொலை சூழ்ந்தனளால், நோகோ யானே.

தலைவன் தோழனிடம், ''தலைவியைப் பிரிந்து இருப்பது மிகவும் கடினமாக உள்ளது. நீயும் எனக்கு உதவி செய்ய மறுக்கிறாய். ஆளையே கொல்லும் அளவிற்கு அழகுடையவள் அவள். பொறையனுடைய புகழ்பெற்ற கொல்லி மலையில் கடவுள் உருவாக்கிய சிலையான கொல்லிப் பாவை போன்று அவள் என்னைக் கொல்ல நினைக்கிறாள்'' என்று கூறுகிறான். இதில் கடவுள் வைத்த சிலை என்று சொல்வது அதன் தொன்மையினைக் காண்பிக்கிறது. அடுத்து, நற்றிணை 192ஆம் பாடலைப் பார்ப்போம், பாடியவர் பெயர் கிடைக்கவில்லை, குறிஞ்சித் திணை – தலைவன் தலைவியிடம் சொன்னது

'குருதி வேட்கை உருகெழு வயமான்
வலி மிகு முன்பின் மழ களிறு பார்க்கும்
மரம் பயில் சோலை மலிய, பூழியர்
உருவத் துருவின், நாள் மேயல் ஆரும்
மாரி எண்கின் மலைச் சுர நீள் இடை ,

நீ நயந்து வருதல் எவன்' எனப் பல புலந்து,
அழுதனை உறையும் அம் மா அரிவை!
பயங்கெழு பலவின் கொல்லிக் குட வரைப்
பூதம் புணர்த்த புதிது இயல் பாவை
விரி கதிர் இள வெயில் தோன்றி அன்ன நின்

ஆய் நலம் உள்ளி வரின், எமக்கு
ஏமம் ஆகும், மலை முதல் ஆறே.

தலைவன் தலைவியிடம், ''இரத்தம் குடிக்க ஆவல் கொண்ட சிங்கம் (வயமான்) வலிமை மிக்க ஆண்யானையைக் குறிவைத்துப் பார்க்கும் மரம் அடர்ந்த சோலையில் பூழியர் மக்களின் செந்நிறக் குரும்பை ஆடுகள் (உருவத் துருவை) பகல் வேளையில் வயிறார மேயும். மழைக் காலத்தில் அங்குக் கரடிகள் (எண்கு) மேயும். இப்படிப்பட்ட அச்சம் தரும் மலைச்சாரல் வழியில் என்னை நயந்து ஏன் வருகிறாய்'' என்று பலவாறு வெறுப்புற்றுக் (புலந்து) கேட்டுக்கொண்டு வாழ்ந்துகொண்டிருக்கும் அழகிய மாமை நிறம் கொண்ட அரிவையே! பலாப்பழம் பயன் தரும் கொல்லிமலையின் மேற்குத் திசைப் பாறையில் அணங்கு (பூதம்) உருவம் பொதித்துப் புதிதாக எழுதப்பட்ட பாவை, காலை இளவெயிலில் தோன்றுவதுபோல உன் அழகு நலம் பொலிவுடன் தோன்றுகிறது. அதனை நினைத்துக்கொண்டு வருதல்

என் உள்ளத்துக்கும் உடலுக்கும் ஒரு பாதுகாப்பு (ஏமம்). எனவே வருகிறேன், என்கிறான்.

இப்பாடலில் புதிய சிலையினைச் சுட்டுகின்றனர். அதுவரையில் வேறொரு சிலை இருந்துள்ளது. இவ்விடத்தில் புதிதாக உருவாக்கப்பட்ட சிலையினைக் குறிக்கிறது. இதில் பூதம் செய்தது என்று உள்ளதை நான் மனிதரைக் கடந்த சக்தியாகப் பார்க்கிறேன். ஒரு குறிப்பிட்ட செயல்பாட்டினை யார் செய்தது என்று தெரியாதபோது அதனைக் கடவுள், பூதம், அசுரன், ராட்சசன் போன்றவற்றின்மீது வைத்துச் சொல்லி விடுகிறோம்.

சங்க இலக்கியம் என்பது ஒரு பல்லடுக்கு இலக்கியம். சங்க இலக்கியத்தில் நமது தொன்மங்களுடைய அடிஆழங்கள் இருக்கும், இடைநிலைகளும் இருக்கும், மேல் விழுதுகளும் இருக்கும். உதாரணத்திற்குச் சங்க இலக்கியத்தில் ஒரு நிலையில் முருகன் இருக்கிறான், ஒரு நிலையில் இந்திரன் இருக்கிறான். நேர்த்திக்கடன் வைக்கும் வழக்கமும் இருந்தது. அவை குறித்துப் பார்ப்போம். குறுந்தொகை 218, கொற்றனார், பாலைத் திணை – தலைவி தோழியிடம் சொன்னது

விடர் முகை அடுக்கத்து விறல் கெழு சூலிக்குக்
கடனும் பூணாம், கைந்நூல் யாவாம்,
புள்ளும் ஓராம், விரிச்சியும் நில்லாம்,
உள்ளலும் உள்ளாம் அன்றே தோழி,
உயிர்க்கு உயிர் அன்னர் ஆகலின், தம்மின்று
இமைப்பு வரை அமையா நம்வயின்
மறந்து, ஆண்டு அமைதல் வல்லியோர் மாட்டே.

தலைவி தோழியிடம் கூறுகிறாள், என் உயிருக்கு அவர் உயிர் போன்றவர். அவர் இல்லாமல் என்னால் கண்ணிமைக்கும் நேரம்கூட உயிர் வாழ முடியாது. இது அவருக்குத் தெரியும். இருந்தும் என்னை மறந்து அவர் வாழ்கிறார். அப்படி அவரால் இருக்க முடியும் என்றால், மலையடுக்கப் பிளவில் சூலி (காளி) கோயில் இருக்கிறது அந்தத் தேவதையிடம் நான் வேண்டிக்கொள்ளலாம், நேர்த்திக் கடன் செலுத்துவதாக வேண்டிக்கொள்ளலாம். கையில் நூல்-காப்புக் கட்டிக்கொள்ளலாம். அவர் வருகிறாரா என்று புள்-சகுனம் பார்க்கலாம். பிறர்கூறும் விரிச்சி சகுனம் கேட்கலாம். இவற்றைச் செய்ய நான் நினைக்கவும் இல்லை. சூலி கொடியோரைத் தண்டிக்குமே என்றும்

சகுனம் நல்லதாக அமையாவிட்டால் என்ன செய்வது என்றும் எண்ணிக்கொண்டு எதுவும் செய்யவில்லை.

'வல்வில் ஓரி கொல்லிக் குட வரைப் பாவை' என்று குறுந்தொகை 100ஆம் பாடலில் காணப்படுகிறது. நாம் பேசிக்கொண்டிருக்கும் குட வரை பாவை, கொல்லிப் பாவை முதலியவை மிகவும் அழகானவள், அவளைப் போன்ற அழகுடையவள் தலைவி, அவள் அழகு என்னைக் கொல்கிறது என்று குறிப்பிடப்படுகிறது. இவ்வாறு அழகிய தெய்வமாகப் பல்வேறு இடங்களில் சுட்டப்பட்டுள்ள தெய்வம் பின்னாளில் வேறுவிதமாக மாறுகிறது என்பது முக்கியமானது.

காட்டில் இருக்கும் தெய்வம் என்பது கானமர் செல்வியோ அதேபோல் கடல் அருகில் இருக்கும் தெய்வம் 'கடல் கெழு செல்வி'. இது குறித்து அகநானூறு 370ஆம் பாடல் குறிப்பிடுகிறது. அதேபோல் 'பெருங்கடல் பரப்பின் அமர்ந்து உறை அணங்கோ?' என்று நற்றிணை 155ஆம் பாடல் குறிப்பிடுகிறது. இத்துடன் சங்க இலக்கியம் 'பழையோள்' என்ற வார்த்தையினைச் சுட்டுகிறது. பழையோள் என்றால் மூதாட்டி, பெரும் கிழவி, முப்பாட்டி.

நாம் இதுவரை பல பெண் தெய்வங்களைப் பற்றி பேசினோம். அவர்கள் அழகியல் சார்ந்த பெண் தெய்வங்களாக உள்ளனர். அவர்கள் காடு, மலை, கடல் சார்ந்த பெண் தெய்வங்களாக உள்ளனர். தன்னுடைய தலைவி பெண் தெய்வத்தினைப் போல உள்ளாள் என்று தலைவன் குறிப்பிடுகிறான். அவளது அழகில் மயங்குகிறான். ஆனால் காளி என்றால் ஓர் அச்சுறுத்தக்கூடிய ஒன்றாக உள்ளது.

இந்தியாவில் முழுவதும் தாய்த் தெய்வங்கள் காணப்படுகின்றன. இந்தியாவில் தாய்த்தெய்வம் இல்லாத கிராமமே இல்லை. நாம் இதுவரை பார்த்த பெண் தெய்வம் எப்படி காளி, துர்கை என்ற நிலை அடைந்தது என்பதைப் பார்ப்போம்.

தில்லை காளி கோயில்

தில்லை காளி கோயில் தமிழ்நாட்டில் கடலூர் மாவட்டத்திலுள்ள சிதம்பரம் நகரின் புறநகர்ப்பகுதியில் அமைந்துள்ள ஓர் இந்து சமயக் கோவில் ஆகும். 1229 மற்றும் 1278க்கு இடைப்பட்ட காலத்தில் சோழ மன்னர் கோப்பெருஞ்சிங்கனால் கட்டப்பட்டது. சிதம்பரத்தின் புறநகர்ப்பகுதியில் இந்தக் கோயில் உள்ளது. தெய்வமாகிய காளி தேவி சிவபெருமானிடம் நாட்டியப் போட்டியில் தோற்றபிறகு தேவி இங்கு சென்றார் என்று புராணக்கதை கூறுகிறது.

'சிவம்' (சிவன்) அல்லது சக்தி (பார்வதி) யார் மேலானவர் என்று ஒரு வாதம். இதனால் சிவன், விஷ்ணு, பிரம்மா மற்றும் பிற தெய்வங்களின்முன் சிதம்பரத்தில் ஒரு நடன நிகழ்ச்சி நடத்தினார். அவர்கள் நடனம் ஆடுகையில், சிவன் தோற்கடிக்கப்பட இருந்தார். ஆனால் சிவன் ருத்ர தாண்டவம் ஆடினார். அதாவது அவரது தலைக்கு மேலே ஒரு கால் உயர்த்தினார். இந்த "ருத்ரதாண்டவம்" நடனத்தில் ஒன்றாகும்.

பெண்களின் தாழ்மையும், கூச்சமும் காரணமாகப் பெண்கள் இந்த நடனம் ஆடுவதில்லை. பார்வதிக்கு இந்தத் தோரணையில் சமமாக நன்றாக நாட்டியம் ஆட முடியவில்லை. அவள் தோல்வியை ஒப்புக்கொண்டார். அவளது அகந்தையைக் கட்டுப்படுத்தவும் சிவம் மற்றும் சக்தி இருவருமே நம் வாழ்வில் முக்கியத்துவம் வாய்ந்தவர்கள் என ஒரு பாடம் கற்பிக்கவும் நகரத்தின் எல்லைகளுக்கு வெளியே செல்ல வேண்டியிருந்தது.

இந்தக் கதை ஒரு குறியீடாக உள்ளது. ஒரு நிலையில் காட்டினை ஆண்ட கானமர் செல்வி, கொல்லிப் பாவை என்று இருந்த தெய்வத்தினைக் காளியாக்கி அதனைப் பெரிய வன்முறை தெய்வமாகவும் மகிஷாசுர மர்த்தினியாக உருவாக்கித் திரும்ப பார்வதி, மீனாட்சி என்று உருவாக்கி நடனப் போட்டி என்று சொல்லி தோற்கவைத்து இத்தகைய நிலையினை அடைந்துள்ளது.

இப்போது மீண்டும் முதலில் பார்த்த ஒரு பாடலை இவ்விடத்தில் நினைவு படுத்துவோம்.

.... ஓங்கு புகழ்க்
கான் அமர் செல்வி அருளலின், வெண்கால்
பல் படைப் புரவி எய்திய தொல்லிசை
நுணங்கு நுண் பனுவற் புலவன் பாடிய
இன மழை தவழும் ஏழில் குன்றத்து (அகநானூறு 345)

இவ்வரிகளில் ஓங்குபுகழ் கொண்ட கானமர் செல்வி, வெள்ளைக்கால்கள் கொண்ட குதிரைகளைப் பெற்ற தொல்லிசைப் புலவன், இடம் ஏழில் குன்றம் என்று நீண்ட மரபுகளைக் கொண்டவற்றைப் பார்க்கிறோம். இவையெல்லாம் ஒருவகையில் மீள்நினைவுகளாக உள்ளன. இது குதிரைகள் வந்ததற்குப் பிறகு பாடப்பட்டவை, அதாவது ஆரியப் பண்பாடு வந்ததற்குப் பிறகு இவை பேசப்படுகின்றன.

கான் அமர் செல்வியும் கவிஞனும்

காளிதாசன் என்ற மகாகவி எப்போது வாழ்ந்தவர், எங்கு பிறந்தவர் என்பது இன்று வரை “பைசல்” செய்யப்படாத கேள்வி. கி.பி. ஐந்தாம் நூற்றாண்டிற்கு முன் என்பது பொதுவாகக் கருதப்படுகிறது. அவர் காஷ்மீரில் பிறந்தவர் என்றும், உஜ்ஜயினியில் பிறந்தவர் என்றும் மாறுபட்ட கருத்துகள் நிலவுகின்றன. இத்துடன் இலங்கையில் கொலைசெய்யப்பட்டதாகவும் ஒரு கதை இருக்கிறது. இவரை விக்கிரமாதித்தன் என்ற அரசன் காத்து வந்தார் என்று கூறப்படுகிறது. ஆனால் எந்த விக்கிரமாதித்தன் என்பதில் இன்னும் குழப்பமே நிழவுகிறது. காளிதாசர் பற்றிய கல்வெட்டுக்குறிப்பு கர்நாடகாவிலுள்ள ஐகோலில்தான் கிடைத்துள்ளது. அது கி.பி 634ஆம் ஆண்டினைச் சேர்ந்தது அந்தக் கல்வெட்டு. ஆனால் இதனைக் கொண்டு அவர் இக்காலத்தினைச் சேர்ந்தவர் என்று கூறமுடியாது. இவரது மேகதூத வரிகள் போன்ற வரிகள் தாங்கிய கல்வெட்டு மாண்ட்ஸர் சூரியன் கோயிலில் கிடைத்தது. அதன் காலம் கி.பி. 473.

காளிதாசன் அப்போதே தனது கவிதைகள் கல்வெட்டில் வரும்படி தொல்லிசையினைப் பெற்றுள்ளார். ராமாயணம், மகாபாரதம் போன்ற இதிகாசங்கள் போன்று இல்லாமல், ‘மேகதூதம்’ என்பதில் முதன்முதலாக மதச்சார்பின்மை இலக்கியத்தை அறிமுகப்படுத்தியவர் காளிதாசர். அந்தக் காளிதாசர் ‘அகம் எழுநூறு’ என்று நான் சொல்லும் “காதா சத்தசஈ” என்ற இலக்கியத்தின் தாக்கத்தினைப் பெற்றவர். இது பிராகிருத மொழியில் ஹாலா என்ற சாதவாகன மன்னனால் எழுதப்பட்டது. இது சங்க இலக்கியத்தியத்துடன் ஒப்பிடத்தக்கது. இதிலிருந்து தாக்கம்பெற்று, இதனைச் சமஸ்கிருத மொழிக்குக் காளிதாசர் கொண்டு சென்றதாக ஜார்ஜ் எல் ஹாட் உள்ளிட்ட பல அறிஞர்கள் குறிப்பிடுகின்றனர். இத்துடன் காளிதாசர் பற்றிய முதல் குறிப்பு தென்னிந்தியாவில்தான் கிடைக்கிறது. காளிதாசர் ஒரு சக்தி உபாசகர்.

நன்னன் ஆண்ட நாடாகப் ‘பூழி’ நாடு, ஏழிற்குன்றம், கொண்காண நாடு ஆகியவை கூறப்பட்டுள்ளன. மேற்கண்ட பாடலில் கூறப்படும் ஏழிற்குன்றம் என்பது மகாராஷ்ட்ர மாநிலத்தினைச் சேர்ந்தது. நன்னன் ஆண்ட இடம் இதுதான் என்று நான் எனது நூலில் (*Journey of a Civilization: Indus to Vaigai*) ஏற்கனவே குறிப்பிட்டுள்ளேன்.

கடம்பவனம் – மீனாட்சி

மதுரையின் கடம்பவனத்தின் கான் அமர் செல்வியே மீனாட்சி. கானமர் செல்வியோடு சிவபெருமானுக்கு உறவு கற்பித்த பிற்காலத்தில் சொக்கேசர் மீனாட்சியை மணந்ததாகக் கூறினர். மீனாட்சி மூன்று மார்புகள் கொண்டிருந்தாள். இது வளமையின் குறியீடாகும். சிவனைப் பார்த்ததும் ஒரு மார்பு மறைந்ததாகவும் சிவன் மீனாட்சியை வில்வலியில் வென்றதாகவும் கூறியது தாய்த்தெய்வ வழிபாட்டைப் பின்னர் ஆண் தெய்வ வழிபாடு வென்றதைக் குறிப்பிடுவதாகும். கடம்ப வனத்துச் செல்வி பெற்ற மகன் கடம்பன் என்று குறிப்பிடப்படுகிறது. முருகன் கடம்ப மரத்தில் உறைவதாகப் பெரும்பாணாற்றுப்படை 613-614, மதுரைக்காஞ்சி 75 ஆகிய இடங்களில் குறிப்பிடப்பட்டுள்ளன. கடம்ப மரத்தடி வழிபாடு குறித்து கலித்தொகை 201ஆம் பாடலும், பரிபாடல் 17லும் எடுத்துரைக்கின்றன. கடம்பர் என்ற பழங்குடி குறித்து புறநானூறு 335ஆம் பாடல் குறிப்பிடுகிறது.

காடுறை கடவுள் குறித்து பொருநராற்றுப்படை, "வலைவலந்தன்ன மென்நிழல் மருங்கில் காடுறை கடவுட்கடன் கழிப்பிய பின்றை" (41-42) என்று குறிப்பிடுகிறது. இதில் வனதுர்க்கையைக் காடுறை கடவுள் என்று குறிப்பிடப்படுகிறது. இந்தத் தெய்வமே "பெருங்காட்டுக் கொற்றி" என்று அழைக்கப்பட்டாள். "வெற்றிவேல் போர்க் கொற்றவை சிறுவ"(258) திருமுருகாற்றுப்படையில் வனதுர்க்கையின் புதல்வன் என்று விளக்குகிறார் நச்சினார்க்கினியர்.

பழையோள்

"இழையணி சிறப்பின் பழையோள் குழவி" (திருமுருகாற்றுப்படை 259) என்பது காடுகளுடைய குழவி என்று விளக்கப்படுகிறது. காடுகிழாள் என்பது காடுகாள் என்று மருவியதாகக் கூறப்படுகிறது. "கையார் வளைக்கை காடுகாள்" என்று தேவாரம் குறிப்பிடுகிறது. தாய்த்தெய்வத்தையே கானநாடி என்று தக்கயாகப்பரணியும் கணமோடி என்று நீலகேசியும் கூறுகிறது.

இவற்றின்வழி சங்க காலத் தாய்த்தெய்வமான கான் அமர் செல்வி, காடுறை கடவுள் › காடு கிழவோள் (யாப்பெருங்கல் விருத்தி மேற்கோள் 93) காடுகிழாள் (திருமுருகாற்றுப்படை. 259) › காடுகாள் என்று மருவி வந்துள்ளன.

நன்னன் பாழி, ஊட்டு அரு மரபின்

அகநானூறு 142, பரணர், குறிஞ்சித் திணை – தலைவன் தன் நெஞ்சிடம் சொன்னது

இலமலர் அன்ன அம் செந்நாவில்
புலம் மீக்கூறும் புரையோர் ஏத்தப்,
பலர் மேந்தோன்றிய கவிகை வள்ளல்
நிறை அருந்தானை வெல் போர் மாந்தரம்
பொறையன் கடுங்கோப் பாடிச் சென்ற

குறையோர் கொள் கலம் போல நன்றும்
உவ இனி, வாழிய நெஞ்சே! காதலி
முறையின் வழாஅது ஆற்றிப் பெற்ற
கறையடி யானை நன்னன் பாழி,
ஊட்டு அரு மரபின் அஞ்சுவரு பேய்எக்

ஊட்டு எதிர் கொண்ட வாய்மொழி மிஞிலி
புள்ளிற்கு ஏமம் ஆகிய பெரும் பெயர்
வெள்ளத் தானை அதிகன் கொன்று, உவந்து
ஒள் வாள் அமலை ஞாட்பின்,
பலர் அறிவுறுதல் அஞ்சிப், பைப்பய,

நீர்த்திரள் கடுக்கும் மாசில் வெள்ளிச்
சூர்ப்புறு கோல் வளை செறித்த முன் கைக்,
குறை அறல் அன்ன இரும் பல் கூந்தல்,
இடனில் சிறு புறத்து இழையொடு துயல்வரக்,
கடல் மீன் துஞ்சும் நள்ளென் யாமத்து,

உருவு கிளர் ஏர் வினைப் பொலிந்த பாவை
இயல் கற்றன்ன ஒதுக்கினள் வந்து,
பெயல் அலைக் கலங்கிய மலைப் பூங்கோதை
இயல் எறி பொன்னின் கொங்கு சோர்பு உறைப்பத்
தொடிக்கண் வடுக் கொள முயங்கினள்,

வடிப்புறு நரம்பின் தீவிய மொழிந்தே.

உரை:

நெஞ்சே நீ வாழ்க! இனி மகிழ்ச்சியாடு இரு. உன் காதலி உன்னைத் தழுவினாள் அல்லவா? ஆதலின் மகிழ்ச்சியோடு இரு. கடுங்கோ வேந்தனைப் பாடிச் சென்றவர் கொள்கலம்போல நிறைவோடு இரு. மாந்தம் பொறையன் கடுங்கோ ஒரு சேர வேந்தன். பெரும் படை கொண்டவன். போர் பல வென்றவன். கொடையால் கவிந்திருக்கும் கையை உடையவன். இலவ மலர் போன்ற சிவந்த நாவால் மேன்மக்கள் அவனைப் புகழ்வார்கள். அப்படிப் புகழும் மேன்மக்களுக்கு இடையே அவன் விளங்குவான்.

நன்னன் முறை தவறாமல் ஆண்டு பெற்ற யானையை உடையவன். அவன் தலைநகர் பாழி. அந்தப் பாழி நகரில் பலி ஊட்டும் மரபினை உடையது பேய்க் கோயில் (கொற்றவைக் கோயில்). மிஞிலி என்பவன் அதற்குப் பலி கொடுப்பதாக வாக்களித்தான். அதிகன் பறவைகளைப் பாதுகாத்துவந்த ஒரு வள்ளல். அதனால் புகழ் பெற்றவன் அதிகன். இந்த அதிகனை மிஞிலி கொன்றான். வாக்களித்தபடி பேய்த் தெய்வத்துக்கு அதிகனைப் பலி கொடுத்துவிட்டு வாளைச் சுழற்றிக்கொண்டு ஆடினான். அச்சுறுத்தும் அந்த ஆட்டத்தைப் பலரும் அறிந்திருந்தனர். அதுபோலப் பலருக்கும் தன் காதல் தெரிந்துவிடக் கூடாது என்று எண்ணிக்கொண்டு வந்து அவள் தழுவினாள். அவள் மெல்ல மெல்ல வந்தாள். தண்ணீர் திரண்டிருப்பது போன்ற தோற்றம் கொண்ட வெள்ளி வளையல்களை அணிந்த முன்கைகளை ஆட்டிக்கொண்டு வந்தாள். ஆற்றுமணலின் குறைவு அறல் அறலாகப் படிந்து கிடப்பது போன்று நெளிநெளியான கூந்தல் அசைய வந்தாள். பூண்டிருக்கும் அணிகலனோடு வந்தாள். கடல் வாழ் மீன்களே உறங்கும் நள்ளிரவில் வந்தாள். கண்ணைக் கவரும் ஓவியப் பாவை நடை கற்றுக்கொள்வது போல நடந்துவந்தாள். மழை அலை தாக்கிய பூ மாலை பொன்னிறத் தாதுப் பொடிகளைக் கொட்டுவது போன்று என்னைத் தழுவினாள். என் உடலில் வளையல் தழும்புகள் பதியும்படி முயங்கினாள். யாழ் நரம்பு பேசுவது போல இனிமையாகப் பேசிக்கொண்டே தழுவினாள். ஆகவே நெஞ்சமே மகிழ்ந்திரு.

இதில் கொற்றவை தெய்வத்திற்குப் பலி கொடுத்தல் குறித்துப் பேசப்படுகிறது. அந்தப் பலி நேர்த்திக் கடனாக வாக்களித்துக் கொடுத்த பலி என்பதும் முக்கியமானது. ‘கடவுட் பெயரிய கானம்’ என்று பதிற்றுப்பத்தில் காணப்படுவதற்குக் ‘கொற்றவை உறையும் விந்திய மலையில் உள்ள துர்க்கை’ எனப் பொருள் கூறப்பட்டுள்ளது. விந்திய

மலையில் உள்ள விந்தியாவாசினியும் தமிழர் போற்றிய கொற்றவையும் ஒன்றே. விந்தாகடிகை என்று மணிமேகலையில் குறிப்பு உள்ளது. விந்தியாவாசினிக்கு தேவகோஷ்டத்தில் வடக்குச் சுவரில் இடம் உள்ளதாக வைகனாசா ஆகமம் கூறுகிறது. காளிகோயிலில் வடக்குப்பார்த்த வாசல் அமைக்கப்படுவதை இவ்விடத்தில் இணைத்து நோக்குதல் வேண்டும். துர்க்கைக்கு "வடக்குவாய்ச் செல்வி" என்ற பெயரும் உண்டு. விந்தியமலையில் காணப்பட்ட பழமையான தாய்த்தெய்வம் விந்தியாவாசினி. விந்தியமலை தேவிக்கு மதுவும் இறைச்சியும் கொடுக்கப்பட்டதாக விஷ்ணுபுராணமும் குறிப்பிடுகிறது. பாணா எழுதிய ஹர்ஷ சரிதத்தில் விந்தியாவாசனிக்கு பழங்குடி சவரர்கள் அளித்த நரபலி பற்றிப் பேசப்படுகிறது. இவ்வளவு புகழ்பெற்ற விந்தியத் தாய்த்தெய்வம் ஆரியருடையது அல்ல. பின்னர் ஆரியர்கள் இத்தெய்வத்தை ஏற்றுக்கொண்டு அவர்களும் தொழுதனர் என்பதுதான் முக்கியமானது. மகாபாரதத்திலேயே இந்தத் தெயவம், காடுவாழ் பயங்கர தெய்வம், மாலுக்கு இளையவள், மகிஷனைக் கொன்றவள் என்றெல்லாம் குறிப்பிடப்படுகிறது. எனவே மிகத்தொன்மையான காலத்திலேயே தாய்த்தெய்வ வழிபாடு அதற்கு முந்தைய பண்பாட்டிலிருந்து ஆரிய வழிபாட்டில் சேர்கிறது என்பதுதான் இவ்விடத்தில் முக்கியமானது.

சிந்துவெளி நாகரிகத் தாய்த்தெய்வங்களின் உருவங்கள் ஏன் சிறிய பொம்மைகளாக உள்ளன? என்ற கேள்வியினைக் கேட்டு அதற்குப் பதிலாக கோசாம்பி பின்வருமாறு கூறுகிறார். 'தாய்த்தெய்வமாகப் பெண்ணே வேடம் பூண்டு சடங்குகள் செய்ததால் பெரிய உருவங்கள் தேவைப்படவில்லை.' சிலப்பதிகாரத்தில் வேட்டுவர் சிறுமி தாய்த்தெய்வமாகக் கோலம் புனைந்து தேவராட்டியாகச் சடங்கு செய்கிறாள். அதனை இவ்விடத்தில் இணைத்து நோக்கலாம்.

காடுகெழு நெடுவேள்

முருகனைக் "காடுகெழு நெடுவேள்" என்று அகநானூறு 382ஆம் பாடலில் சுட்டுகின்றனர். காடுகெழு நெடுவேளின் தாயைக் காடுகெழு செல்வியாகக் கொள்வது மிகவும் பொருத்தமே என்று பி.எல்.சாமி குறிப்பிடுகிறார். சங்க காலத்திலேயே முருகன் காடுகிழாளின் மகனாகக் கருதப்பட்டான். சேய் என்று சங்க நூல்களில் முருகனை அழைத்தது (அகநானூறு 266, புறநானூறு 128, 209, குறிஞ்சிப்பாட்டு 51) காடு கெழு செல்வியின் மகனாகக் கொண்டதே ஆகும் என்பது பி.எல்.சாமியின் கூற்று. சங்க நூல்களில் முருகனைச் சிவபெருமானின் மகனாகக்

கூறவில்லை. பல்லவர் காலத்திலேயே முருகனைச் சிவனின் மகனாக்கினர். “செல்வியைப் பாகங்கொண்டார் சேந்தனை மகனாக் கொண்டார் மண்ணினை உண்ட மாயன் தன்னையோர் பாகங்கொண்டார்” என்று அப்பர் பாடுகிறார். “முதுகோதையோடாடிய நீள்மார்பன்” என்று தேவாரம் கூறுகிறது. சங்கரரின் லலிதா சகஸ்ரநாமம் குறிப்பிடும் “புராதநா” என்பது பழையோள் என்பதன் மொழிபெயர்ப்பு என்றே தோன்றுகிறது. மூவர்க்கும் மூத்தாள் என்று பிரம்மா, விஷ்ணு, சிவன் ஆகிய மூன்று பேருக்கும் மூத்தவள் என்று திருப்புகழ் குறிப்பிடுகிறது. அதனால்தான் ஆதிபராசக்தி என்ற சொல்லாடல் உருவாகியது.

முருகனைக் குறிஞ்சிக் கடவுளாகவும் காதல் கடவுளாகவும் முதலில் குறிப்பிடப்பட்டது. ஆனால் திருமுருகாற்றுப்படையில் ஆறுபடை வீடுகள் என்று வலியுறுத்தும்போது, இன்னாருடைய மகன் என்று குறிப்பிடப்படுகிறது. அதில் மலைமகள் மகனே (மலைமகள் என்றால் பார்வதி), மாற்றோர் கூற்றே (பிடிக்காதவர்களுக்கு எமன்), ‘வெற்றிவேல் போர்க் கொற்றவை சிறுவ’ என்று திருமுருகாற்றுப்படையில் காணப்படுவதுபோல ஏனைய சங்க நூல்களில் குறிப்பு இல்லை.

ஆனால் பழையோள் - கொற்றவை - மலைமகள் என்பதில் பழையோள் என்பது ஆதித் தெய்வமாக உள்ளது. அடுத்து, போர்க் காலத்தில் கொற்றவையாக உள்ளாள். பின்னர் பெருந்தெய்வ வழிபாட்டில் அவள் மலைமகளாக மாற்றப்படுகிறாள்.

படம். 8.2. பலியிடுதல் சார்ந்த பொறிப்பு

சங்க இலக்கியம் ‘நிறம்படு குருதி’ என்று பலியைக் குறிப்பிடுகிறது. சிந்துவெளியில் நரபலி இருந்ததாக இரண்டு மாறுபட்ட கருத்துகள் இருக்கின்றன. அதற்கான ஒரு பொறிப்பையும் சுட்டுகின்றனர். அது பின்வருமாறு,

இந்தப் பொறிப்பில் (படம். 8.2) காணப்படும் ஒரு தாய்த்தெய்வத்திற்குப் பலியிடுதல் நடைபெறுகிறது. கீழே ஏழு பெண் தெய்வங்கள் உள்ளன. இதைத்தான் சப்த கன்னிகள் (ஏழு கன்னிகள்) என்று சொல்கிறோம்.

ஆரிய இலக்கியங்கள் முதன்முதலாகப் பதிவு செய்கின்ற, விந்தியாசானி என்று சொல்லப்படுகிற தாய்த்தெய்வம் நன்னனோடு தொடர்புடையதாய் உள்ளது. இது மிகச் சிறந்த கவிஞனோடும் தொடர்புடையதாய் உள்ளது. இவையெல்லாம்தான் இணைக்கக்கூடிய பாலங்களாக உள்ளன.

சப்தஷிருங் - சப்த என்றால் ஏழு, ஷிருங் என்றால் கொம்பு. சப்தஷிருங் என்றால் ஏழு கொம்பு. அதேபோல் ஏழ் என்றால் ஏழு, எயில் என்றால் கொம்பு. ஏழிற்குன்றம் என்பது இதனைக் குறிக்கிறது. சப்தஷிருங் என்பது மகாராஷ்ட்ராவில் உள்ளது. அங்கே விந்தியாசானி என்ற பெண் தெய்வத்தின் கோயில் உள்ளது. இந்தத் தெய்வம்தான் நடு இந்தியாவில் மிகச் சக்திவாய்ந்த தெய்வமாகக் கருதப்படுகிறது. இதுதான் நன்னனுடைய நாடு என்று சொல்லப்படுகின்ற ஏழிற்குன்றம். தொல்லிசை கவிஞன் பாடிய தெய்வம்.

இந்த ஏழு என்பதைத் தொடர்ந்து பார்த்து வந்தால் சிந்துவெளி முதல் தமிழகம் வரை பல்வேறு இடங்களில் ஏழு என்பது பயன்படுத்தப்பட்டிருக்கிறது. அதனால்தான் நான் சங்க இலக்கியம் ஒரு மீள்நினைவினை எடுத்துரைக்கும் இலக்கியம் என்று குறிப்பிடுகிறேன். சிந்துவெளி தாய்த்தெய்வத்தினைக் கன்கி மாதா என்று குஜராத்தின் காடுகளில் ஒரு கதை உள்ளது. பெண் தெய்வம், மன்னன் கோயில் கட்டுகிறான், காலில் அது சிலம்பு அணிந்திருக்கிறது. குஜராத்தில் உள்ள அனைவருக்கும் இந்தக் கதை தெரியும். அதேபோல் தமிழகத்தில் கண்ணகி காணப்படுகிறாள். கண்ணகி கேரளம், இலங்கை போன்ற இடங்களிலும் காணப்படுகிறாள். இந்தத் தாய்த் தெய்வம் என்பது ஒரு தொடர்கதை.

பெண்
பேணுதல் என்ற
அன்புச் சொல்லின்
அடிச்சொல் பெண்.

படம். 8.3. கண்ணகி

பெண் பேணவில்லை
என்றால்
மனிதன் இன்னும்
குகையில் தான் இருப்பான்.

சிந்துவெளித் தாய்த்தெய்வத்தின்
மார்பில் சுரந்தது திராவிடச் சீம்பால்.

தமிழ்க்கடல் எல்லாம்
கடல் அமர் செல்வியின் காவல்...

அய்யனார் எல்லையில் நின்றாலும்
அடுப்பில் நெருப்பு
அம்மனின் பொறுப்பு..

மற்ற சாமிகள்
“மப்பில்” இருக்கையில்
ஆயுதம் ஏந்துவாள்
அவள்.

அவள் விளக்காகவும் இருக்கிறாள்...
வெளிச்சமாகவும் இருக்கிறாள்...

தேவைப்படும் போதெல்லாம்
தீப்பந்தமாகிறாள்...

தமிழ்த்தடம் என்பது ஒருவகையில் தாய்த்தடம். தமிழ்த்தடம் என்பது தாய்த்தடம்தானே. நமது அணிநடை எருமையை, நமது கொற்றவை ஏன் கொன்றாள்? என்ற கேள்வியோடு இந்த உரையினை முடிக்கிறேன்.

9

சாலார் சாலார் பாலர்

சங்க இலக்கியத்தில் ஒரே இடத்தில் மட்டும்தான் 'சாலார்' என்ற சொல் பயன்படுத்தப்பட்டுள்ளது. அதேபோல் 'பாலர்' என்ற சொல்லும் நாம் அதிகமாகப் பயன்படுத்தாத சொல். நாம் தற்போது பயன்படுத்தும் பாலகர் என்ற சொல் அல்ல இது. இந்தச் 'சாலார் சாலார் பாலர்' என்ற சொல்லின் சுருக்கமான பொருள் 'பண்பில்லாதவர், பண்பில்லாதவர் பக்கத்தில் நிற்பர்' என்பதாகும். முதலில் இந்தத் தலைப்புடன் தொடர்புடைய கதையைப் பார்ப்போம்.

நட்பின் கதை

அது சங்ககாலம். கோப்பெருஞ்சோழன் என்றொரு சோழமன்னன். அவன் மன்னன் மட்டுமல்ல; கவிஞனும்கூட. அந்த மன்னனைச் சுற்றியும் எப்போதும் கற்றறிந்த சிந்தனையாளர்கள் இருந்தனர். அவர்கள் சோழமன்னனின் நண்பர்களும்கூட. சோழனுக்கு இரண்டு மகன்கள். தந்தைக்கும் மகன்களுக்கும் ஏதோ கருத்து வேறுபாடு. அநேகமாக நாட்டைப் பங்கு பிரித்துக் கொடுக்கவில்லை என்ற கோபமாக இருக்கலாம். அவர்கள் தந்தைக்கு எதிராகப் போர் புரிய வந்தனர். தன் எண்ணத்திற்கு மாறுபட்டு எதிர்க்கத் துணிந்த மகன்களைப் போர்க்களத்தில் சந்திக்க வஞ்சிப்பூ சூடிப் புறப்பட்டான் சோழமன்னன். அப்போது அங்கிருந்த புலவர் புல்லூற்றூர் எயிற்றியனார் சோழனிடம், "உனது மகன்கள் உனது பகைவர்கள் இல்லை; நீ வென்றால் இந்த நாட்டை யாருக்குத் தரப்போகிறாய். அல்லது நீ வீழ்ந்தால், இந்தச் செல்வத்திற்கு வாரிசுரிமை அவர்கள் இருவரும்தானே. போரில் இருவரும் வெல்லமுடியாது. என்ன நேர்ந்தாலும் அது உனக்குப் பழிச்சொல் ஆகும்" எடுத்துச்சொல்கிறார். இதனால் கோப்பெருஞ்சோழன் ஆழ்ந்து யோசிக்கிறான். 'என்னடா வாழ்க்கை' என்று தோன்றுகிறது. அரசியலை மகன்களிடம் கொடுத்துவிட்டு இவ்வுலகியலைத் துறக்க முடிவுசெய்கிறான்.

எனவே வடக்கே நோக்கி அமர்ந்து உண்ணாமலிருந்து உயிர்துறக்க முடிவுசெய்கிறான். அவனுடன் அவனது நண்பர்களும் இருக்கிறார்கள். அப்போது கோப்பெருஞ்சோழன், "எனக்கு அருகே பிசிராந்தையாருக்கு ஓர் இடம் போட்டு வையுங்கள், அவர் உறுதியாக வருவார்" என்று கூறினார்.

பிசிராந்தையார் கோப்பெருஞ்சோழனின் மிக நெருங்கிய நண்பர். ஆனால் இருவரும் அந்த நிமிடம்வரை ஒருவரை ஒருவர் ஒருமுறைகூடப் பார்த்ததோ பழகியதோ இல்லை. ஆனால் உணர்வால் நெருக்கமானவர்கள். அதுமட்டுமல்ல, பிசிராந்தையார் சோழநாட்டைச் சேர்ந்தவர் அல்ல; பாண்டிய நாட்டுக்காரர். அங்கே எந்தக் குறையும் இல்லாமல் வாழ்ந்து வந்தார். ஆனால், கோப்பெருஞ்சோழன்மீதுதான் அவருக்கு அளவற்ற மதிப்பும் அன்பும் கொண்டிருநதார். "உன்னுடைய தலைவன் யார் என்று கேட்டால், கோப்பெருஞ்சோழன் என்றுதான் என்று கூறுவேன்" என்று சொல்லும் அளவிற்கு அவர் மீது அன்பும் மரியாதையும் கொண்டவர்.

பிசிராந்தையாருக்கு இடம் போட்டு வைக்கச் சொல்கிறாரே, இருவரும் ஒருவரை ஒருவர் பார்த்துக்கொண்டது கூட இல்லையே. அவர் பாண்டிய நாட்டில் உள்ளார். அவர் வருவாரா? என்று மற்ற புலவர்களும் நண்பர்களும் சுற்றத்தாரும் வியப்படைகிறார்கள். ஆனாலும் கோப்பெருஞ்சோழன் உறுதியாக இருக்கிறார். "நான் செல்வச் செழிப்போடு அரசனாக வாழ்ந்தபோது என்னுடன் நிற்காதவன்தான் பாண்டியநாட்டுப் பிசிராந்தையன், ஆனால் அவன் எனது துயரவேளையில் நிச்சயம் துணைநிற்பான்" என்று அடித்துச் சொல்கிறார்.

இதற்கிடையே கோப்பெருஞ்சோழனுடன் மிக நெருக்கமாக எப்போதும் உடனிருக்கும் பொத்தியார் கோப்பெருஞ்சோழனுடன் வடக்கிருந்து உயிர்நீக்க அனுமதிவேண்டுகிறார். ஆனால், சோழன் அதற்கு ஒப்புக்கொள்ளவில்லை. உனது மனைவி கர்ப்பமாக இருக்கிறாள். நல்லபடியாகப் பிரசவம் ஆகட்டும். நீ போய் அவள் அருகில் இருந்து பார்த்துக்கொள். குழந்தை பிறந்தபின் வா" என்று அனுப்பிவிடுகிறார்.

கோப்பெருஞ்சோழன் சொன்னபடியே பிசிராந்தையார் அங்கு வந்துசேர்கிறார். அனைவரும் அந்தப் பாண்டி நாட்டுப் புலவரைப் பார்த்து வியப்படைகின்றனர். வயதானாலும் அவர் இளமையாய் இருப்பதைப் பார்த்து காரணம் கேட்கின்றனர். அவரும் சொல்கிறார். தான் அதுவரை பார்த்திராத அன்பு நண்பர் கோப்பெருஞ்சோழனுடன் சேர்ந்து வடக்கு நோக்கி அமர்ந்து உண்ணாமல் இருந்து உயிர்நீக்கிறார். இந்த அதிசய நட்பைப் பார்த்து அனைவரும் வியப்படைகிறார்கள்.

கோப்பெருஞ்சோழனும் பிசிராந்தையாரும் உயிர்விட்ட இடத்தில் இரண்டு நடுகற்களை நட்டு நினவுகூர்கிறார்கள். போற்றுகிறார்கள். இதற்கிடையில் பொத்தியாரின் மனைவிக்கு சுகப்பிரசவம் ஆகிவிட்டது.

அவரும் மகிழ்வடைகிறார். அப்போது அவரது நண்பர் கோப்பெருஞ்சோழன் சொன்னது நினைவிற்கு வருகிறது. உடனே விரைந்து செல்கிறார். உறையூரில் சோழன் இல்லை. அவன் இருந்த இடத்தில் இரண்டு நடுகற்கள் தான் இருந்தன. ஆற்றாமையால் அழுதுபுலம்புகிறார்.

“குழந்தை பிறந்தபின் வா என்று சொல்லி என்னை இங்கே இருந்து அனுப்பிவைத்த அன்பில்லாதவனே. இதோ எனக்குக் குழந்தை பிறந்துவிட்டது. நானும் வந்துவிட்டேன். நான் உட்கார எங்கே இடம்வைத்திருந்தாய். சொல்லு” என்று அரற்றுகிறார். அங்குப் பொத்தியாருக்கென்று ஓரிடம் ஒதுக்கப்பட்டது கண்டு வியந்து ‘கல்லாகியும் காப்பவன்’ என்று பாராட்டிவிட்டு, அங்கு அமர்ந்து அவனைப் போலவே வடக்கிருந்து உயிர் நீத்தார்.

இந்தக் கதை 1917ஆம் ஆண்டு பிப்ரவரி மாத செந்தமிழ் இதழில் கோப்பெருஞ்சோழன் என்னும் தலைப்பில் சு. சீனிவாச ஐயங்காரால் எழுதப்பட்டதைத் தழுவியது. இந்தக் கதையினைப் பலர் சொல்லி இருக்கின்றனர். இந்தக் கதையில் உள்ள இறுதிப் பகுதியில் பலர் நடுகல் நகர்ந்து பொத்தியாருக்கு இடம் அளித்தது என்று சொல்கிறார். அது ஏற்கும்படி இல்லை. இக்கதையில் உள்ள கதாபாத்திரங்களின்வழி இக்கட்டுரையினை நகர்த்துவோம்.

கோப்பெருஞ்சோழன்

கோப்பெருஞ்சோழன் என்பவன் கவிஞன், மன்னன், நண்பன், மனிதன் என்ற பல கோணங்களில் உள்ளார். சங்க இலக்கியத்தில் குறுந்தொகையில் (20, 53, 129, 147) நான்கு பாடல்களும் புறநானூறில் (214, 215, 216) மூன்று பாடல்களும் மொத்தம் ஏழு பாடல்களைக் கோப்பெருஞ்சோழன் எழுதியுள்ளார். கவிஞனான மன்னனின் மனத்தின் சாளரத்தைக் குறுந்தொகைப் பாடல் திறந்து காண்பிக்கிறது. குறுந்தொகை 20, கோப்பெருஞ்சோழன், பாலைத் திணை – தலைவி தோழியிடம் சொன்னது,

அருளும் அன்பும் நீக்கித் துணை துறந்து,
பொருள்வயின் பிரிவோர் உரவோர் ஆயின்,
உரவோர் உரவோர் ஆக,
மடவம் ஆக மடந்தை நாமே.

அருளும் அன்பினையும் நீக்கி, துணையினைவிட்டுப் பொருள் வேண்டி ஒருவன் செல்லுதல் அறிவார்ந்த தன்மையாக இருக்குமானால்

இருந்துவிட்டுப் போகட்டும்; நான் மடந்தையாகவே இருந்து கொள்கிறேன் என்று தலைவி கூறுகிறாள்.

இதில் பொருளைவிட மனம் எவ்வளவு முக்கியமானது என்று கூறப்படுகிறது. அடுத்து, குறுந்தொகை 53, கோப்பெருஞ்சோழன், மருதத் திணை – தோழி தலைவனிடம் சொன்னது

எம் அணங்கினவே மகிழ்ந, முன்றில்
நனை முதிர் புன்கின் பூத்தாழ் வெண்மணல்
வேலன் புனைந்த வெறி அயர் களந்தொறும்
செந்நெல் வான் பொரி சிதறியன்ன,
எக்கர் நண்ணிய எம் ஊர் வியன் துறை,
நேர் இறை முன்கை பற்றிச்
சூரர மகளிரோடு உற்ற சூளே.

தலைவனைப் பார்த்து தோழி, ''நீ என் தலைவியின் தோளையும் முன் கையையும் பற்றிக்கொண்டு சூர் அரமகளிர் மேல் சூள் உரைத்தாய் (சத்தியம் செய்தாய்). அது இப்போது எங்கள் நெஞ்சத்தை வாட்டி அணங்காட்டம் ஆடச் செய்கிறது'' என்று கூறுகிறாள்.

'சத்தியம் செய்தல்' என்பது முக்கியமான செயல்பாடாகப் பார்க்கப்பட்டது. அதனைக் கோப்பெருஞ்சோழன் இப்பாடலின்மூலம் வலியுறுத்துகிறார். கொடுத்த வாக்கு முக்கியமானது என்பதையும் இதனுடன் உணரலாம். கோப்பெருஞ்சோழன் மன்னனாக இருந்தபோதிலும் பல கோணங்களில் குறுந்தொகை பாடல்களில் காதல் குறித்துப் பேசுகிறார். அடுத்து, கோப்பெருஞ்சோழனைக் குறித்துப் பாடிய பாடல்களைக் காண்போம்.

சுரங்கத்திலிருந்து அரங்கத்திற்கு

புறநானூறு 213, பாடியவர்: புல்லாற்றூர் எயிற்றியனார், பாடப்பட்டோன்: கோப்பெருஞ்சோழன். கோப்பெருஞ்சோழனின் மகன்கள் போர்க்கு வந்திருக்கும்போது அவருக்கு புல்லாற்றூர் எயிற்றியனார் அறிவுரை கூறும்படி அமையப்பெற்ற பாடல்.

மண்டு அமர் அட்ட மதனுடை நோன் தாள்,
வெண்குடை விளக்கும் விறல் கெழு வேந்தே!
பொங்கு நீர் உடுத்த இம் மலர்தலை உலகத்து,
நின் தலைவந்த இருவரை நினைப்பின்,
தொன்றுறை துப்பின் நின் பகைஞரும் அல்லர்,
அமர் வெங்காட்சியொடு மாறு எதிர்பு எழுந்தவர்

நினையுங் காலை, நீயும் மற்று அவர்க்கு
அனையை அல்லை, அடு மான் தோன்றல்!
பரந்துபடு நல்லிசை எய்தி, மற்று நீ
உயர்ந்தோர் உலகம் எய்திப் பின்னும்
ஒழித்த தாயும் அவர்க்கு உரித்து அன்றே;
அதனால் அன்னது ஆதலும் அறிவோய்! நன்றும்
இன்னும் கேண்மதி, இசை வெய்யோயே!
நின்ற துப்பொடு நின் குறித்து எழுந்த
எண்ணில் காட்சி இளையோர் தோற்பின்,
நின் பெரும் செல்வம் யார்க்கும் எஞ்சுவையே?
அமர் வெஞ்செல்வ! நீ அவர்க்கு உலையின்,
இகழுநர் உவப்பப் பழி எஞ்சுவையே!
அதனால் ஒழிக தில் அத்தை நின் மறனே! வல் விரைந்து
எழுமதி! வாழ்க நின் உள்ளம்! அழிந்தோர்க்கு
ஏமம் ஆகும் நின் தாள் நிழல் மயங்காது
செய்தல் வேண்டுமால், நன்றோ வானோர்
அரும் பெறல் உலகத்து ஆன்றவர்
விதும்புறு விருப்பொடு விருந்து எதிர் கொளற்கே.

வேந்தே, நீ வெற்றி கண்ட விறல் (வீறாப்பு) விரிந்திருக்கும் வெண்கொற்றக்குடை உடையவன்தான். என்றாலும் எண்ணிப்பார். உன் மக்கள் இருவர் உன்மேல் போர் தொடுத்திருக்கின்றனர். நினைத்துப் பார்த்தால் அவர்கள் உன் பகைவர் அல்லர். என்றாலும் போர்க்கோலத்தோடு உன்னை எதிர்த்து நிற்கின்றனர். நீயும் அவர்களுக்குப் பகைவன் இல்லை. அப்படி இருக்கும் நிலையில் போர்க்குதிரைமேல் வருகிறாய். போரில் வெற்றி கண்ட புகழைப் பரப்பிக்கொண்டு நாடாண்டு நீ மேலுலகம் செல்லும் காலத்தில் உன் ஆட்சித் தாயம் அவர்களுக்குத்தானே உரித்தாகப்போகிறது. இதனையெல்லாம் நீயே அறிவாய். இந்த ஆட்சியுரிமைப் போரில் உன் மக்கள் தோற்றால் பிற்காலத்தில் உன் செல்வத்தையெல்லாம் யாருக்குத் தரப்போகிறாய். நீ அவர்களிடம் தோற்றால் உன்னை இகழ்பவர்கள் மகிழும் பழிதானே உனக்கு மிச்சமாகும். அதனால் போரிடுவதைக் கைவிடுக. நெஞ்சழிந்து வாழ்பவர்களுக்கு உதவுவதற்காக விரைந்தெழுந்து வருக. உன் ஆட்சிக்கு அடியில் வாழ்பவர்களுக்கு நல்லது செய்ய வருக. வானுலகப் பெருமக்கள் ஆசைத் துடிப்போடு உன்னை விருந்தினனாக வரவேற்கும் செயலைச் செய்வாயாக.

இத்தகைய முறையில் புல்லாற்றூர் எயிற்றியனார் அறிவுரையினைக் கூறுகிறார். இதனைக் கேட்ட கோப்பெருஞ்சோழன் ஒரு பாடலைப் பாடுகிறார். [புறநானூறு 214, பாடியவர்: கோப்பெருஞ்சோழன், திணை: பொதுவியல், துறை: பொருண்மொழிக் காஞ்சி]

செய்குவம் கொல்லோ நல்வினை எனவே
ஐயம் அறாஅர், கசடு ஈண்டு காட்சி
நீங்கா நெஞ்சத்துத் துணிவு இல்லோரே;
யானை வேட்டுவன் யானையும் பெறுமே,
குறும்பூழ் வேட்டுவன் வறுங்கையும் வருமே;

அதனால் உயர்ந்த வேட்டத்து உயர்ந்திசினோர்க்குச்
செய்வினை மருங்கின் எய்தல் உண்டு எனின்,
தொய்யா உலகத்து நுகர்ச்சியும் கூடும்;
தொய்யா உலகத்து நுகர்ச்சி இல் எனின்,
மாறிப் பிறப்பின் இன்மையும் கூடும்;

மாறிப் பிறவார் ஆயினும் இமயத்துக்
கோடுயர்ந்தன்ன தம்மிசை நட்டுத்
தீதில் யாக்கையொடு மாய்தல் தவத்தலையே.

நல்வினை நம்மாலும் செய்யமுடியுமா என்று ஐயப்பட்டுக்கொண்டே வாழ்பவர் நெஞ்சத்தில் துணிவு இல்லாத கோழைகள். மிகப் பெரிய விலங்காகிய யானை வேட்டைக்குச் சென்றவன் அதனைப் பெறவும் முடியும். குறும்பூழ் என்னும் சிறிய பறவையை வேட்டையாடச் சென்றவன் வெறுங்கையோடு திரும்புதலும் உண்டு. அதனால் உயர்ந்ததை உள்ளி ஊக்கம் கொள்ளவேண்டும். அவர்களின் முயற்சியால் அது அவருக்குக் கைகூடும். அவருக்கு அடைவதற்கு அரிய உலகின்பத்தைத் துய்க்கும் பேறு கிட்டும். அது கிடைக்காவிட்டால் மறுபிறவி இல்லாத பேறாவது கிடைக்கும். நல்ல பிறவி கிட்டாமல் போனாலும், இமயத்தில் பறக்கும் கொடிபோல அனைவருக்கும் தெரியும் புகழோடு இந்த உலகில் வாழும் பேறு பெறுதல் உறுதி. எனவே நல்லனவற்றை உறுதிப்பாட்டோடு செய்தல் வேண்டும்.

'இறப்பிற்குப் பிறகு மறுபிறவி பெறுதல்' என்ற கருத்தாக்கம் தமிழ்ச் சமூகத்தில் வந்ததற்குப் பின்பு இப்பாடல்கள் இயற்றப்பட்டன என்பதை இவ்விடத்தில் நினைவில்கொள்ள வேண்டும். கோப்பெருஞ்சோழன், தனது இறப்பினைக் குறித்து நினைக்க ஆரம்பித்ததை இப்பாடல்வழி அறியமுடிகிறது. அதுவும் இமயமலையில்

பறக்கும் கொடிபோல அனைவருக்கும் தெரியும் புகழோடு இருக்கும்போதே மாய்ந்துவிட வேண்டும் என்று எண்ணுகிறார். இதன் தொடர்ச்சியாக அடுத்த பாடலைப் பார்ப்போம்.

புறநானூறு 215, பாடியவர்: கோப்பெருஞ்சோழன், திணை: பாடாண், துறை: இயன் மொழி. இப்பாடல் பின்னணி:

கோப்பெருஞ்சோழன் உண்ணாமல் இருக்கையில் சான்றோர் பலர் அவனைச் சூழ்ந்திருந்தனர். பலர் கூடவே இருந்தாலும் அவனது எண்ணம் பிசிராந்தையார்பால் ஒன்றியிருந்தது. புலவர் பிசிராந்தையார் தன்னைக் காணவருவார் என்ற நம்பிக்கையுடன் இருக்கின்றான் கோப்பெருஞ்சோழன்.

கவைக் கதிர் வரகின் அவைப்புறுவாக்கல்
தாதெரு மறுகின் போதொடு பொதுளிய
வேளை வெண் பூ வெண் தயிர்க் கொளீஇ
ஆய் மகள் அட்ட அம் புளி மிதவை
அவரை கொய்யுநர் ஆர மாந்தும்,
தென்னம் பொருப்பன் நன்னாட்டு உள்ளும்,
பிசிரோன் என்ப, என் உயிர் ஓம்புநனே,
செல்வக் காலை நிற்பினும்,
அல்லல் காலை நில்லலன் மன்னே.

நான் செல்வம் வைத்திருக்கும் காலத்தில் பிசிராந்தையார் என்னிடம் வராவிட்டாலும் நான் துன்புறும் காலத்தில் என்னிடம் வராமல் இருக்கமாட்டார் என்று கோப்பெருஞ்சோழன் குறிப்பிடுகிறார். இதனை அடுத்து, புலவர் பிசிராந்தையார் தன்னைக் காண வருவாரோ என்று ஐயம் கொள்ளும் சான்றோர்களுக்கு இதை உரைக்கின்றான்.

கோப்பெருஞ்சோழன். புறநானூறு 216, பாடியவர்: கோப்பெருஞ்சோழன், திணை: பாடாண், துறை: இயன் மொழி

“கேட்டல் மாத்திரை அல்லது, யாவதும்
காண்டல் இல்லாது, யாண்டு பல கழிய
வழு இன்று பழகிய கிழமையர் ஆயினும்
அரிதே, தோன்றல், அதற்பட ஒழுகல்” என்று
ஐயம் கொள்ளன்மின் ஆர் அறிவாளீர்!
இகழ்விலன், இனியன், யாத்த நண்பினன்,
புகழ் கெட வரூஉம் பொய் வேண்டலனே,
தன் பெயர் கிளக்கும் காலை, “என் பெயர்

பேதைச் சோழன்” என்னும் சிறந்த
காதற் கிழமையும் உடையவன், அதன்தலை,
இன்னது ஓர் காலை நில்லலன்,
இன்னே வருகுவன், ஒழிக்க அவற்கு இடமே.

கோப்பெருஞ்சோழன் வடக்கிருக்கும்போது, தன் நண்பன் பிசிராந்தையார் என்னுடன் வடக்கிருக்க வருவார், அவருக்கும் இடம் ஒதுக்குங்கள் என்கிறான். என்னைப்பற்றி அவரும், அவரைப்பற்றி நானும் கேள்விப்பட்டிருக்கிறோமே அல்லாமல் ஒருவரை ஒருவர் நேரில் கண்டதில்லை. இவ்வாறு பல ஆண்டுகள் கழிந்துபோயின. என்றாலும் எங்களிடையே குற்றமற்ற உள்ளத்தோடு பழகிய உரிமை நட்பு உண்டு. இந்த உரிமையால் நேரில் தோன்றுவாரா, என்னைப் போலவே என்னுடன் வடக்கிருப்பாரா என்றெல்லாம் ஐயம் கொள்ளாதீர்கள். நிறைந்த அறிவாளிகளே, அவன் இகழத் தக்கவன் அல்லன். இனியவன். நட்பால் இருவரும் கட்டுண்டு கிடக்கிறோம். நட்பின் புகழ் கெடுமாறு வரும் பொய்மையை (போலித்தன்மையை) அவன் விரும்பமாட்டான். தன் பெயரைச் சொல்லும்போது ‘பேதைச் சோழன்’ என்று என் பெயரையும் சேர்த்துக் குறிப்பிடுவான். நான் இத்தகைய நிலையில் உண்ணாது இருக்கும்போது அவன் அங்கே நிற்கமாட்டான். உடனே வருவான். அவனுக்கும் வடக்கிருக்க இடம் ஒதுக்கிவையுங்கள்.

கோப்பெருஞ்சோழன் உண்ணா நோன்பு இருந்து, உடல் மிகவும் பலவீனமாக இருக்கிறது. கிட்டத்தட்ட நினைவு தப்பும் நிலையில் இருக்கிறார். அப்போது புலவர் பெருஞ்சதுக்கத்துப் பூதநாதனார் கோப்பெருஞ்சோழனைக் காணச் சென்றார். வடக்கிருந்த மன்னன் உடல் தளர்வினால் அவரிடம் பேசும் நிலையில் இல்லை. “என்னுடன் புலந்து இருக்கின்றாய் போலும்” என்று புலவர் கூறுகின்றார். **புறநானூறு 219, பாடியவர்: கருவூர்ப் பெருஞ்சதுக்கத்துப் பூதநாதனார், பாடப்பட்டோன்: கோப்பெருஞ்சோழன், திணை: பொதுவியல், துறை: கையறு நிலை**

உள் ஆற்றுக் கவலைப் புள்ளி நீழல்
முழூஉ வள்ளூரம் உணக்கும் மள்ள!
புலவுதி மாதோ நீயே,
பலரால் அத்தை நின் குறி இருந்தோரே.

காவிரி ஆறும் குடமுருட்டி ஆறும் ஒன்றுசேரும் கவலையில் (பிரிநிலத்தில்) புள்ளி புள்ளியாக நிழல் விழும் அருநிழலின் அடியில்

அமர்ந்துகொண்டு வலிமை மிக்க உன் வலிமையைக் காயவைத்து வெளியேற்றிக்கொண்டிருக்கும் (உண்ணா நோன்பு) வீரனே! (கோப்பெருஞ்சோழனே) உன்னைப் பின்பற்றி உன்னுடன் சேர்ந்து உண்ணா விரதம் இருக்கும் பலர்மீது நீ, மனைவி கணவனிடம் மாறுபட்டுப் பேசுவது போல் புலந்து பேசி அவர்களின் செயலைத் தடுக்கக்கூடாதா? என்று கேட்கிறார்.

இதுவரையில் கோப்பெருஞ்சோழன் வழிநின்று பல விசயங்களைப் பார்த்தோம். அடுத்து, பிசிராந்தையார் குறித்துப் பார்போம். அவர் எழுதிய பாடலைப் பார்ப்போம். (புறநானூறு 67, பாடப்பட்டோன்: கோப்பெருஞ்சோழன், திணை: பாடாண், துறை: இயன் மொழி)

அன்னச் சேவல்! அன்னச் சேவல்!
ஆடு கொள் வென்றி அடு போர் அண்ணல்
நாடு தலையளிக்கும் ஒள் முகம் போலக்,
கோடு கூடு மதியம் முகிழ் நிலா விளங்கும்,
மையல் மாலை யாம் கையறுபு இனையக்

குமரி அம் பெருந்துறை அயிரை மாந்தி,
வட மலைப் பெயர்குவை ஆயின், இடையது
சோழ நன்னாட்டுப் படினே, கோழி
உயர்நிலை மாடத்துக் குறும்பறை அசைஇ,
வாயில் விடாது கோயில் புக்கு எம்

பெருங்கோக் கிள்ளி கேட்க "இரும் பிசிர்
ஆந்தை அடியுறை" எனினே, மாண்ட நின்
இன்புறு பேடை அணியத் தன்
நன்புறு நன்கலம் நல்குவன் நினக்கே.

அன்னச் சேவலே! நீ குமரித்துறை அயிரை மீனை அருந்திய பின்னர் வடமலையை நோக்கிச் செல்வாய் ஆயின் இடையில் கோழி நகர் மாடத்தில் தங்கி இளைப்பாறுக. அங்கே அரண்மனைக்குள் சென்று, அங்குள்ள பெருங்கோக்கிள்ளி கேட்கும்படி, "இரும்(பெருமைமிக்க) பிசிராந்தையார் உங்களது அன்பிற்குரியவன்" என்று சொல்வாயாயின் உன் பெண் அன்னம் அணிந்து மகிழத்தக்க அணிகலன்களை அவன் தருவான் என்று குறிப்பிடுகிறார்.

இப்பாடலில் உள்ள 'இரும் பிசிர் ஆந்தை அடியுறை' என்ற வரியினை இரண்டு முறையில் பொருள் கொள்கின்றனர்.

பிசிராந்தையாரின் வளர்ப்புப் பறவை என்றும் பொருள் கொள்கின்றனர். இதனை நான் ஏற்கவில்லை. காரணம், இவ்வாறு குமரியிலிருந்து வடமலையினை நோக்கிச் செல்லும் பறவையினை யாரும் வளர்க்க முடியாது. அதனால் பிசிராந்தையார் 'உங்களது அன்பிற்குரியவன்' என்று பொருள் கொள்ளுதல்தான் சரி. பிசிராந்தையார், கோப்பெருஞ்சோழனைப் பற்றிப் பாடிய மற்றொரு பாடலைப் பார்ப்போம். ஒரு முடியரசு காலத்தில் பாண்டிய நாட்டில் உள்ள பிசிராந்தையார் பாடுகிறார். புறநானூறு 212,

நுங்கோ யார் என வினவின், எங்கோக்
களமர்க்கு அரித்த விளையல் வெங்கள்
யாமைப் புழுக்கின் காமம் வீட ஆரா
ஆரல் கொழுஞ் சூடு அம் கவுள் அடாஅ
வைகு தொழின் மடியும் மடியா விழவின்
யாணர் நல் நாட்டுள்ளும், பாணர்
பைதல் சுற்றத்துப் பசிப் பகை ஆகிக்,
கோழியோனே கோப்பெருஞ்சோழன்,
பொத்தில் நண்பின் பொத்தியொடு கெழீஇ,
வாய் ஆர் பெரு நகை வைகலும் நக்கே.

'உம் அரசன் யார் என்றால், அவன் கோப்பெருஞ்சோழன். அவன் கோழியூரில் (உறையூரில்) இருக்கிறான். துளையில்லாத நட்புக்

படம்.9.1. கோப்பெருஞ்சோழன்

படம்.9.2. பிசிராந்தையார்

படம்.9.3. பொத்தியார்

கொண்டுள்ள பொத்தி (பொத்தியார்) தோழமையோடு வாழ்கிறான். சிரித்து மகிழும் சீர்மையுடன் வாழ்கிறான். இசைவாணர் பாணர்களின் பசிக்குப் பகைவனாக, அவர்களின் பசுமை நிறைந்த சுற்றத்தானாக வாழ்கிறான். கோழியூர் தூக்கமில்லாத (மடியா) விழாக்கோலமாக என்றும் திகழும் ஊர். அந்த விழா உழவர் (களமர்) தொழில் மடிந்திருக்கும் காலத்தில் நிகழும். அவர்கள் தம் விளைச்சலில் (நெல்லில்) விளைந்த கள்ளை உண்பர். ஆமைக்கறிக் குழம்போடு ஆசை தீர உண்பர். ஆரல் மீனைச் சுட்டுச் சேர்த்துக்கொண்டு உண்பர். வைகறை விடியலில் உண்பர்' என்று கூறுகிறார்.

ஒவ்வொரு மனிதனும் தனது சுயசிந்தனையோடு தனக்கான முடிவுகளை எடுத்தல் என்பது முக்கியமானது. அத்தகைய வகையில் அமையப் பெற்ற பாடல். அடுத்து, பிசிராந்தையார் இருக்கும் பாண்டிய நாட்டினை ஆளும் பாண்டியன் அறிவுடைநம்பி குறித்து அவர் பாடிய பாடல். புறநானூறு 184, திணை: பாடாண், துறை: செவியறிவுறூஉ

காய் நெல் அறுத்துக் கவளங் கொளினே,
மா நிறைவு இல்லதும் பன் நாட்கு ஆகும்;
நூறு செறு ஆயினும் தமித்துப் புக்கு உணினே,
வாய் புகுவதனினும் கால் பெரிது கெடுக்கும்;
அறிவுடை வேந்தன் நெறி அறிந்து கொளினே,
கோடி யாத்து நாடு பெரிது நந்தும்;
மெல்லியன் கிழவன் ஆகி, வைகலும்
வரிசை அறியாக் கல்லென் சுற்றமொடு
பரிவு தப எடுக்கும் பிண்டம் நச்சின்,
யானை புக்க புலம் போலத்,
தானும் உண்ணான், உலகமும் கெடுமே.

'ஒரு குறிப்பிட்ட நிலத்தில் முற்றிக் காய்ந்திருக்கும் நெல்லை அறுத்து அரிசி உணவுக் கவளமாக்கி யானைக்குத் தந்தால் அது பல நாட்களுக்கு வரும். அதே நிலத்தில் யானை புகுந்து உண்டால் அதன் வாயில் புகும் உணவைக் காட்டிலும் காலால் மிதித்து வீணாக்கும் நெல் அதிகமாக அழியும். இந்த உண்மை நெறியை அறிந்து அறிவுடை அரசன் வரி வாங்கும்போது நாட்டின் செல்வம் கோடி கோடியாகப் பெருகும். இந்த நெறியை உணராத அரசன் அறிவு வலிமை இல்லாமல் மெல்லியனாகி, வரிசைச்சிறப்பு அறியாத தன் குடிமக்கள் சுற்றத்தாரொடு இரக்கம் இல்லாமல் வரிப்பிண்டத்தை விரும்பி வாங்கினால், யானை தானே புகுந்து உண்ணும் நிலம் போல அரசனும் துய்க்காமல் அவன்

நாடும் கெட்டொழியும். இதை உணர்ந்து செயல்படுவாயாக' என்று பிசிராந்தையார் அறிவுரை கூறுகிறார்.

இவ்விடத்தில் மேற்சொன்ன பாடலை இணைத்து நோக்க வேண்டும். இங்கே தான் இருக்கும் இடத்தில் உள்ள மன்னனுக்கு அறிவுரை சொல்லிவிட்டு, தன்னுடைய மன்னன் என்பவன் வேறொருவன் என்று கூறுகிறார். இத்தகைய கருத்துச் சுதந்திரம் தற்காலத்தில் நாம் யோசித்துப் பார்க்க முடியாத ஒன்று. இத்தகைய கருத்துகளைத் தற்போது சொன்னால் தேசத் துரோக வழக்காக மாறிவிடும்.

அடுத்த பாடல், வடக்கிருந்து உயிர் துறந்துகொண்டிருந்த தன் நண்பன் கோப்பெருஞ்சோழனுடன் தானும் வடக்கிருந்து உயிர் துறக்க வந்திருந்த பிசிராந்தையாரிடம் வாழ்நாள் பலவாகியும் மயிர் நரைக்காமல் இருப்பதற்கான காரணத்தை அங்கிருந்தோர் வினவினர். அதற்கான காரணத்தைப் புலவர் பிசிராந்தையார் விளக்குகிறார். புறநானூறு 191,

யாண்டு பலவாக நரையில ஆகுதல்
யாங்கு ஆகியர் என வினவுதிர் ஆயின்,
மாண்ட என் மனைவியொடு மக்களும் நிரம்பினர்,
யான் கண்ட அனையர் இளையரும், வேந்தனும்
அல்லவை செய்யான் காக்கும், அதன்தலை
ஆன்று அவிந்து அடங்கிய கொள்கைச்
சான்றோர் பலர், யான் வாழும் ஊரே.

என் மனைவியும் மக்களும் மாண்புடையவர்கள். நிறைகுடம் போல நிரம்பிய உள்ளம் கொண்டவர்கள். இளைய தலைமுறையினரும் அப்படியே இருக்கின்றனர். என் அரசனும் அறம் அல்லாத செயல்களைச் செய்யாமல் அனைவரையும் காப்பாற்றுகிறான். எல்லாவற்றிற்கும் மேலாக, என் ஊரில் இருப்பவர்கள் அனைவரும் அறிவு நிறைந்து அதனைப் பகட்டாக்கிக் காட்டாமல் அடக்கமாக வைத்துக்கொண்டு, கோட்பாட்டில் சான்றோராய் வாழ்கின்றனர். எனவே எனக்குக் கவலை என்பதே இல்லை. கவலை இல்லாததால் எனக்கு நரை இல்லை என்று சொல்கிறார்.

அடுத்து, மன்னன் கோப்பெருஞ்சோழன் இறந்தபின் அவனுடைய நண்பரான புலவர் பிசிராந்தையார் பாண்டிய நாட்டிலிருந்து சோழ நாட்டிற்கு வந்து, வடக்கிருந்து உயிர் துறந்தார். அதைக்கண்ட புலவர்

கண்ணகனார், அவர்கள் இருவரும் வேறு வேறு நாட்டினரானாலும் நட்பால் ஒன்றுபட்டதை வியந்து வடித்த பாடல்.

புறநானூறு 218, பாடியவர்- கண்ணகனார், திணை – பொதுவியல், துறை – கையறு நிலை

பொன்னும், துகிரும், முத்தும், மன்னிய
மா மலை பயந்த காமரு மணியும்,
இடை படச் சேய ஆயினும் தொடை புணர்ந்து
அரு விலை நன் கலம் அமைக்கும் காலை
ஒரு வழித் தோன்றியாங்கு, என்றும் சான்றோர்
சான்றோர் பாலர் ஆப,
சாலார் சாலார் பாலர் ஆகுபவே.

நிலத்துக்கு அடியில் கிடைக்கும் பொன், கடலுக்கு அடியில் பவளப் பாறைகள் உள்ள இடங்களில் கிடைக்கும் பவளம், கடலுக்கு அடியில் சில நிலப்பரப்புகளில் கிடைக்கும் முத்து, மலைநிலப் பகுதிகளில் கிடைக்கும் மணி ஆகியவை கிடைக்கும் இடங்கள் வெவ்வேறு ஆயினும் ஒன்றாகச் சேர்த்து அணிகல ஆரமாக உருவாக்கும்போது இணைந்து விலை உயர்ந்த பொருளாக மாறுவது போலச் சான்றோர் சான்றோர் பக்கமும், சால்பில்லார் சால்பில்லார் பக்கமும் இணைந்துவிடுவது உலகியல்பு என்று கோப்பெருஞ்சோழனுக்காக அவரைத்தொடர்ந்து பிசிராந்தையாரும் இறந்துவிட்டதை எடுத்துரைக்கிறார்.

இந்தப் பாடலில் உள்ள வரிதான் இவ்வுரையின் தலைப்பு. அடுத்து, கோப்பெருஞ்சோழனின் நண்பரான பொத்தியார் அவரை நோக்கிப் பாடிய பாடலைக் காண்போம். கோப்பெருஞ்சோழனோடு சேர்ந்து வடக்கிருக்க வந்த பொத்தியாரைத் தடுத்து வீட்டுக்கு அனுப்பிவிட்டான் கோப்பெருஞ்சோழன். மன வருத்தத்தோடு மீண்ட பொத்தியார் அவன் இல்லாதைக்கண்டு இந்தப் பாடலைப் பாடுகிறார். புறநானூறு 220, திணை: பொதுவியல், துறை: கையறு நிலை

பெருஞ்சோறு பயந்து பல் யாண்டு புரந்த
பெருங்களிறு இழந்த பைதல் பாகன்,
அது சேர்ந்து அல்கிய அழுங்கல் ஆலை
வெளில் பாழாகக் கண்டு கலுழ்ந்தாங்குக்
கலங்கினேன் அல்லனோ யானே, பொலந்தார்த்
தேர் வண் கிள்ளி போகிய
பேர் இசை மூதூர் மன்றம் கண்டே?

தனக்குச் சோறூட்டியும், தான் அதற்குச் சோறூட்டியும் காத்துவந்த ஆண்யானையை இழந்த பாகன் அது இல்லாமல் பாழ்பட்டுக் கிடக்கும் அதன் கட்டுத்தறியைப் பார்க்கும்போது அழுவது போல, நண்பன் கோப்பெருஞ்சோழன் இல்லாத மன்றத்தைப் பார்க்கும்போது கலங்குகிறேன் என்று பொத்தியார் கூறுகிறார்.

மேற்கண்ட பாடலில், நகரில் கோப்பெருஞ்சோழன் இல்லாத நகரைக் கண்டு பாடினார். அடுத்து, அவர் நடுகல் ஆனதைக் குறித்துப் பாடுகிறார். (புறநானூறு 221, திணை: பொதுவியல், துறை: கையறு நிலை)

பாடுநர்க்கு ஈத்த பல் புகழன்னே,
ஆடுநர்க்கு ஈத்த பேர் அன்பினனே,
அறவோர் புகழ்ந்த ஆய் கோலன்னே,
திறவோர் புகழ்ந்த திண் நண்பினனே,
மகளிர் சாயன் மைந்தர்க்கு மைந்து,

துகள் அறு கேள்வி உயர்ந்தோர் புக்கில்
அனையன் என்னாது அத் தக்கோனை
நினையாக் கூற்றம் இன் உயிர் உய்த்தன்று,
பைதல் ஒக்கல் தழீஇ அதனை
வைகம் வம்மோ வாய்மொழிப் புலவீர்,

நனந்தலை உலகம் அரந்தை தூங்கக்
கெடுவில் நல்லிசை சூடி,
நடுகல் ஆயினன் புரவலன் எனவே.

கோப்பெருஞ்சோழன் எப்படிப்பட்டவன் என்றால், பாடுபவர்களுக்கு ஈத்து பல் புகழ்பெற்றவன், ஆடுபவர்களுக்குக் கொடுத்த பேரன்பானவன், அறநெறி கண்டவர் புகழ்ந்த செங்கோலன், திறனாளர்கள் புகழ்ந்த நல் அன்பானவன், மகளிரிடத்தில் மென்மைக் குணம் கொண்டவன், வலிமையானோரிடம் வலிமை காட்டுபவன். இத்தகையவன் என்று எண்ணிப்பார்க்காமல், கூற்றுவன் கொண்டுசென்றான். அதனால் துன்புறும் உறவினர்களே, உண்மை பேசும் வாயினை உடைய புலவர்களே, ஒன்று திரண்டு வாருங்கள். எல்லாரும் சேர்ந்து அந்தக் கூற்றுவனை திட்டித்தீர்க்கலாம். கெடுதல் இல்லாத புகழைச் சூடிக்கொண்ட புரவலன் நடுகல்லாக இன்று ஆகிவிட்டானே என்று பாடுகிறார்.

கோப்பெருஞ்சோழன் வடக்கிருந்த பொழுது, புலவர் பொத்தியார் அவனுடன் வடக்கிருக்க விரும்பினார். ஆனால் கோப்பெருஞ்சோழன், “உன் மனைவிக்குக் குழந்தை பிறந்தபிறகு நீ என்னோடு வடக்கிருக்கலாம்” என்று கூறி அவரை அனுப்பினார். தன்னுடைய மனைவிக்குக் குழந்தை பிறந்த பின் பொத்தியார் வடக்கிருக்க வந்தார். ஆனால் கோப்பெருஞ்சோழன் இறந்து விட்டான். அவனுக்கு நடுகல் ஒன்று நாட்டப்பட்டது. அதைக்கண்ட பொத்தியார், பின்வருமாறு பாடுகின்றார். (புறநானூறு 222, பாடியவர்: பொத்தியார், பாடப்பட்டோன்: கோப்பெருஞ்சோழன், திணை: பொதுவியல், துறை: கையறு நிலை)

“அழல் அவிர் வயங்கிழைப் பொலிந்த மேனி
நிழலினும் போகா நின் வெய்யோள் பயந்த
புகழ் சால் புதல்வன் பிறந்த பின் வா” என
என் இவண் ஒழித்த அன்பிலாளா!
எண்ணாது இருக்குவை அல்லை,
என் இடம் யாது, மற்று இசை வெய்யோயே?

புகழை விரும்புபவனே, ‘மகன் பிறந்த பின்னர் வா’ என்று சொல்லி என்னை இங்கேயே விட்டுச்சென்ற அன்பில்லாதவனே, நீ என்னை நினைக்காமல் இருக்கமாட்டாய். எனவே நானும் உன்னுடன் வருகிறேன். நான் வடக்கிருக்க வேண்டிய இடம் யாது? என்று கேட்பதாக இப்பாடல் அமைந்துள்ளது. பொத்தியாரின் மற்றொரு பாடல், (புறநானூறு 223, திணை: பொதுவியல், துறை: கையறு நிலை)

பலர்க்கு நிழலாகி, உலகம் மீக்கூறித்,
தலைப்போகன்மையின் சிறுவழி மடங்கி,
நிலைபெறு நடுகல் ஆகியக் கண்ணும்
இடங்கொடுத்து அளிப்ப மன்ற, உடம்போடு
இன்னுயிர் விரும்பும் கிழமைத்
தொல் நட்புடையார், தம் உழைச் செலினே.

பலருக்கு அருள்தரும் நிழல் ஆகி, உலகத்தாரால் மிகவும் சிறப்பாகப் பேசப்பட்டு, தங்கள் அரசாளும் பணியை முற்றிலும் முடிக்காமல் இறந்து, சிறிய இடத்தில் இருந்து, நிலைபெற்ற நடுகல்லாக ஆகிய பொழுதும், உடம்புடன் இனிய உயிர் விரும்பும் உரிமை போலத் தொன்மையான நட்புடையவர்கள் அவர்களிடம் சென்றால், அவர்களுக்கு இடம் கொடுப்பார்கள் என்கிறார். இந்தப் பாடலைப் பார்க்கும்போது திருக்குறளில் காதற்சிறப்பு உரைத்தலில் வள்ளுவர்,

உடம்பொடு உயிரிடை என்னமற்று அன்ன
மடந்தையொடு எம்மிடை நட்பு (குறள். 1122)

என்று, நட்பு என்பது உடம்பிற்கும் உயிருக்கும் இடையிலான உறவினைப் போன்றது என்று கூறுவது நினைவிற்கு வருகிறது. இதன்மூலம் துண்டு, துண்டாகப் படிக்கும் துண்டுப் பிரசுரம் அல்ல தமிழிலக்கியம், தொன்மை அதன் வயது, தொடர்ச்சி அதன் அழகு என்பது புலனாகிறது.

இதன் புரிதல்கள்

சான்றோர், சாலார் என்பது படிப்படியாய் பரிணாமம் பெற்ற பட்டறிவுச் சொற்கள். கோப்பெருஞ்சோழன் செயல் எந்த வகையைச் சாரும்? சமண மதத்தில் ஸலேக்கான என்றொரு முறை உண்டு. அதாவது வயதானவர் விரும்பினால் உண்ணா நோன்பிருந்து இறந்து போவார்கள். அந்த ஸல்லேக்கானா(Saleikhana)வுடன் இதனை ஒப்பிடலாமா? வடக்கிருத்தல் என்ற கோட்பாட்டின் பின்னணி என்ன? கோப்பெருஞ்சோழன், பிசிராந்தையார், பொத்தியார் மற்றும் ஏனைய புலவர்களின் சொல்லும் செயலும் சொல்வது என்ன? இது உண்மை நிகழ்வோ, மிகைக்கூற்றோ அல்லது முழுக்கற்பனையோ எதுவாயினும் இது சொல்லும் சேதி என்ன?

கோப்பெருஞ்சோழன் – பிசிராந்தையார் - பொத்தியார் கதை எங்கோ ஒரு தமிழ்த் தொன்மத்தின் அடிஆழத்தினை எடுத்துரைப்பதாக அமைந்துள்ளது. அந்தத் தொன்ம ஆழத்தை எப்படி மதிப்பிடுவது? இதைச் சமகாலக் கண்ணோட்டத்தில் எப்படி அணுகுவது? என்பவையெல்லாம் நம்முன் உள்ள கேள்விகள்.

வடக்கிருத்தல்

'வடக்கிருத்தல்' என்பது சங்க இலக்கியத்தில் சில இடத்தில் பேசப்பட்டுள்ளது. வடக்குத் திசையினை நோக்கி அமர்ந்து, உணவருந்தாமல் இறந்துபோதல் வடக்கிருத்தல் ஆகும். இது ஒருவகையில் தனது கௌரவத்தினை மீட்டெடுத்தல் போன்றது. தனக்கு ஏதேனும் அவமானம் நிகழ்ந்தால் தனது உயிரை மாய்த்துக் கொள்ளுதல். வடக்கிருத்தல் குறித்து சங்க இலக்கியம் குறிப்பிடும் சில வரிகள் பின்வருமாறு,

வாள் வடக்கிருந்தனன் ஈங்கு – (புறநானூறு 65/11)
புறப்புண் நாணி வடக்கிருந்தோனே – (புறநானூறு 66/8)
அழி கள மருங்கின் வாள் வடக்கிருந்து என – (அகநானூறு 55/12)

இந்த மூன்று வரிகளும் ஒரே விசயத்தினைத் தான் பேசுகின்றன. போரின்போது எதிர்பாராமல் புற முதுகில் வேல் பட்டதால் அவர்கள் வடக்கிருந்து இறப்பது குறித்துப் பேசுகின்றன.

ஸல்லேக்கானா

சமணர்களிடம் "ஸல்லேக்கானா" (Saleikhana) அல்லது "ஸ்ந்த்தாரா" (Santhara) என்ற முறை உள்ளது. உலக வாழ்வினைத் துறந்து, எதுவும் செய்யாமல் சாப்பிடாமல் இறத்தல். இத்தகைய முறை தற்கொலையா? தற்கொலை இல்லையா? என்று இந்தியாவில் நீதிமன்றம் வரையிலும் சென்றிருக்கிறது. டோக்கியோ பல்கலைக்கழகத்தினைச் சேர்ந்த ஹாட்டா சரேயோஷி என்பவர் Fasting unto Death: Holy Ritual or Suicide? என்றொரு கட்டுரை எழுதியுள்ளார். இதில் ஸல்லேக்கானாவினைக் குறித்து எல்லாக் கோணங்களும் ஆராய்கிறது.

அகப்புண் நாணினான் அவன்!

கோப்பெருஞ்சோழன் செய்தது, சமயம் சார்ந்த சடங்கா? சமயம் சாராத தற்கொலையா? வாள் வடக்கிருத்தலா? இதில் எதுவும் இல்லையெனில் வேறு என்ன? என்ற கேள்வி எழுகிறது. நான் நினைப்பது, "அகப்புண் நாணினான் அவன்!" அதாவது புறமுதுகில் புண் ஏற்படுவதுபோல கோப்பெருஞ்சோழனின் அகத்தினுள் புண் ஏற்பட்டது. இது ஒரு சுயபரிசோதனையின் முடிவாக உள்ளது. இதற்கு இரண்டு காரணங்கள் உள்ளன. ஒன்று, தான் வளர்த்த பிள்ளைகள் இரண்டு பேரும் தன்மீது படையெடுத்து வந்துவிட்டார்கள். புலவர் எடுத்துரைத்துச் சண்டையும் நிறுத்தப்பட்டு விட்டது. இதற்குமேல் வாழ்ந்து என்ன பயன். இறந்துவிடலாம் என்ற முடிவினை எடுத்தல். இரண்டாவது, தன் மகன்கள் தன்மீது படையெடுக்கும் அளவிற்கு அவர்களை விட்டுவிட்டதை நினைத்தும்கூட இறந்துபோகலாம் என முடிவெடுத்திருக்கலாம். ஆனால் கோப்பெருஞ்சோழன் செய்தது ஸல்லேக்கானா அல்ல. புறப்புண் நாணிய வாள் வடக்கிருத்தலும் அல்ல என்பது முக்கியமானது.

மகுடத்தின் விலை – தந்தையின் தலை

வரலாற்றில் தந்தையைக் கொன்று முடிசூடியவர்கள் இருந்துள்ளனர். மகதப் பேரரசின் பிம்பிசாரரை (r. 543–491 BC) அவரது மகன் அஜதாசத்ரு (r.492–c.460 BC) கொலை செய்து பதவி ஏற்றார். அஜதாசத்ருவை அவருடைய மகன் உபயபத்ரா என்பவன் கொலை செய்தான்.

மேவார் பேரரசில் ரானா கும்பா (r.1438–1468) என்பவரை அவரது மகன் உதய் கொலைச் செய்தார். ஐந்து ஆண்டுகள் கழித்து, உதய்யின் இளைய சகோதரர் ராய்மால் உதய்யைக் கொன்றான். மேவாரைச் சேர்ந்த அஜித் சிங்கை(1679–1724) அவரது இரண்டு புதல்வர்களான பக்த் சிங், அபை சிங் ஆகிய இருவரும் சேர்ந்து கொலை செய்தனர். அதனால் வரலாற்றில் பல இடங்களில் தந்தையினைக் கொன்று அரசராவது நிகழ்துள்ளது.

கல்கியின் 'பொன்னியின் செல்வன்' ஐந்தாவது பகுதியில் ராஜராஜ சோழன் பதவிக்கு வரவேண்டுமென்று அனைவரும் விரும்பினாலும், மதுராந்தகச் சோழனுக்கு (சித்தப்பா) மகுடத்தை விட்டுக்கொடுத்தார் ராஜராஜ சோழன். அதனால் தியாகத்தின் சிகரமானான் ராஜராஜ சோழன். எனக்குத் தெரிந்து தந்தையைக் கொன்று பதவிக்கு வந்த யாரும் தமிழகத்தில் இல்லை. இது ஒரு முக்கியமான விசயம். கோப்பெருஞ்சோழனின் தொடர்ச்சியும் இதில் காணலாம். ஆனால் பங்காளிச் சண்டைகள் இருந்துள்ளன. இப்போது நிகழ்கால அரசியலிலும் நாம் பார்க்காத பங்காளிச் சண்டைகளா!

சுற்றமும் நட்பும்

சுற்றம் என்பது சுற்றியிருப்பது. யார் உனது சுற்றம் என்பது உன் சொந்த விருப்பமா? பிறந்து விழுந்தாய், விழித்துப் பார்த்த போது அம்மா, அப்பா, அண்ணன், அக்கா, பெரியப்பா, சித்தப்பா, மாமா அத்தை சூழ்ந்திருந்தார்கள். ஐந்து வயதில் அண்ணன் தம்பி, பத்துவயதில் பங்காளி என்று பழமொழி போதும். பங்காளி பகையாளி ஆவது பழகிய எதார்த்தம்! ஆனால் நட்பு என்பது நாடிப்பெற்றது. உடுக்கை இழ்ந்தவன் கைபோல இடுக்கண் களைவது! அந்த வகையில் சுற்றம் என்பதைவிட நட்பு என்பது மிகவும் பெரியது, முக்கியமானது.

கோப்பெருஞ்சோழனும் பிசிராந்தையாரும் சாத்தியமே!

புணர்ச்சி பழகுதல் வேண்டா உணர்ச்சிதான்
நட்பாம் கிழமை தரும் (அதிகாரம்:நட்பு குறள் எண்:785)

மு. வரதராசன் உரை: நட்புச் செய்வதற்குத் தொடர்பும் பழக்கமும் வேண்டியதில்லை; ஒத்த உணர்ச்சியே நட்பு ஏற்படுவதற்கு வேண்டிய உரிமையைக் கொடுக்கும்.

பரிமேலழகர் உரை: புணர்ச்சி பழகுதல் வேண்டா - ஒருவனோடு ஒருவன் நட்பாதற்குப் புணர்ச்சியும் பழகுதலுமாகிய காரணங்கள் வேண்டுவதில்லை; உணர்ச்சிதான் நட்பாம் கிழமை தரும் - இருவர்க்கும் ஒத்த உணர்ச்சி தானே நட்பாம் உரிமையைக் கொடுக்கும். (புணர்ச்சி: ஒரு தேயத்தராதல். 'இன்றே போல்க நும் புணர்ச்சி' (புறம்.58) என்றதும் அதனை பழகுதல் - பலகால் கண்டும் சொல்லாடியும் மருவுதல். இவ்விரண்டும் இன்றிக் கோப்பெருஞ்சோழனுக்கும் பிசிராந்தையார்க்கும் போல உணர்ச்சி யொப்பின், அதுவே உடன் உயிர் நீங்கும் உரிமைத்தாய நட்பினைப் பயக்கும் என்பதாம்.(புறம்.217) நட்பிற்குப் புணர்ச்சி, பழகுதல், உணர்ச்சியொத்தல் என்னும் காரணம் மூன்றனுள்ளும், பின்னது

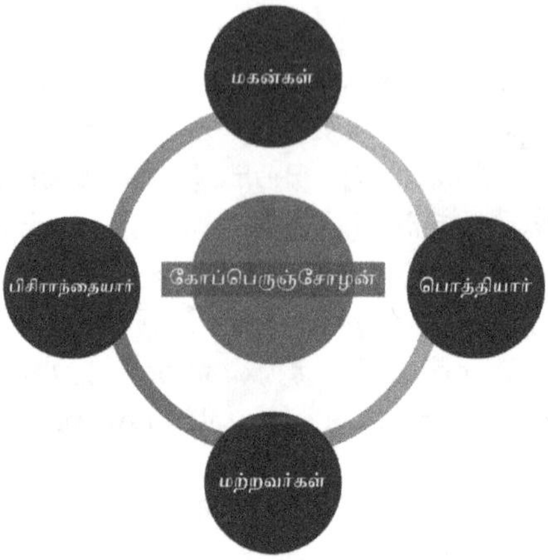

படம்.9.4. சாலர் சாலார் பாலர்

சிறப்புடைத்து என்பது இதனான் கூறப்பட்டது.)

தமிழண்ணல் உரை: ஒருவருடன் ஒருவர் நட்புக்கொள்வதற்கு ஓரிடத்துக் கூடி ஒன்றாக இருத்தலோ, அடிக்கடி கண்டு பழகுதலோ வேண்டுவதில்லை. இருவருக்கும் ஒத்த உணர்ச்சியிருக்குமானால், அதுவே நட்பாகிய உரிமையை விளைவிக்கும்.

கோப்பெருஞ்சோழன், பிசிராந்தையார் ஆகிய இருவரைக் குறித்தும் ஒரே திருக்குறளில் எடுத்துரைக்கும்படி அமைந்தது இந்தக் குறள்தான். இத்தகைய கோப்பெருஞ்சோழன், பிசிராந்தையார் நட்பு என்பது சாத்தியமே. இந்தக் கட்டுரையினை நட்பு குறித்து நான் எழுதிய ஒரு பாடலின் சில வரிகளுடன் முடிக்கிறேன்.

எனக்கு இப்போது நாலு கை!

நண்பா நண்பா நண்பா நண்பா
உனது கை எனது நம்பிக்கை!
உன் கை! என் கை – எல்லாம் சேர்ந்து
எனக்கு இப்போது நாலு கை!

கனிவாக நீயே சொன்னால்
தவறுகள் எல்லாம் தீர்ந்தே போகும்
சிறகாக நீதான் இருந்தால்
உயரங்கள் எல்லாம்
என்னிடம் தோற்கும்!

10

அரசு முறை செய்க

"அரசு முறை செய்க! களவு இல் ஆகுக!" என்பதே இந்தத் தலைப்பின் முழுவரி. 'அரசு முறை செய்வதாகுக' அதாவது முறையாக ஆட்சிபுரிவதாகுக, களவு என்பது எங்கும் இல்லாது ஒழிக என்று இதனை எளிமையாகச் சொல்லலாம். நியாயம் கிடைக்கட்டும், திருட்டு ஒழியட்டும் என்று அரசு தொடர்பாக ஒரு வேண்டுகோள், விருப்பம் சொல்லப்படுகிறது. இது யாரின் விருப்பம்? எப்போது சொன்னது? யாரைப் பார்த்து வேண்டியது! என்பவை முக்கியமானவை. "செய்க" என்பது "வேண்டல்" பொருளில் வரும் "வியங்கோள்" ஆகும். இந்தத் தலைப்பில் உள்ள அரசு, முறை என்பன எவற்றினைக் குறிக்கிறது என்பதை விவாதிக்க வேண்டும்.

சங்க இலக்கியங்களில் ஒன்றான ஐங்குறுநூறின் முதல் பத்துப் பாடல்கள் 'வேட்கைப் பத்து' ஆகும். 'வேட்கை' என்பது 'விருப்பம்' ஆகும். இவை மருதத் திணைப் பாடல்கள். இதனை எழுதியவர் ஓரம்போகியார். இதன் முதல் பாடல் தோழி தலைவனிடம் சொன்னதாக அமைந்த பாடல். தலைவன் பரத்தமையை மேற்கொண்டான். பின்னர் அது தீய ஒழுக்கம் என்று தெளிந்தவனாகத் தன்னுடைய இல்லத்திற்குத் திரும்புகிறான். தலைவி ஊடல் கொள்ளாது அவனை ஏற்றுக் கொள்கின்றாள். தலைவன் தோழியிடம், "நான் தீநெறிச் சென்ற காலத்தில் எவ்வாறு இருந்தீர்கள்?" என்று கேட்க, தோழி தலைவியின் சிறப்பைக் கூறுமாறு தலைவனிடம் குறிப்பிடுவதாக இப்பாடல் வரிகள் அமைந்துள்ளன.

வாழி ஆதன்! வாழி அவினி!
நெல் பல பொலிக, பொன் பெரிது சிறக்க,
என வேட்டோளே யாயே, யாமே,
நனைய காஞ்சிச் சினைய சிறு மீன்
யாணர் ஊரன் வாழ்க,
பாணனும் வாழ்க, என வேட்டேமே.

பொருளுரை: வாழ்க ஆதன்! வாழ்க அவினி! நெல் நிறைய விளையட்டும், செல்வம் கொழிக்கட்டும், என்று என் தோழி விரும்புகின்றாள். மொட்டுக்களையுடைய காஞ்சி மரங்களும், சிறிய

சினை மீன்களுடைய செல்வம் நிறைந்த ஊரன் ஆகிய தலைவன் வாழ்க, அவனுடைய பாணனும் வாழ்க என்று அவளுடைய தோழியரான நாங்கள் விரும்பினோம்.

இப்பாடலில் இடம் பெறும் ஆதன் என்ற பெயரும் முக்கியமாகும். தமிழ் நாட்டில் கீழடி உள்ளிட்ட நிறைய இடங்களில் தமிழி எழுத்தில் ஆதன் என்ற பெயர் கிடைத்திருக்கிறது. வேட்கைப் பத்து முழுவதும் வாழி ஆதன் வாழி அவினி என்றுதான் தொடங்குகிறது. இத்துடன் தோழி, தலைவி இதனை வேண்டினாள், நாங்கள் இதனை வேண்டினோம் என்று எடுத்துரைக்கும்படி அமைந்திருக்கிறது. இந்தப் பத்துப் பாடல்களிலும் தலைவி வேண்டுபவை எல்லாம் பொதுநலன் கருதியதாகவே அமைந்திருக்கிறது. தலைவி வேண்டுபவையான பொதுநலன் குறித்தவை மட்டும் பின்வருமாறு,

விளைக வயலே, வருக இரவலர்,
என வேட்டோளே யாயே, யாமே, (ஐங்குறுநூறு 2)

பால் பல ஊறுக, பகடு பல சிறக்க,
என வேட்டோளே யாயே, (ஐங்குறுநூறு 3)

பகைவர் புல் ஆர்க பார்ப்பார் ஓதுக
என வேட்டோளே யாயே:, (ஐங்குறுநூறு 4)

பசியில் ஆகுக, பிணி சேண் நீங்குக,
என வேட்டோளே யாயே,(ஐங்குறுநூறு 5)

வேந்து பகை தணிக, யாண்டு பல நந்துக,
என வேட்டோளே யாயே, (ஐங்குறுநூறு 6)

அறன் நனி சிறக்க, அல்லது கெடுக,
என வேட்டோளே யாயே, (ஐங்குறுநூறு 7)

அரசு முறை செய்க, களவு இல் ஆகுக,
என வேட்டோளே யாயே,(ஐங்குறுநூறு 8)

நன்று பெரிது சிறக்க, தீது இல் ஆகுக,
என வேட்டோளே யாயே,(ஐங்குறுநூறு 9)

மாரி வாய்க்க, வளம் நனி சிறக்க,
என வேட்டோளே யாயே,(ஐங்குறுநூறு 10)

இப்பாடல்களில் எட்டாம் பாடலாக உள்ள, அரசு முறை செய்க, களவு இல் ஆகுக என்பதுதான் இவ்வுரையின் தலைப்பு.

இதில் தலைவன் முறையற்றுப் போயிருக்கும்போது தலைவி பொதுநலன் கருதி வேண்டினாள் என்பதும் தலைவியின் தோழி, தலைவியின் நலன் கருதி வேண்டினாள் என்பதும் கவனிக்கத்தக்கது. பெண்களுக்கும் பொது காரியங்கள், அரசியல் முதலியவற்றிற்கும் தொடர்பு இல்லாததுபோன்ற ஒரு பொதுவான தோற்றத்தை இந்தியப் பண்பாட்டு மரபுகள் தருகின்றன. ஆனால் தமிழ் மரபு அவ்வாறானது அல்ல. தமிழ் மரபில் ஔவையார் உள்ளிட்ட பெண் புலவர்கள் பல்வேறு வகையில் அரசியல், பொதுவிசயங்களைப் பேசியுள்ளனர். இத்தகைய மரபில்தான் ஒரு காதல் பாடலில்கூட பொதுவிசயங்கள் குறித்துப் பேசப்பட முடியும்.

அடுத்து, குறுந்தொகையில் அரசியல் பேசும் காதல் பாடலைப் பார்ப்போம். இதனை எழுதியவர் கோழிக் கொற்றனார், குறிஞ்சித் திணை – தலைவன் தோழியிடம் சொன்னது,

பணைத்தோள் குறுமகள் பாவை தைஇயும்,
பஞ்சாய்ப் பள்ளம் சூழ்ந்து மற்றிவள்
உருத்தெழு வன முலை ஒளி பெற எழுதிய
தொய்யில், காப்போர் அறிதலும் அறியார்,
முறை உடை அரசன் செங்கோல் அவையத்து
யான் தன் கடவின் யாங்கு ஆவது கொல்?
பெரிதும் பேதை மன்ற,
அளிதோ தானே, இவ்வழுங்கல் ஊரே. (குறுந்தொகை 276)

தலைவிக்கு, நான் பரிசு செய்து தந்துள்ளேன், தலைவியின் மார்பில் தொய்யில் எழுதியுள்ளேன். அவளை என்னுடன் சேரவிடாமல் தடுத்துக் கொண்டிருப்பவர்கள் இதனை அறியாதவர்கள். முறை உடைய அரசனின் செங்கோல் அவையத்தில் சென்று நான் முறையிட்டால் அவர்களது நிலைமை என்னவாகும்? என்று தலைவன் கூறுகிறான்.

தலைவன் தன்னுடைய காதலில் தலைவியினை அடைவதற்காகத் தான் அரசனிடம் முறையிடுவேன் என்று சொல்வதுபோன்று அமையப்பெற்றது இப்பாடல். “முறை உடைய அரசன், அவனது செங்கோல் அவையம்” என்பவற்றை ஒரு காதல் பாடலுக்குள் கொண்டு வருகின்றனர். இத்தகைய முறையில் காதல் பாடலில் அரசன், முறை, செங்கோல், அவையம் முதலியவை வருவதுதான் வியப்பாக உள்ளது. அரசியலுக்கென்று தனியாக ஒரு நூல் எழுதி, அதில் அரசன் இவ்வாறு இருக்கவேண்டும், அவையம் இவ்வாறு இருக்க வேண்டும், செங்கோல் என்பது இது, முறை என்பது இது என்றெல்லாம் சொல்லுதல் பெரிய

விசயம் கிடையாது. மக்களின் பிரச்சனைகளோடு அதன் பயனை எடுத்துரைப்பதுதான் முக்கியம். அதனைச் சங்க இலக்கியம் செய்கிறது.

வேட்கைப்பத்தும் குறுந்தொகையில் தலைவன் கூற்றும் ஆகிய இரண்டுமே அகப்பாடல்கள். மன்னன் பேசும் சூளுரையோ, புலவர் பேசும் புகழுரையோ அறிவுரையோ அல்ல, நேரடியாக இரண்டும் சாமானியர்களின் குரல். ஒன்றில் ஆண், மற்றொன்றில் ஒரு பெண் மற்றும் தோழியரின் குரல். தேவையும் தீர்வும் குறித்துப் பேசுகின்றனர். இயற்கை, இறைவன்(அரசன்), மக்கள் ஆகியவை அருகருகே இருந்தார்கள். அதனால் அரசும், முறையும் அழைக்கும் தூரத்தில் இருந்தன. அப்போது பெருவேந்தர்கள் இல்லை. அதனால் அரியாசனம், வெண்கொற்றக்குடை, முரசம், பட்டத்து யானை, கவரி வீசும் பெண்கள் யாரும் இல்லை. அரியாசனத்தை அறியாச் சனம்தான் இருந்தது. அதனால் இவை சாத்தியமாயின.

அரசு சார்ந்த சொற்களாகச் செங்கோல், அரசு, முரசு, கிழவன், அரசன், கொற்றம், தலைவன், முடி, மன்னன், வேந்தன், இருக்கை, குடை, அவை, முறை, குடி முதலியன காணப்படுகின்றன. இதில் கிழவன் என்ற சொல்லைக் குறித்துச் சிலவற்றைப் பார்ப்போம்.

கிழவன்

சங்க இலக்கியத்தில் ‘கிழவ’ என்ற சொல் 5 இடங்களில் பயன்படுத்தப் பட்டுள்ளது. மலை சார்ந்த இடங்களில் உள்ள தலைவனைக் குறிப்பதற்குப் சங்க இலக்கியம் ‘கிழவன்’ என்ற சொல்லைப் பயன்படுத்துகிறது. அடிப்படையில் தமிழ் மக்கள் மலைநிலம் சார்ந்தவர்கள். அதனால்தான் மலை நிலத் தலைவனுக்குப் பயன்படுத்திய அதே சொல், ‘தண் தமிழ் கிழவர்’ என்று மூன்று வேந்தர்களைச் சுட்டும்போது பயன்படுத்தப் பட்டுள்ளது.

மண் திணி கிடக்கை தண் தமிழ் கிழவர்

முரசு முழங்கு தானை மூவருள்ளும் (புறநானூறு 35)

‘கிழவர்’ என்பது 3 இடங்களிலும் ‘கிழவன்’ என்று 12 இடங்களிலும் சங்க இலக்கியம் சுட்டுகிறது. இந்தக் ‘கிழவன்’ என்ற சொல் மலை தொடங்கி பல்வேறு இடங்களில் தலைவன் என்ற பொருளில் நகர் வரையில் பயன்படுத்தப்பட்டுள்ளது. கிழவன் என்பது கிழமைப் பெயர். கிழமை என்றால் உறவு என்று பொருள். கிழமைப் பெயர் என்றால் உறவு பெயரைக் குறிக்கும் சொல். அதனால் அது உரிமைச் சொல். காதல் தலைவனும் நிலத்தின் தலைவனும் மன்னனும் தமிழ் மூவேந்தரும்கூட கிழவர்தான்.

அரசு

அரசு என்பது நமக்கு மிகவும் பழக்கமான சொல். அரசு என்பது அகரம் அல்ல. அதாவது தற்காலத்தில் நாம் பார்க்கும் அரசு என்பது அனைத்திற்கும் தொடக்கம் அல்ல. பறவைகள் கூடு கட்டுவதைப் போல குடிகள் கூடிக் குடியமைத்தார்கள். குடி அமைக்க முதல் அடியை எடுத்துவைத்தவன் குடித்தலைவன் ஆனான். அவன் அல்லும் பகலும் அருகே இருந்தான்; பகிர்ந்துண்டான். குடியின் தலைவன் "கோ". அவன் குடியிருந்த இடம் குடிகை என்றாலும் கோயில். வெண்கொற்றக்குடையும் வீசிய கவரியும் சூடிய முடியும் கொடியும் சின்னமும், சிம்மாசனமும் கையில் செங்கோலும் பிந்தைய காலத்தில் வந்தவை.

குடில் › குடி › குடிமை › குடிமக்கள் › குடியரசு

கோ › கோ இல் › கோயில்

இறை › இறைவன் › இறை (வரி) › இறையாண்மை

அரசன் › அரசு › ஆட்சி › அரசாட்சி

படம். 10.1. சங்க இலக்கியம் சுட்டும் தலைவன் குறித்த சொல்லாடல்கள்

மேற்கண்ட முறையில்தான் குடில், கோ, இறை, அரசன் முதலிய சொற்கள் பரவி வியாபித்திருக்கின்றன. அரசின் செயல்பாடு குறித்து பட்டினப்பாலையில் உள்ள வரிகள் பின்வருமாறு,

காடு கொன்று நாடு ஆக்கி
குளம் தொட்டு வளம் பெருக்கி
பிறங்கு நிலை மாடத்து உறந்தை போக்கி
கோயிலொடு குடி நிறீஇ – பட்டினப்பாலை

காடுகளை அழித்து நாடாக மாற்றுதல், அதாவது குடிருப்புகளை ஏற்படுத்துதல், குளத்தினை ஏற்படுத்தி வளத்தினைப் பெருக்குதல், பெரிய கட்டிடங்களைக் கட்டி உறந்தை நகரினை அமைத்தல் என்று நகரத்தின் உருவாக்கத்தில் உள்ள அரசின் செயல்பாட்டினை எடுத்துரைக்கின்றன இவ்வரிகள். அர்சன், அரசு, மக்கள் முதலியவற்றிற்கு இடையிலான இணைப்பினைக் குறித்து படம்.10.1. எடுத்துரைக்கின்றது.

அரசன் அரசினை அமைத்துச் செயல்படுகிறான். அரசு முறை என்று வரும்போது அதற்கு ஓர் உருவகம் தேவைப்படுகிறது, அதுதான் செங்கோல். அரசன் நியாயமாக இருக்க வேண்டும். எந்தப் பக்கமும் சாயாமல் அதாவது ஒருபால் கோடாமல் நடுநிலையாக இருக்கவேண்டும். அத்தகைய முறையில் இருப்பதற்கான ஓர் உருவகம் செங்கோல். அரசனின் கையில் இருக்கும் செங்கோல் என்பது செம்மையாக இருப்பது, செங்குத்தாக இருப்பது, அதாவது வளையாமல் இருப்பது. வளைந்துவிட்டால் அதற்குப் பெயர் கொடுங்கோல். இத்துடன் முரசு, சின்னம், தனிப்பூ, அரியாசனம், அவை என எல்லாம் அரசு சார்ந்த உருவகமாக உள்ளன. சமூகப் பொருளாதாரப் பண்பாட்டு அரசியல் சூழல் சார்ந்த ஒரு கட்டமைப்பு இவற்றின்மூலம் காலப் போக்கில் உருவானது.

புறநானூறு 185ஆம் பாடலைப் பார்ப்போம். இதனைப் பாடியவர் தொண்டைமான் இளந்திரையன். இவரைக் குறித்து தனியாகப் பத்துப்பாட்டில் தரவுகள் உள்ளன. இவரே ஒரு கவிஞர்கூட. அரசனாகிய கவிஞர் அரசர் எப்படி இருக்க வேண்டும் என்று எடுத்துரைப்பதில்தான் இலக்கியத்தின் அழகே உள்ளது. அப்பாடல் பின்வருமாறு,

கால் பார் கோத்து ஞாலத்து இயக்கும்
காவல் சாகாடு உகைப்போன் மாணின்,
ஊறு இன்றாகி ஆறு இனிதுபடுமே;
உய்த்தல் தேற்றான் ஆயின், வைகலும்
பகைக் கூழ் அள்ளல் பட்டு,
மிகப் பல் தீ நோய் தலைத்தலைத் தருமே.

அரசன் என்பவன் ஆட்சி என்ற வண்டியை ஓட்டுபவன். அவனுக்கு நன்றாக ஓட்டத் தெரியவில்லை என்றால் ஒவ்வொரு நாளும் பகை

என்னும் சேற்றுக் கூழில் பட்டு மிகப் பல தீய துன்பங்களை அனுபவிக்கவேண்டி வரும். ஆள்வோன் சிறந்து விளங்கினால் ஆட்சிவண்டி எந்தத் துன்பமும் இல்லாமல் இனிதாக இயங்கும் என்கிறது இப்பாடல். சங்க இலக்கியத்தில் ஒரு மன்னனையே வண்டி ஓட்டுபவர் என்று சொல்வது முக்கியமானது.

அரசு என்ற அமைப்பு முறை - அவையம்

பெரும்பாணாற்றுப்படையில் அரசன் எத்தகைய முறையில் அவையத்தில் நீதி வழங்குபவனாக இருக்க வேண்டும் என்று எடுத்துரைக்கும் வரிகள் உள்ளன. அவை,

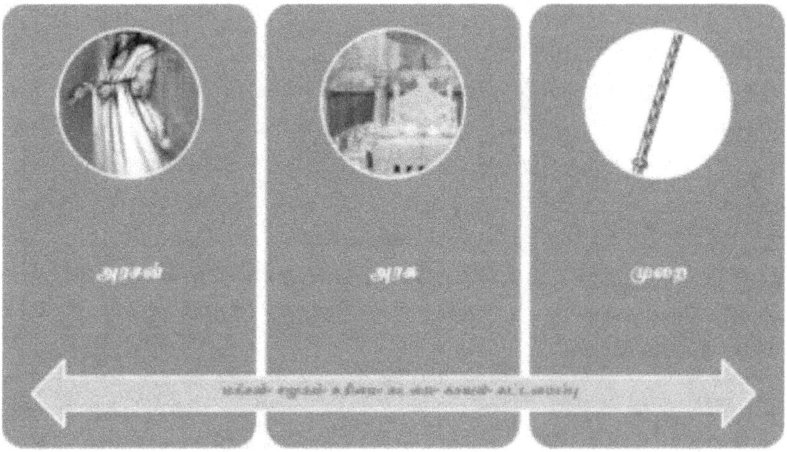

படம். 10.2. அரசன் - அரசு - முறை

முறை வேண்டுநர்க்கும் குறை வேண்டுநர்க்கும்,
வேண்டுப வேண்டுப வேண்டினர்க்கு அருளி,
இடைத்தெரிந்து உணரும் இருள் தீர் காட்சிக்
கொடைக்கடன் இறுத்த கூம்பா உள்ளத்து, (443-446)

ஓர் மன்னனின் அவைக்கு வருபவர் இரண்டு காரணங்களுக்காக வரக்கூடும். ஒன்று, முறை வேண்டுதல், மற்றொன்று குறை வேண்டுதல். முறை வேண்டுதல் என்பது நீதி கேட்டு வருவது. அதாவது முறையிடுபவர். குறைவேண்டுதல் என்பது வாழ்வில் துன்பம் ஏற்பட்டு, உதவி கேட்டு வருதல். அதனால் முறை வேண்டுபவர்களுக்கு முறையும் குறை வேண்டுபவர்களுக்கு குறையும் வழங்கும் வகையில் அவையமானது இருக்க வேண்டும் என்று எடுத்துரைக்கப்படுகிறது.

சரியான முறையில் நீதி வழங்கி செங்கோலோடு ஆட்சி புரியும் அரசனின் படை குறித்து கலித்தொகை 130 எடுத்துரைக்கிறது. இதனை எழுதியவர் நல்லந்துவனார். நெய்தல் திணை, கண்டோர் சொன்னது

...இம் மாலை,
கோவலர் தீம் குழல் இனைய, அரோ என்
பூ எழில் உண்கண் புலம்பு கொண்டு இனையும்!
என ஆங்கு
படுசுடர் மாலையொடு பைதல் நோய் உழப்பாளைக்,
குடி புறங்காத்து ஓம்பும் செங்கோலான் வியன் தானை
விடுவழி விடுவழிச் சென்றாங்கு, அவர்
தொடுவழித் தொடுவழி நீங்கின்றால் பசப்பே.

தலைவி பசலை நோயில் உள்ளாள், அப்போது மாலை நேரம். தலைவன் வந்து தலைவியைத் தொட்டவுடன் பசலை நோய் நொடியில் மறைந்துவிடுகிறது. அது எப்படிச் செல்கிறது என்றால், எதிரிகளுடைய படை தாக்க வரும்போது நியாயத்தோடு, செங்கோலோடு குடி மக்களைக் காத்து வருகின்ற ஓர் அரசனின் படைகள் தாக்கினால் எப்படி எதிரிகள் படை ஓடுமோ அதுபோல பசலை நோய் ஓடிவிட்டது என்று தலைவி சொல்கிறாள். இவ்விடத்தில் நியாயத்தோடும் செங்கோலோடும் ஆட்சி புரியும் அரசனின் படை எப்போது வீரமிக்கதாய் இருக்கும் என்பது எடுத்துரைக்கப்படுகிறது.

ஒரு காதல் பாடலில் குடி, குடியினைக் காத்தல், செங்கோல் முதலியவற்றை எடுத்துரைத்துச் சொல்கிறது சங்க இலக்கியம். அரசனின் தலைக்குமேல் இருக்கும் வெண்கொற்றக்குடை என்பது நாட்டில் உள்ள அனைத்து மக்களுக்கும் நிழல் தரக்கூடியது என்று நற்றிணை 146ஆம் பாடல் குறிப்பிடுகிறது. இதனை எழுதியவர் கந்தரத்தனார். அவ்வரிகள் பின்வருமாறு,

கடன் அறி மன்னர் குடை நிழல் போலப்
பெருந்தண்ணென்ற மர நிழல்

அதேபோல் அறநெறி என்பதே அரசு என்பதற்கு மூலம் என்று புறநானூறு 55ஆம் பாடல் குறிப்பிடுகிறது. இதனைப் பாடியவர் மதுரை மருதன் இளநாகனார், பாடப்பட்டோன்: பாண்டியன் இலவந்திகைப்பள்ளித் துஞ்சிய நன்மாறன்,

வேந்து மேம்பட்ட பூந்தார் மாற!
கடுஞ்சினத்த கொல் களிறும், கதழ் பரிய கலி மாவும்,
நெடுங்கொடிய நிமிர் தேரும், நெஞ்சுடைய புகல் மறவரும், என

நான்குடன் மாண்டது ஆயினும், மாண்ட
அறநெறி முதற்றே அரசின் கொற்றம்

அதனால் நமர் எனக் கோல் கோடாது,
பிறர் எனக் குணங் கொல்லாது,
ஞாயிற்றன்ன வெந்திறல் ஆண்மையும்,
திங்கள் அன்ன தண் பெருஞ் சாயலும்,
வானத்து அன்ன வண்மையும் மூன்றும்,

உடையை ஆகி இல்லோர் கையற,
நீ நீடு வாழிய நெடுந்தகை, தாழ் நீர்
வெண்தலைப் புணரி அலைக்கும் செந்தில்
நெடுவேள் நிலைஇய காமர் வியன் துறைக்,
கடு வளி தொகுப்ப ஈண்டிய

வடு ஆழ் எக்கர் மணலினும் பலவே.

யானைப் படை, குதிரைப் படை, தேர்ப்படை, காலாட்படை ஆகிய நான்கு படைகளின் மாட்சிமை கொண்டிருந்தாலும் அறநெறியே அரசின் அடிப்படையாகும். அரசில் முறை, நெறி, நீதி என்பவை எங்கு வருகிறது என்பது முக்கியமானது. ஒருபால் கோடாமை என்பதில் இதில் அடங்கியுள்ளது. அதாவது எந்த ஒரு பக்கமும் சாராது இருத்தல். நம்முடையவர் என்று அவரது குணத்தை ஏற்றுக்கொள்ளாமலும், பிறர் என்று அவரது குணத்தைக் கொன்று போடாமலும் ஞாயிறுபோல் ஆண்மைத்திறமும், திங்கள்போல் குளிர்ந்த பண்பும், மழைபோல் கொடைத்திறமும் கொண்டு இல்லோர் வறுமையைப் போக்கி நீடு வாழ்க என்று இப்பாடல் குறிப்பிடுகிறது.

மன்னனை வாழ்த்தும்போதுகூட எத்தகைய தன்மையில் இருக்க வேண்டும் என்று எடுத்துரைத்து வாழ்த்துகின்றது சங்க இலக்கியம். நீதி என்பது இயற்கையுடன் சம்மந்தப்பட்டது. அதனால்தான் இப்பாடலில் எடுத்துக்காட்டிற்கு ஞாயிறும் திங்களும் மழையும் பயன்படுத்தப்படுகிறது. ஞாயிறு, திங்கள், மழை முதலியவை எந்தவொரு சார்பு நிலையும் அற்று தனது செயலினைச் செய்து கொண்டிருக்கும். அதாவது ஒரு குறிப்பிட்ட நபர்களுக்குத்தான் கொடுக்க வேண்டும் என்ற எண்ணம் இல்லாதது. அதுபோல மன்னன் எந்த ஒரு சார்பு நிலையும் கொள்ளாமல் நீதி வழங்க வேண்டும். அடிப்படையில் இயல்பாகக் கிடைக்கின்ற நியாயத்திற்குச் சூரியன், சந்திரன், வான்மழை ஊந்துதலாக இருக்கின்றன. மதுரைக்காஞ்சியில்,

"அரசியல் பிழையாது அறநெறி காட்டி பெரியோர் சென்ற அடிவழிப் பிழையாது," *(191-192)* என அரசியல் பிழையாது ஆட்சி புரிக, அறநெறியைப் பின்பற்றி வாழ்ந்து காட்டிய பெரியோரின் அடியொற்றிப் பிழை நேராமல் ஆட்சி புரிக என்று எடுத்துரைக்கிறது.

சுரங்கத்திலிருந்து அரங்கத்திற்கு

புறநானூறு 197, பாடியவர்: கோனாட்டு எறிச்சலூர் மாடலன் மதுரைக் குமரனார். பாடப்பட்டோன்: சோழன் குராப்பள்ளித் துஞ்சிய பெருந்திருமாவளவன்,

வளிநடந் தன்ன வாஅய்ச் செலல் இவுளியொடு
கொடிநுடங்கு மிசைய தேரினர் எனாஅக்
கடல்கண் டன்ன ஒண்படைத் தானையடு
மலைமாறு மலைக்குங் களிற்றினர் எனாஅ
உரும்உடன் றன்ன உட்குவரு முரசமொடு
செருமேம் படூஉம் வென்றியர் எனாஅ
மண்கெழு தானை ஒண்பூண் வேந்தர்
வெண்குடைச் செல்வம் வியத்தலோ இலமே;
எம்மால் வியக்கப் படூஉ மோரே
இடுமுள் படப்பை மறிமேய்ந்து ஒழிந்த
குறுநறு முஞ்ஞைக் கொழுங்கண் குற்றடகு
புன்புல வரகின் சொன்றியடு பெறூஉம்
சீறூர் மன்னர் ஆயினும் எம்வயின்
பாடறிந்து ஒழுகும் பண்பி னாரே;
மிகப்பேர் எவ்வம் உறினும் எனைத்தும்
உணர்ச்சி யில்லோர் உடைமை யுள்ளேம்;
நல்லறி வுடையோர் நல்குரவு
உள்ளுதும்; பெரும யாம் உவந்துநனி பெரிதே.

அருஞ்சொற்பொருள்: வளி = காற்று. வாவுதல் = தாவுதல். இவுளி = குதிரை. நுடங்குதல் = ஆடல், துவளல், முடங்குதல், தள்ளாடுதல், வளைதல். உரும் = இடி. உட்கு = அச்சம். செரு = போர். படப்பை = தோட்டம். மறி = ஆட்டுக்குட்டி. அடகு = கீரை. முஞ்ஞை = முன்னை. சொன்றி = சோறு. பாடறிந்து ஒழுகும் பண்பு = பண்பாடு. எவ்வம் = துன்பம். நல்குரவு = வறுமை. நனி = மிகவும்.

உரை: காற்றைப்போல் தாவிச்செல்லும் குதிரைகளும், கொடிகள் அசைந்தாடும் தேர்களும், கடல்போன்ற படையும், மலையையும்

எதிர்த்துப் போர் புரியவல்ல களிறுகளும் உடையவர்கள் என்பதற்காகவோ, இடிபோல் ஒலிக்கும் அச்சம்தரும் முரசோடு போரில் வெற்றி பெற்றவர்கள் என்பதற்காகவோ, பெருநிலமாளும், ஒளிபொருந்திய அணிகலன்கள் அணிந்த அரசர்களின் வெண்கொற்றக்குடையுடன் விளங்கும் செல்வத்தை நாங்கள் மதிப்பது இல்லை. முள்வேலியுடைய தோட்டத்தில் ஆடு மேய்ந்தது போக மிஞ்சியுள்ள சிறிய இலையுள்ள, மணம் நிறைந்த முன்னைக் கீரையைப் புன்செய் நிலத்தில் விளைந்த வரகுச் சோற்றுடன் உண்ணும் மக்களுடைய சிறிய ஊர்க்கு அரசனாக இருந்தாலும் எம்மிடத்துப் பழகும் முறை அறிந்து நடக்கும் பண்பு உடையவர்களைத்தான் நாங்கள் மதிப்போம். மிகப்பெரிய துன்பமுற்றாலும், எங்களிடம் அன்பில்லாதவர்களின் செல்வத்தை நாங்கள் ஏற்றுக்கொள்ள மாட்டோம். பெரும! நல்ல அறிவுடையவர்களின் வறுமையை மிகவும் மகிழ்வோடு பெருமையாகக் கருதுவோம்.

இப்பாடலில் ஒரு பெரிய அரசனாக இருப்பதால் மட்டுமே மதிக்க மாட்டோம். மற்றொருவன் சிறிய அரசனாக இருப்பதாலேயே மதிக்காமல் இருக்க மாட்டோம். அரசனின் மதிப்பு என்பது செயல்பாட்டில் உள்ளது என்பதை எடுத்துரைப்பதாக இப்பாடல் அமைந்துள்ளது. மக்களுக்குத் தேவை அரசனின் அன்பும் பண்பும்தான். இதுவே அரசின், அரசனின் குணமாகும்.

அரசு மையச் சமூகம்

அரசனையே மையமாக வைத்த ஒரு சமூகம் குறிப்பிட்ட காலத்தில் தோன்றிவிடுகிறது. அதாவது அரசு என்பது மையமாக மாறிவிடுகிறது. அது குறித்த ஒரு புறநானூறு பாடலைப் பார்ப்போம். பாடியவர்: மோசி கீரனார், திணை: பொதுவியல், துறை: பொருண்மொழிக் காஞ்சி

நெல்லும் உயிர் அன்றே; நீரும் உயிர் அன்றே;
மன்னன் உயிர்த்தே மலர்தலை உலகம்;
அதனால் 'யான் உயிர்' என்பது அறிகை,
வேல் மிகு தானை வேந்தற்குக் கடனே. (புறநானூறு 186)

சங்க இலக்கியத்தில் மற்றொரு இடத்தில் உணவு, நீர் முதன்மையானது என்று பேசப்பட்டுள்ளது. ஆனால் அரசன் மையமாக மாறிய பின்பு நெல்லும், நீரும் உயிர் அல்ல, மன்னன்தான் முக்கியமானவன் என்று சொல்கிறது இப்பாடல். இப்பாடலைப் பாடிய மோசிகீரனார் அரசன்

தன்னுடைய கடமையினைச் சரியாகச் செய்யவேண்டும் என்பதை வலியுறுத்தும் தன்மையில் சொல்லியிருக்கிறார். அரசு மையமாக மாறிய பின்பு நெல், நீர் என்பவற்றைவிட அரசன்தான் முக்கியமானவனாக மாறுகிறான். அத்தகைய தன்மையில் சில சங்க இலக்கிய வரிகள் உள்ளன. அவை பின்வருமாறு,

பிறர் உவமம் ஆகா ஒரு பெரு வேந்தே (பதிற்றுப்பத்து 73/3)
வேண்டு இடத்து அடூஉம் வெல் போர் வேந்தே (புறநானூறு 41)
நாடு என மொழிவோர் “அவன் நாடு” என மொழிவோர்;
வேந்து என மொழிவோர் “அவன் வேந்து” என மொழிவோர்; (புறநானூறு 377)

அரசு பேரரசானதும் பெருமிதம் கூடி விடுகிறது. மிகைக்கூற்றும் இயல்பாகிவிடுகிறது.

தொல்குடியும் வேந்தும்

சங்க இலக்கியத்தில் தொல்குடிக்கும் வேந்தர்களுக்கும் இடையிலான முரண்பாடுகள் வெளிப்படையாகக் காணப்படுகின்றன. சங்க இலக்கியம் வேந்தர்களை ‘வம்ப வேந்தர்’ என்று சுட்டுகிறது. புதிதாக வந்த வேந்தர் என்பதும் இதன் பொருள். தொல்குடிக்கும் வேந்தர்களுக்கும் இடையிலான சிக்கல்கள் மகட்பாற் காஞ்சி எனும் துறை வழி வெளிப்படுகின்றன. தொல்குடிகளின் பெண்ணைக் கேட்டுப் பெற்று அப்பகுதிகளை வேந்தர்கள் தங்களது ஆளுகையின்கீழ்க் கொண்டுவர முயற்சித்தனர். இது பல நேரங்களில் போரில் முடிந்தது. புறநானூறு 353, பாடியவர்: காவிரிப்பூம்பட்டினத்துக் காரிக்கண்ணனார், திணை: காஞ்சி, துறை: மகட்பாற் காஞ்சி – பாடலின் சில பகுதிகள் கிடைக்கவில்லை.

தொல் குடி மன்னன் மகளே; முன் நாள்
கூறி வந்த மா முது வேந்தர்க்கு
. . . . ……………………
………………… . . உழக்குக் குருதி ஓட்டிக்,
கதுவாய் போகிய துதிவாய் எஃகமொடு
பஞ்சியும் களையாப் புண்ணர்,
அஞ்சுதகவு உடையர் இவள் தன் ஐமாரே.

தலைவி, ஊருக்குத் தலைவனின் மகள். அத்தலைவன், குன்று போன்ற பல நெற்போர்களை எருதுகளைக்கொண்டு விடியற்காலை போரடித்து, அகன்ற இடத்தில் குவித்த நெல்லை, சிலநாட்கள் வைத்து உண்ணக்கூடிய உணவாக வலிய வில் வீரர்களுக்குக் கொடுப்பதை வழக்கமாகக் கொண்டவன். முன்னாள், இவளை மணந்துகொள்ள

விரும்பி வந்த வேந்தர்களை, இவள் தமையன்மார் போரில் வென்று, குருதிப் பெருகி ஓடச் செய்து, நுனி முறிந்த வேலோடு, தங்கள் புண்களில் கட்டிய கட்டுக்களை நீக்காமல், காண்பவர் அஞ்சும் தகுதியுடையவர்கள்.

இதில் பெண் கேட்டு வந்த வேந்தரோடு சண்டையிட்டுக் காயம் உற்றதை இவ்வரிகள் எடுத்துக் காட்டுகின்றன.

"நீதி" என்ற கருத்தாக்கம்

பண்டைய கிரேக்கர்கள் "நீதி" என்பதை, "நல்லொழுக்கத்தின்" செயல்வடிவம் என்று கருதினர். அதனால் அதுவே ஒரு "நல்லொழுக்கம்" என்றும் கருதினார்கள். நீதி என்பது ஒழுக்கத்தின் செயல்வடிவம். நீதி என்பது வெறும் போதனை அல்ல, அது வழங்கும்போதுதான் செயல்வடிவம் பெறுகிறது. நீதி என்பது ஆன்மாவின் நல்லொழுக்கம், அநீதி என்பது அதன் தீயொழுக்கம். 'நீதி என்பது நற்பண்பும் சட்டத்திற்குக் கீழ்ப்படியும் விருப்பமும் ஆகும்' என்பதில் பிளாட்டோ, அரிஸ்டாட்டில் ஆகிய இருவரும் ஒருமித்த கருத்துடையவர்கள். உரிமைக்கும் கடமைக்குமான உறவின் புரிதல் நீதி. மனித உறவுகளில் நேர்த்தியையும் ஒழுங்கையும் கொணர்வது நீதியின் குறிக்கோள். இயற்கையே "சட்டத்தின்" தோற்றுவாய். அரசு போன்ற நிறுவனக் கட்டமைப்புகளின் முக்கியக் கடமை சட்டத்தைப் "படைப்பது" என்பதைவிட "செயல்படுத்துவது" என்பதுதான். எண்ணத்திலும் செயலிலும் சமநிலையையும் நல்லிணக்கத்தையும் வளர்ப்பது ஒரு சமூகத்தன்மை ஆகும்.

நீதி பற்றிய பிளாட்டோ, அரிஸ்டாட்டில் ஆகிய இருவரின் கருத்தாக்க அணுகுமுறைகளில் பல பொதுத்தன்மைகளும் அதேநேரத்தில் சில அடிப்படையான, தனித்துவ வேறுபாடுகளும் உண்டு. பிளாட்டோவின் நீதிக்கோட்பாட்டில் கடமை தான் அதிகம் வலியுறுத்தப்படுகிறது. அரிஸ்டாட்டிலின் அணுகுமுறை உரிமைகளை அடிக்கோடிடுகிறது. அரிஸ்டாட்டிலின் நீதி சமத்துவம் சார்ந்தது; பிளாட்டோவின் நீதி படிநிலைகள் சார்ந்தது.

நவீன யுகத்தில் நீதி பற்றிய முக்கிய கருத்தாக்கங்கள்

தற்கால தத்துவ அறிஞர்கள் பலரும் "நீதி" என்பதை "அறம்", "அரசியல்" ஆகிய தத்துவங்கள் சார்ந்த மிகமுக்கியமான ஒரு "நெறிமுறைக்கோட்பாடு" *(Normative concept)* என்று கருதுகிறார்கள்.

நீதி பற்றிய தற்கால அணுகுமுறைகளுக்கு வடிவம் கொடுத்தவர்கள் பின்வருமாறு,

J. S. Mill – Utilitarianism (1861)

J. Rawl – Theory of Justice (1971)

நீதி என்ற கருத்தாக்கம் ஒரு அடிப்படையான அற நெறிமுறை என்பது மிகையானது. அதைவிட முக்கியமானது "நல்லது" (Good), அல்லது "கெட்டது" (Evil) என்பவை பற்றிய அடிப்படைப் புரிதலும் நெறிமுறையும் தான் என்பது கிரிஸ்டோப் ஹார்ன் (Christoph Horn, University of Bonn, 2014) என்பவரின் கருத்தாகும். நீதி, அறம், நன்மை, தீமை தொடர்பாக அறிவதற்குச் சொற்பொருள் மீட்டுருவாக்கம் (Semantic Reconstruction) மிக உதவும் என்று கிரிஸ்டோப் ஹார்ன் கருதுகிறார்

"குழந்தைகளின் சிறு உலகத்தில், 'அநீதி' என்ற உணர்வைப் போல துல்லியமாக உணர்ந்து உள்வாங்கப்பட்டது வேறொன்றுமில்லை" என்று சார்லஸ் டிக்கன்ஸ் எழுதிய நூலின் ஒரு கதாபாத்திரம் கூறுகிறது. அதனை மேற்கோள் காட்டி அமர்த்யா சென் தனது Idea of Justice என்ற நூலினைத் தொடங்குகிறார். 'அநீதி பற்றிய வலுவான, பகிரங்கமான உணர்ச்சி வயது வந்தோருக்கும் பொருந்தும். நம்மை ஓரளவுக்கு இயக்குவது உலகம் முழுக்க முழுக்க நீதியுடன் இயங்கவில்லை என்ற புரிதல் அல்ல; அது சாத்தியமில்லை என்பதும்

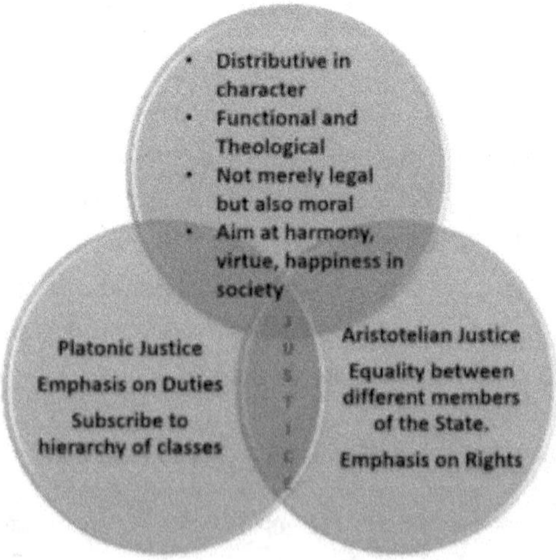

படம். 10.3. நீதி

நமக்குத் தெரியும். ஆனால், நம்மைச் சுற்றி களையத்தக்க அநீதிகள் பல உள்ளன. அவற்றை நாம் களைய விரும்புகிறோம் என்பது தான் நம்மை இயங்கச் செய்கிறது' என்று அமர்த்யா சென் குறிப்பிடுகிறார்.

களையத்தக்க அநீதிகளைக் கண்கூடாகப் பார்ப்பதுதான், நம்மை நீதி பற்றியும் அநீதி பற்றியும் யோசிக்க, செயல்பட வைக்கிறது. நீதி பற்றிய கோட்பாட்டிற்கு அதுதான் மையமாகவும் இருக்கிறது. பரிபூரண நீதியை வரையறுக்க முயல்வதைக்கூட தீர்வுகாணத்தக்க அநீதிகளுக்குத் தீர்வுகாண விரும்பத்தக்கது. நீதியும் அநீதியும் அதற்கான தீர்வுகளையும் ஒப்பீட்டு நிலையிலும் காணவேண்டும்.

பகிர்தல் அறம்

நீதி வழங்குவது என்பது பலவகைகளிலும் ஒரு பகிர்தல் அறம் தான். நன்மை, அனுகூலம் (Advantage), தீமை, இடர்(Disadvantage) ஆகியவற்றை எப்படிப் பகிர்வது என்பது பற்றியதுதான் பகிர்தல் அறம். சமூகத்தில் பல நூற்றாண்டு காலமாகச் சிலருக்கு அனுகூலமும் சிலருக்கு இடரும் தொடர்ந்து நிலவி வருகிறது. இது நீதியற்ற தன்மையாகும். அனைத்தும் பகிர்தல்தான் அறமாகும். இவ்விடத்தில் நெடுநுகத்துப் பகல் ஆணி என்ற வேளாண்மைச் சொல் தான் நினைவுக்கு வருகிறது. அதற்குள் எத்தகைய தன்மையில் பகிர்தல் செயல்படுகிறதோ அதுபோல பகிர்தல் அறம் இருக்கவேண்டும்.

அடுத்து, பகிர்தல் குறித்த ஒரு குறிஞ்சி நிலம்சார்ந்த பாடலைக் காணலாம். நற்றிணை 336, கபிலர், குறிஞ்சித் திணை – தோழி தலைவனிடம் சொன்னது

பிணர்ச் சுவல் பன்றி தோல் முலைப் பிணவொடு
கணைக் கால் ஏனல் கைம்மிகக் கவர்தலின்,
கல் அதர் அரும் புழை அல்கி கானவன்
வில்லின் தந்த வெண்கோட்டு ஏற்றைப்,
புனை இருங்கதுப்பின் மனையோள் கெண்டிக்

குடி முறை பகுக்கும் நெடு மலை நாட!
உரவுச் சின வேழம் உறு புலி பார்க்கும்
இரவின் அஞ்சாய், அஞ்சுவல், அரவின்
ஈர் அளைப் புற்றம் கார் என முற்றி,
இரை தேர் எண்கு இனம் அகழும்

வரை சேர் சிறு நெறி வாராதீமே.

வலிமைப் பிடிப்புக் கொண்ட கழுத்தை உடைய பன்றி, தோல்போல் தொங்கும் முலைகளைக் கொண்ட தன் பெண்பன்றியோடு வந்து

வயலில் தினையைக் கவர்ந்து உண்பதால், கானவன் வெள்ளைக் கொம்பு கொண்ட அந்த ஆண்பன்றியை வில் எய்து கொன்று இல்லம் கொண்டுவருவான். அவனது மனைவி அதனைச் சுட்டு தன்னைச் சேர்ந்த குடிமக்களுக்குப் பங்கிட்டுத் தருவாள்.

இந்தப் பகிர்தல்தான் அறத்தின் தொடக்கமே. ஆதிகாலத்தில் இருந்த பகிர்தல் அறம். கபிலர் இதனை மிகச் சாதாரணமாகச் சொல்லிச் செல்கிறார். ‘பகிர்தல்’ என்பது தொல்சமூகத்தில் இரண்டறக் கலந்தது. பகிர்தல் குறித்து புறநானூற்றுப் பாடலைக் காண்போம். 327ஆம் பாடல், பாடலைப் பாடியவர் பெயர் தெரியவில்லை.

எருது கால் உறாஅது இளைஞர் கொன்ற
சில்விளை வரகின் புல்லென் குப்பை,
தொடுத்த கடவர்க்குக் கொடுத்த மிச்சில்
பசித்த பாணர் உண்டு கடை தப்பலின்,
ஒக்கல் ஒற்கம் சொலியத் தன்னூர்ச்
சிறு புல்லாளர் முகத்தவை கூறி,
வரகுடன் இரக்கும் நெடுந்தகை
அரசு வரின் தாங்கும் வல்லாளன்னே.

புன்செய் நிலம் உடைய சாதாரண, சிறு குடி. அந்தக் குடியில் உள்ள தலைவன் பெரும் அரசு வந்தால்கூட எதிர்த்து நிற்கும் வலிமை கொண்டவன். அவன் விளைந்த சிறு வரகினைக் கடன் கொடுத்தவர்களுக்குக் கொடுத்து, பாணர்களுக்கும் கொடுத்து, உறவினர்களுக்கும் கொடுத்து, எஞ்சியதைக் கொண்டு வாழ்கிறான்.

இவன் இடத்தில் பகிர்தல் உண்டு. சிறுகுடியினைச் சேர்ந்தவன் என்றாலும் பகிர்ந்து வாழும் முறையினைப் பின்பற்றுவன். தொடக்க காலத்தில் இந்தப் பகிர்தல் அறம் சமூகவயப்பட்டு இருந்தது.

முறை

புறநானூறு 35, பாடியவர்: வெள்ளைக்குடி நாகனார், பாடப்பட்டோன்: சோழன் குளமுற்றத்துத் துஞ்சிய கிள்ளிவளவன், திணை: பாடாண், துறை: செவியறிவுறூஉ

நளி இரு முந்நீர் ஏணியாக,
வளி இடை வழங்கா வானம் சூடிய
மண் திணி கிடக்கைத் தண் தமிழ்க் கிழவர்
முரசு முழங்கு தானை மூவர் உள்ளும்,
அரசு எனப்படுவது நினதே பெரும!

அலங்கு கதிர்க் கனலி நால்வயின் தோன்றினும்,
இலங்கு கதிர் வெள்ளி தென்புலம் படரினும்,
அம் தண் காவிரி வந்து கவர்பு ஊட்டத்,
தோடு கொள் வேலின் தோற்றம் போல
ஆடு கண் கரும்பின் வெண்பூ நுடங்கும்

நாடு எனப்படுவது நினதே அத்தை, ஆங்க
நாடு கெழு செல்வத்துப் பீடு கெழு வேந்தே!
நினவ கூறுவல் எனவ கேண்மதி!
அறம் புரிந்தன்ன செங்கோல் நாட்டத்து
முறை வெண்டு பொழுதின் பதன் எளியோர் ஈண்டு

உறை வேண்டு பொழுதில் பெயல் பெற்றோரே,
ஞாயிறு சுமந்த கோடு திரள் கொண்மூ
வெயில் குடை அல்ல வேந்தே!
மாக விசும்பின் நடுவு நின்றாங்குக்
கண்பொர விளங்கும் நின் விண் பொரு வியன் குடை
வெயில் மறைக் கொண்டன்றோ அன்றே, வருந்திய

குடி மறைப்பதுவே கூர்வேல் வளவ!
வெளிற்றுப் பனந்துணியின் வீற்று வீற்றுக் கிடப்பக்
களிற்றுக் கணம் பொருத கண் அகன் பறந்தலை,
வருபடை தாங்கிப் பெயர் புறத்து ஆர்த்துப்,
பொருபடை தரூஉங் கொற்றமும் உழு படை

ஊன்று சால் மருங்கின் ஈன்ற தன் பயனே,
மாரி பொய்ப்பினும், வாரி குன்றினும்,
இயற்கை அல்லன செயற்கையில் தோன்றினும்,
காவலர்ப் பழிக்கும் இக்கண் அகன் ஞாலம்
அது நற்கு அறிந்தனையாயின், நீயும்

நொதுமலாளர் பொதுமொழி கொள்ளாது
பகடு புறந்தருநர் பாரம் ஓம்பிக்
குடி புறந்தருகுவை ஆயின், நின்
அடி புறந்தருகுவர் அடங்காதோரே.

'அரசு எனப்படுவது உன்னுடையயதே. நாடு எனப்படுவதும் உன்னுடைய நாடே. உன்னிடம் முறை வேண்டும்போது எளிமையாகக் காட்சி தந்து சரியான தீர்ப்பைப் பெற்றால் மழை விரும்பும்போது மழையைப் பெற்றது போன்று மக்கள் மகிழ்வர். உன் குடை உனக்கு வெயிலை மறைக்க அல்ல, குடிமக்களின் துயரைப் போக்கி அவர்களுக்கு நிழல் தருவதற்காகவே. உன் கொற்றம் உழவரின் உழவுப் படையால் விளைந்தது. மழை பொய்த்தாலும் வருவாய் குறைந்தாலும் இயற்கை அல்லாத செயற்கையால் சிக்கல்கள் தோன்றினாலும் உலகம்

அதனைக் காக்கும் அரசனைத்தான் பழிக்கும். இதனைப் புரிந்துகொண்டு உனக்கு வேண்டியவர்களின் சொல்லைக் கேளாமல் காளை மாடுகளைப் போற்றி உழவு செய்யும் குடிகளின் சுமையை நீ குறைத்து அவர்களைப் பேணினால் அடங்காத உன் பகைவர் உன்னிடம் அடிபணிவர்' என்று இப்பாடல் குறிப்பிடுகிறது.

'சரியான நீதி வழங்குதல்' என்பது இவ்விடத்தில் மழையுடன் ஒப்பிடப்படுகிறது. அதுவும் எளியவர்களுக்குக் கிடைக்கும் நீதி என்பது பெரும்மழையினைப் போன்றது என்று சொல்லப்படுகிறது. இத்துடன் வேண்டியவர்களின் பேச்சைக் கேட்காமல் செயல்படுமாறும், உழவர்களின் சுமையைக் குறைக்க வேண்டும் என்றும் சொல்லப்படுகிறது. விவசாயம் வளர்ந்தபின்பு தோன்றிய சிக்கலை எதிர்கொள்ளும்படி அமைந்த பாடலாகும். இதில் அரசு என்பதன் செயல்பாடு தெளிவாக எடுத்துரைக்கப்படுகிறது.

ஐங்குறுநூறு 371ஆம் பாடலில் தாய் தனது மகளின் செயல் அறநெறி கொண்டது என்று சொல்கிறார், இப்பாடலை எழுதியவர் ஓதலாந்தையார், பாலைத் திணை – தலைவியின் தாய் சொன்னதாக அமைந்த பாடல். தலைவன் தலைவனுடன் உடன்போக்குச் செல்கிறாள். அப்போது தாய்,

மள்ளர் கொட்டின் மஞ்ஞை ஆலும்,
உயர் நெடுங்குன்றம் படுமழை தலைஇச்,
சுர நனி இனிய ஆகுக தில்ல,
அறநெறி இதுவெனத் தெளிந்த என்
பிறை நுதல் குறுமகள், போகிய சுரனே.

மள்ளர்கள் முழவு முழக்கும் இசைக்கு ஏற்றாற்போல மயில் ஆடும் ஓங்கி உயர்ந்த குன்றத்தில் என் மகள் செல்கிறாள். குன்றத்தில் மழை பொழிந்து வழி இனிமையாக அமையட்டும். பிறை போன்ற நெற்றியை உடையவள் என் மகள். "அறநெறி இதுதான்" என்னும் தெளிவு பெற்று அவள் தன் காதலனுடன் சென்றுவிட்டாள். அவள் செல்லும் வழி இனிதாக அமையட்டும்.

தலைவனுடன் காதல் கொண்ட தனது மகள், தலைவனுடன் செல்லுவதுதான் அறநெறி. அதனால் அவள் அறநெறிப் படி நடக்கிறாள், அவள் செல்லும் பாதை நல்லபடியாக இருக்கட்டும் என்று தாய் விரும்புகிறாள். அறம் எது என்ற தெளிவை ஒரு மன்னனின் பார்வையில் மட்டுமல்ல, ஒரு புலவனின் பார்வையில் மட்டுமல்ல, ஒரு சாதாரணப் பெண்ணின் பார்வையில் வைக்கப்படுகிறது.

அரசு குறித்து தமிழ்ச் சொற்பொருள் வழித்தடத்தினை நோக்கினால்,

இதில் அரியணை இல்லை, சிம்மாசனம் இல்லை, சட்டம் இல்லை, நீதி இல்லை, நியாயம் இல்லை, அநீதி இல்லை, அநியாயம் இல்லை, சத்தியம் இல்லை. ஆனால் அறம் இருக்கிறது, நெறி இருக்கிறது, முறை இருக்கிறது, அவையம் இருக்கிறது, முரசு இருக்கிறது, குடை இருக்கிறது, இருக்கை இருக்கிறது, வாய்மை இருக்கிறது; இவைதான் அரசு சார்ந்தவை.

பொதுமுறை (திருக்குறள்) என்ன சொல்கிறது!

'தலைவன் வரவு பிறப்பால் அமைக; தேர்வால் அமைக; பிற முறையால் அமைக. அவன் வரும்வழி பற்றிக் கவலையில்லை. எவ்வழியானும் அரசேற்கும் தலைவனைப் பற்றியே வள்ளுவர் கவலை கொண்டார். அரசன் வரும்வழி பேசாது, 'இறைமாட்சி' அதிகாரத்து அவனுக்கு அமையவேண்டிய அரசியல்புகளையே பேசினார்' என்று வ சுப மாணிக்கம் குறிப்பிடுகிறார். திருவள்ளுவர் கொல்லாமையில் குறிப்பிடும்,

பகுத்துண்டு பல்லுயிர் ஓம்புதல் நூலோர்
தொகுத்தவற்றுள் எல்லாந் தலை (குறள் 322)

என்ற குறள் விநியோக அறத்தினை எடுத்துரைப்பதாக அமைந்துள்ளது.

அதன் பிறகு, கேள்வி கேட்ட வணிகன் மகள்; பருந்துக்குத் தொடைக்கறி அளித்தவன்; பொற்கைப் பாண்டியன்; மகனைத் தேர்க்காலில் இட்டவன் என பல கதைகள் உள்ளன. காவலனைக் கடவுள் நிலைக்கு உயர்த்துவது அல்ல இலக்கியத்தின் கடமை. சங்க இலக்கியம் ஒரு படிநிலை வளர்ச்சிக்குச் சாட்சியமாக இருக்கிறது. கடைசியில் அது மக்களின் பக்கமே நிற்கிறது. சரியான முன்னுதாரணங்களையே முன்னிறுத்துகிறது.

மக்களாட்சி என்ற மகத்துவம்

"முப்பது கோடி ஜனங்களின் சங்கம் முழுமைக்கும் பொது உடைமை ஒப்பிலாத சமுதாயம் உலகத் துக்கொரு புதுமை" என்று பாரதியார் கூறினார். வாக்குரிமை தான் இந்தியச் சமூகப் பண்பாட்டு வரலாற்றின் முதல் சட்டபூர்வமான முதல் சமத்துவ முயற்சி. வாக்குரிமைதான் ஒவ்வொருவரும் சமம் என்பதை எடுத்துரைத்தது. அரசியல் சாசனம் தான் குடிமக்களின் புனித நூல். நான் தேர்தல் ஆணையத்தில் இரண்டாவது முறையாகப் பணியாற்றும்போது எழுதிய ஒரு கவிதையுடன் இக்கட்டுரையினை முடிக்கிறேன்.

வாக்குரிமை

உலக நாடுகளில் வாக்குரிமை
தவணைமுறையில் வந்தது.

இந்தியனே...
உனக்கு மட்டும் தான்
மொத்தமாய் வந்தது.

கோயில்களும் குளக்கரைகளும்
கிணற்றடிகளும் தீனி போட்டு வளர்த்த
தீண்டாமைக் கொடுமைக்குக்
குடியரசுத் தீக்கொழுந்தைக்
கொளுத்திச் சிரித்தது.
வாக்குரிமை தந்த வாக்குச் சாவடி.
வாக்குச்சாவடி மக்களாட்சியின்
தலைவாசல் படி.

ஆண்டான் – அடிமை
அழுக்கில் கிடந்த
இந்தியச் சமூகத்தை
நிமிர்த்தி நேர் செய்த
நெற்றியடி.

குறுநிலக் குண்டர்களும்
அந்தப்புரவாசிகளும்
வெள்ளைக்காரன்
கால்களில் விழுந்து நக்கினார்கள்.

ஒரு பொக்கைவாய்க் கிழவர்
வேட்டியை மடிக்காமலே
வெளுத்து வாங்கினார்.
விடுதலை வாங்கினார்.
சாட்டையைச் சுழற்றாமல்
சட்டையைக் கழற்றினார்.
சரித்திரம் சுழன்றது.

ஆண்டாண்டு காலத்து அடிமைச் சாசனத்தை
அடித்து நொறுக்கியது அரசியல் சாசனம்.

மலிவானதல்ல வாக்குரிமை..
வாக்குச்சீட்டு நமது குடியரசிற்கு
அது ஒன்றே கடவுச்சீட்டு....

நமது சுதந்திரம்
வாராது வந்த மாமணி.

நீ போய்விடாதே
தோற்று.
எச்சில் காசை ஏற்று.!

– ஆர்.பாலகிருஷ்ணன்

www.ingramcontent.com/pod-product-compliance
Lightning Source LLC
LaVergne TN
LVHW051011051026
849532LV00005B/1911